ஆஹா, யோகா!

கணபதி ராமகிருஷ்ணன்

நலம்

ஆஹா, யோகா!
Aaha, Yoga!

First Edition: December 2010
176 Pages

ISBN: 978-81-8493-602-5
Title No. Nalam 88

Nalam
177/103, First Floor,
Ambal's Building, Lloyds Road,
Royapettah, Chennai 600 014.
Ph: +91-44-4200-9601

Email : support@nhm.in
Website : www.nhm.in

Printed in India by Repro Knowledgecast Limited, Thane

Nalam is an imprint of New Horizon Media Private Limited

உள்ளே

முன்னுரை

பிரபஞ்சம், பெரிய வெடிப்பில் தொடங்கி உலகத்தைப் படைத்துள்ளது. காடு, ஆறு, உயிரினங்கள் என்று பரிணமித்து, கடைசியாக மனிதன் தோன்றியுள்ளான். இதைப் பரிணாமம் எப்படிச் செய்தது என்பது விஞ்ஞானத்தின் தொடர்ந்த ஆராய்ச்சி. எல்லாவற்றையும்விட அற்புதமான விஷயம் மனிதன். அவனது மனம், ஒரு புதிர் மனத்தை விளக்கிவிட்டால், அந்த விளக்கத்தின் மூலம் பிரச்னைகளுக்குத் தீர்வு காணலாம்.

யோகாவும், விஞ்ஞானத்தைப்போலவே மனத்தின் செய்கையை ஆராய விரும்புகிறது. ஆனால், மனம் என்பது தனியான ஒன்றல்ல. உடலோடு தொடர்புடையது. ஆகவே, ஆசனா மூலம் உடலைச் சரி செய்தால், மனம் தானாகவே சரி செய்யப்படும். இங்கே சரி செய்தல் என்பது, உடலே மனசாவது தான், உடலும் மனமும் சேர்ந்தால், ஆத்மாவாகும். ஆத்மாவில் சலனமில்லை. இயக்கம் இருக்கிறது. அந்த இயக்கத்துக்கும், சிந்தனைக்கும் இடை வெளி இல்லை. மனிதனுக்குள் பொங்கும் எல்லா ஆசைகளும் பூர்த்தியாகும்.

நினைத்ததெல்லாம் நடந்துவிட்டால் வாழ்க்கையில் துன்பமே இல்லை. துன்பம் இல்லாத வாழ்க்கை, கனவு. ஆனால், துன்பத்தைச்

சமாளித்தல் அவசியம். யோகா, இன்பம் தரும். இல்லா விட்டால், துன்பத்தைச் சமாளித்து, இன்பத்துக்குப் பாதை அமைத்துத் தரும்.

யோகாவின் வழி, விஞ்ஞானத்தின் அடிப்படையில் இருக் கிறது. பொருளும் மனமும், பரிணாம வளர்ச்சி. அதுபோல், யோகாவும் பரிணாம வளர்ச்சிக்குப்போய், மனத்தை ஒன்றாக்கி நம் செய்கைகளைப் பூர்த்தி செய்கிறது. நடை முறையும் ஆன்மிகமும், யோகாவில் ஒன்றாகக் கலக் கின்றன, விஞ்ஞானத்தின் விதிமுறைகளுக்குள்ளே.

எந்தப் பொய்யும் இல்லாத உண்மைதான் யோகா. உண்மை யாக இருப்பதால், அதன் பலன் எல்லோருக்கும் கிடைக்கும், சூரியனின் ஒளியைப்போல்.

யோகப் பயிற்சி, நீண்ட நாள்களுக்குப் பிறகே பலன் தரும். அதுபோல், யோகாவைப் புரிந்துகொள்வதற்கும் நீண்ட நாள் தேவை. ஆகவே, பொறுமையாக, குறைந்தபட்சம் பத்து ஆண்டுகள் உழைக்க வேண்டும். இந்தக் காலவரை, இயற்கையானது, குழந்தை பிறந்து வாலிபப் பருவம் அடைவதுபோல். மிகச் சிறிய வயதில் தொடங்கினால், அதிகப் பலன் கிடைக்கும். ஆகவே, பொறுமையாக யோகாவைத் தொடங்கி பயன் பெறுங்கள்.

அன்புடன்,

கணபதி ராமகிருஷ்ணன்

சென்னை.

செல் : *9043939041*

1

யோக விஞ்ஞானம்

மனிதனுடைய வாழ்க்கை கடினமானதாகவே இருந்து வருகிறது. பலருக்குப் பலவிதமான கஷ்டங்கள் உள்ளன. உடல், மன ரீதியான அழுத்தங்கள், வருத்தம், தனிமை, கவலை போன்றவை மனிதனைப் படாதபாடு படுத்திக்கொண்டுதான் இருக்கின்றன. நவீன காலத்தில் மட்டுமல்ல, தொடக்கத்தில் இருந்தே இதே மாதிரியான கஷ்டங்களை மனிதன் அனுபவித்துக்கொண்டுதான் வருகிறான். பணம் சம்பாதித்தல், குடும்பம் நடத்துதல், கடைசியாக, வாழ்க்கையின் பொருளைப் புரிந்துகொள்ளுதல் போன்றவை அவனுக்குப் புதிராகவே இருந்து வருகின்றன.

இந்தச் சவால்கள், மனிதனை விட்டுப் போகாதவை. விலங்குகளாக பூமியில் நடக்கிறோம். தெய்வத்தின் பொருளாக, நட்சத்திரங்களுக்கு சமமாக உள்ளோம். மனிதர்களாக பூமியில் வாழ்ந்துகொண்டே, வாழ்க்கையின் நிரந்தரமான அர்த்தத்தைக் கண்டுபிடிக்க முயற்சிக்கிறோம்.

பலர், உண்மையை ஆகாயத்தில் உணரப் பார்க்கிறார்கள். ஆனால், உண்மை நம் முன்னேதான்

இருக்கிறது. நம்மில் பெரும்பாலோர் விரும்புவது எல்லாம் ஒன்று போன்றுதான் உள்ளது. நல்ல ஆரோக்கியம், அறிவு, அமைதி, சுதந்தரம் ஆகியவற்றையே நாம் விரும்புகிறோம். ஆனால், அவற்றை அடைய நம்முடைய உபகரண வழிகளைப் பயன்படுத்த ஆரம்பிக்கும்போது அவை நலிந்து போய்விடுகின்றன. கஷ்டங்கள் நம்மைப் பல திசைகளிலும் இழுக்க ஆரம்பிக்கின்றன.

இவை எல்லாவற்றுக்கும், ஒரே ஒரு வழியாகத் தருகிறது, யோகா. இந்த ஒரு வழியே முழுமையான ஒன்றாக, உள் ளுக்கும் புறத்துக்கும் அமைகிறது. சுமுகமான மனநிலை, கீழ் மட்டத்திலும் மேல் மட்டத்திலும் வெளியாகிறது. ஒருமையே முழுமையான அமைதியாக, சுதந்தரமாக உருவா கிறது.

யோகாவின் மூலம் முழுமையான வாழ்க்கை உடைந்து சிதறிப்போகாமல் நிமிர்ந்து நிற்கிறது. வாழ்க்கையில் போராட்டங்களால் நாம் சிதைந்து போகாத கட்டமைப்பைக் கொடுக்கிறது. யோகா, நீங்களே கனவு காணாத சுதந்தரத்தை கொடுக்கிறது. யோகா என்றாலே இன்பம் துன்பம் என்ற இருள் நிலையைப் போக்கி, மேலே போனாலும், கீழே விழுந்தாலும் வாழ்க்கையைச் சமாளிக்கும் பாதையைத் தருகிறது. உள்ளார்ந்த ஆத்மாவோடு கலந்து ஸ்திரமான வாழ்க்கை வாழ யோகா நம்மைப் பலப்படுத்துகிறது.

யோக விஞ்ஞானம் தெரிந்த பிறகு எந்தப் பிரச்னைக்கும் விடை தானாக வருகிறது. வாழ்க்கை திருப்தியைத் தேடு கிறது, தாவரங்கள் சூரிய வெளிச்சம் தேடுவதுபோல். வாழ்க்கையைப் படைத்த பிரபஞ்சம், திருப்தியை ஒரு சிலருக்கு மட்டும் என்று எழுதவில்லை. ஆன்மிக அளவில் திருப்தி என்பது எல்லோருக்கும் என்பதுதான் விதி.

யோகா என்பது ஒரு மதத்துக்கோ அல்லது ஒரு கலா சாரத்துக்கு என்றோ ஏற்பட்டது அல்ல. இந்தியாவில் பிறந் தாலும் யோகா என்பது உலக அளவிலான வழியாகும். பிறப்பு, பின்னணி என்ற வித்தியாசங்கள் இல்லாமல் எல்லோருக்கும் பொருந்தும். பதஞ்சலி முனிவர், 2500 ஆண்டு களுக்கு முன், யோகா என்பது சார்வபௌமா, அதாவது பிரபஞ்சம் தழுவியது என்றார்.

நாம் எல்லோரும் மனிதர்கள். ஆனால், மேற்கு, கிழக்கு என்று சிந்திக்கிறோம். நம்மை ஒன்றாக இருக்க விட்டால், அமெரிக்கர், ஆப்ரிக்கர், ஐரோப்பியர் என்ற பாகுபாடு இல்லாமல் மனிதர்களாகவே இருப்போம். ஆத்மா என்ற பார்வையாளருக்கு எந்த வேறுபாடும் கிடையாது. அது அணிகிற உடைகளில்தான் வித்தியாசம் ஏற்படுகிறது. இந்த வித்தியாசம் உடைந்தால் ஆத்மா ஒன்றாகவே தெரியும். நாம் சிந்திக்கும்போது ஒருவர்தாம். வேறுபாடுகள் இல்லாமல் மனத்துக்கு மனம், ஆத்மாவுக்கு ஆத்மாவாக பேசுகிறோம்.

பல யுகங்களாக, மனமும் உடலும் மாறாமல் இயங்கிக் கொண்டிருக்கிறது என்பதை யோகா உணர்கிறது. நாம் தோலுக்குள்ளே எப்படி இயங்குகிறோம் என்பது காலத் தாலும் இடத்தாலும் மாறுவதில்லை. நம்முடைய மனம் இயங்கும் விதத்தில், நாம் மற்றவரோடு பழகும் விதத்தில், பல இறுக்கங்கள் உள்ளன. பூகோள ரீதியில் உள்ள குறை பாடுகள்போன்று இந்தக் குறைகளைக் களையாவிட்டால் தனி நபருக்கும் சமுதாயத்துக்கும் பல இன்னல்கள் வரும். ஆகவேதான், விஞ்ஞான ரீதியிலும், தத்துவ ரீதியிலும் நம்முடைய சுயத்தை ஆராய்ந்து, அதன் இறுக்கங்களையும் பூகம்பங்களையும் தவிர்க்க யோகா முறச்கிக்கிறது.

உலகத்திலுள்ள பேராசை, வன்முறை, சோம்பேறித்தனம், கர்வம், பயம் ஆகியவற்றை, போக்க முடியாத பாவம் என்று யோகா நினைப்பதில்லை. அவைதான் நம்முடைய சந்தோ ஷத்தைக் குலைப்பவை என்று கருதவில்லை. அவற்றை மனித இயல்பின் குறைகளாக, களையப்பட வேண்டியவை என்றே யோகா கருதுகிறது. நம் உணர்வில் உள்ள குறைகள் நம்முடைய கஷ்டங்களுக்குக் காரணம் என்று நினைக்காமல், அவற்றையே பரிணாம வளர்ச்சியின் படிக்கட்டுகளாக உணருகிறது.

மன வளர்ச்சியே நம்முடைய ஆசைகளுக்கு அஸ்திவாரமிட்டு நாம் வெற்றி பெறுவதற்கும் உலக முன்னேற்றத்துக்கும் வழி செய்கிறது. யோகா என்பது வாழ்க்கை என்னும் விளை யாட்டின் ரூல் புத்தகம். இந்த விளையாட்டில் யாரும் தோற்க வேண்டியதில்லை. விளையாட்டு மிகவும் கடின மானது. கடுமையாகப் பயிற்சி செய்ய வேண்டும். நாமாகச்

சிந்திக்கும் முயற்சி வேண்டும். இதில் வருகிற தடங்கல் களைச் சமாளிக்கத் தயாராக இருக்க வேண்டும்.

மனிதன் இருப்பது என்றால் என்ன? நாம் பூமிக்கும் ஆகாயத்துக்கும் நடுவில் இருக்கிறோம். நாம் எங்கிருந்து வந்தோம்? எங்கே செல்லப்போகிறோம்? சந்தோஷத் துக்கும், விடுதலைக்கும் ஆசைப்பட்டால் நம்முடைய உள் பயணத்தில் முதல் படிகளைத் தாண்டிவிட்டோம் என்று பொருள். இயற்கையின் விதிகளை வளைக்க முடியாது. அவை தனி நபர்களுக்கு அப்பாற்பட்டவை. ஆனால், விதிகளின்படி செயல்படுகிறோம். இயற்கையின் சவாலை ஏற்று விளையாட்டைத் தொடங்குகிறோம். பயணம், காற்று வீச்சிலும், பூரிப்பிலும் தொடரப்போகிறது. நாம் எடுக்கிற முயற்சியைப் பொறுத்து பலன்கள் கிடைக்கின்றன.

யோகா கற்றுக்கொள்ள வருபவர்கள் சாதாரண மருத்துவ காரணங்களுக்காக வருகிறார்கள். ஆர்த்ரைடிஸ், ரத்த அழுத்தம், விளையாட்டுக் காயம், கெட்டுப்போன முதுகு போன்ற பிரச்னைகளைத் தீர்த்துக்கொள்ள யோகாவுக்கு வருகின்றனர். சிலர், கெட்ட பழக்கம், உடல் பருமன், வாழ்க்கை முறை ஆகியவற்றுக்காக யோகாவை நாடுகிறார் கள். ஆன்மிகக் காரணங்களுக்காக வருவதில்லை. சிலர், அதை நம்பாமலும் இருக்கலாம். இதில் நல்லதும் உள்ளது. யோகாவுக்கு நடைமுறை முக்கியம். நடைமுறை பலனுக் காக யோகாவுக்கு வருகிறார்கள். வாழ்க்கைப் பிரச்னை களைப் புரிந்துகொண்டு அதன் தீர்வுகளுக்காக யோகாவுக்கு வருவது நல்லது.

யோக வாழ்க்கை என்பது ஒரு விஞ்ஞானம். வாழ்க்கைப் பயணத்துக்கான வெளிச்சத்தை யோகா தருகிறது. வாழ்க்கை யின் வரைபடமாக யோகா அமைகிறது. அறிவுரை, செயல் முறை, தத்துவ ரீதியில் ஒரு வடிவமைப்பு ஆகியவற்றை எல்லோருக்கும் எளிதில் புரியும்படியாக தந்தால், தொடக்கத் திலும் எந்தக் கடினமும் இருக்காது. குறுக்கு வழிகளையோ உயர்ந்த வாக்குறுதிகளையோ யோகா தருவதில்லை. யோகா வின் பலன், முதல் நாளில் இருந்தே கிடைக்கிறது. உடலிலும், உள்ளத்திலும் ஆத்மாவிலும் ஏதோ ஒன்று இயங்கத் தொடங்குகிறது. விவரிக்க இயலாத இன்பம் உணரப்படுகிறது.

சாக்ரடீஸ் 'உன்னை அறி' என்றார். நம்மை அறிதல் என்பது உடலை, மனதை, ஆத்மாவை அறிதல். உடலின் ரிதம், மனத்தின் இனிமை, ஆத்மாவின் ஹார்மோன் சேர்ந்து வாழ்க்கை என்னும் இன்பத்தை ஏற்படுத்துகிறது. உள் பயணம், வாழ்வின் பல பகுதிகளை ஒருமிக்க உதவுகிறது. உடலில் இருந்து உள்ளே செல்லும்போது துல்லியமான உடல்களை அறியலாம். சக்தியின் உடல் (மூச்சும் உணர்ச்சிகளும்), மனமான உடல் (சிந்தனைகளும் பிடிப்புகளும்), அறிவின் உடல் (அறிவும் ஞானமும்), தெய்வீக உடல் (பிரபஞ்சம் தழுவிய ஆத்மாவின் பார்வை) ஆகியவற்றைத் தரிசனம் செய்ய முடிகிறது.

யோகா, நம் இருத்தலை, பல படிவங்களாக, வரைபடமாகக் காட்டுகிறது. இதன் மூலம், யோகாவின் எட்டு பகுதிகளை அறிய முடியும். மேலும், இயற்கைக்கும் ஆத்மாவுக்குமான தொடர்பை அறிய வேண்டும். யோகா ஒன்றுக்காக இன்னொன்றை விடுவதில்லை, தொடுவானத்தில் அல்லது கீழ் வானத்தில் (ஹொரைசன்) நிலமும் ஆகாயமும் தொடுவது போல்.

சுதந்தரம் என்பது தூர தேசத்தில் இல்லை. நம்முடைய உடல், மனம், ஆத்மாவில்தான் உள்ளது. ஒளி, ஆனந்தம் உங்களுக்காகக் காத்திருக்கிறது. பயணத்தைத் தொடர வேண்டும்.

அற்புதம் என்னவென்றால், யோகாவின் பலன்கள் எதிர்பாராத விதங்களில் வந்துகொண்டே இருக்கின்றன. அளவற்ற ஆதாயங்கள் பூத்துக் குலுங்க ஆரம்பிக்கின்றன. யோகா தலைகீழாக நிற்பது, காலைத் தொடுவதென்று நினைத்தால் அதன் அழகை, அருளை, எல்லையின்மையை அறிய மாட்டீர்கள். யோகா, வாழ்க்கையின் படைப்புத்திறனை வெளியே கெண்டு வருகிறது. சுயஅறிதலின் கட்டமைப்பைத் தந்து நம் பயணத்தின் முன்னேற்றத்தை விளக்கி, கடைசிக் காட்சியில் முகத்தைக் காட்டி, நம்முடைய தொடக்கத்தையும் கடைசி நிலையையும் காட்டுகிறது.

யோகாவின் வெளிச்சம் விசேஷமானது. முழுமையாக நம்மை மாற்றம் செய்ய வல்லது. நாம் பார்க்கும் விதத்தை மாற்றுவதில்லை. பார்ப்பவரையே மாற்றுகிறது. அறிவைக் கொண்டு வந்து அதை ஞானமாக்குகிறது. வாழ்க்கை

வெளிச்சம், கலப்பில்லாத உள் பார்வை, சுத்தமான உண்மை, அஹிம்சை ஆகியவற்றை உறுதிப்படுத்துகிறது.

ஆத்மாவை உணர வேண்டும் என்ற குறிக்கோள் எல்லோருக்கும் உள்ளது. தெய்வீகக் கருவை நாடுவதுதான் ஆத்மாவை உணர்தல். கரு எல்லோரிடமும் இருந்தாலும் அது மறைவாக உள்ளே இருக்கிறது.

ஆன்மிகப் பயணம் என்பது வெளியே உள்ள ஒரு புனிதமான பொருளைத் தேடி அலைவது அல்ல. உள் மனம் உள்ள வெளிச்சத்தைக் காட்ட வேண்டும். உள்ளே உள்ள உண்மையைக் காட்ட, உடலின் பல உறைகளை (உடல், மனம், அறிவு, ஆத்மா) ஆராய்ந்து, தாண்டி கடைசியாக ஆத்மாவை அடைய வேண்டும் என்று கண்டார்கள். குறிக்கோள் என்னவென்றால், எல்லா உறைகளின் வழியாக வும் உள்ளே உள்ள தெய்வீக ஒளி வீச்சு செல்ல வேண்டும். எப்படி, தெளிவான கண்ணாடி வழியாக ஒளி வெளியே வருகிறதோ அதுபோல.

யோகா, ஐந்து கோசங்களைக் கண்டுள்ளது. இவை எல்லா வற்றையும் சுமுகமாக்கினால் முழுமை பெறலாம். இந்த கோசங்களில் உரசல் இருந்தால், மாசுபட்ட கண்ணாடிபோல், புலன்களின் மாசுபட்ட பிம்பங்கள்போல் ஆகிவிடும். ஆத்மா வின் தெளிவான ஒளி வெளியே வர முடியாது. இதனால்தான், நோயும் துன்பமும் உருவாகின்றன. உண்மையான ஆரோக்கியத்துக்கு வெளி உடம்பு நன்றாக வேலை செய்தால் மட்டும் போதாது. உள்ளே இருக்கிற மட்டங்களில் வலு, துல்லியம், உணர்வு ஆகியவை நன்றாக இயங்க வேண்டும்.

உடல் என்றாலே அதன் பௌதிக உருவம்தான் நம் கண் முன்னே வருகிறது. தோல், எலும்பு, தசைகள், உள் உறுப்பு கள் ஆகியவை எல்லாம், யோகாவைப் பொருத்தமட்டில் உடலின் வெளித் தகடுகளாகவே இருக்கின்றன. இந்தத் தகடுதான் உள்ளே இருக்கிற துல்லியமான உடல்களை மூடும் உறையாக (கோசங்களாக) உள்ளது.

கோசங்கள் என்பது வெங்காயத்தின் தோல்போல ஒன்றுக்குள் ஒன்றாக உள்ளன. சக்திகோசம், மனக்கோசம், அறிவுக்கோசம், ஆத்மகோசம் ஆகியவை உள்ளன. இந்தக் கோசங்கள் சரியாக இணையவில்லை என்றால் எல்லாம்

சிதறி விரக்தி ஏற்படுகிறது. இதற்கு மாறாக, கோசங்கள் ஒன்றோடொன்று கலந்தால் ஒருமை ஏற்பட்டு சிதறல் தடுக்கப்படுகிறது.

பௌதிக உடல் சக்தி உடலோடும், சக்தி உடல் மன உடலோடும், மன உடல், அறிவு உடலோடும், அறிவு உடல் விஞ்ஞான உடலோடும், விஞ்ஞான உடல் ஆத்ம உடலோடும் கலக்க வேண்டும். இதுபோன்று, பௌதிக உடலோடு ஆனந்த உடல் கலக்காவிட்டால், ஆத்ம உடல் பௌதிக உடலின் இயக்கத்துக்கு வெளிச்சத்தைக் காட்ட முடியாது. இதனால், வாழ்க்கை ஒளி பெறாமல் இருள் அடைகிறது.

கோசங்கள் இடையில் உள்ள எல்லை கற்பனையானது. நாம் எப்போதும் ஒரே ஒரு பொருள்தான். நம் உள்ளுக்கும் வெளிக்கும் தொடர்பு இருந்துகொண்டே இருக்க வேண்டும். ஒரு கோசம் மற்றொன்றோடு சேரும்போது தொடர்பு சுமுகமாக இருக்க வேண்டும். அப்போதுதான், நாம் செயல் படும் ஒரு பொருளாக இருக்க முடியும். இல்லாவிட்டால் சிதறல் ஏற்பட்டு குழப்பமும் அசௌகரியமும் ஏற்படு கின்றன. யோகப் பயணத்தில் உள்ளவர்கள் கோசங்களின் ஒருமை சம நிலையை உணர வேண்டும். உதாரணமாக மன, உடல் கோசங்கள் நன்றாகச் செயல்பட்டால்தான், பௌதிக சக்தி உடலில் துல்லியமான மாற்றங்களை செய்ய முடியும். பௌதிக உடல், மனம் ஆத்மாவிடமிருந்து வேறுபட்டதல்ல.

சிலர் உடலை வருத்துகிறார்கள். உடலேதான் கதி என்று அதை எல்லையின்றி அனுபவிக்கக் கூடாது. யோகாவின் குறிக்கோள் என்னவென்றால், அழியாத சமனத்தன்மையைக் கண்டுகொள்வதுதான். யோகா பயிற்சி மூலம், வாழ்க்கையை ஆன்மிக அளவிலும் பௌதிக அளவிலும் முழுமையாக வாழ வழி செய்கிறது. யோகா பயிற்சி மூலம், பௌதிக உடலில் துல்லியம் மட்டுமல்ல, ஒரு முழுமையான மாற்றமே ஏற்படு கிறது. நம்முடைய மனம், அறிவு எப்படி வேலை செய்கிறது என்பது தெரிந்தால் நாம் ஏன் ஒரே தவறை மீண்டும் மீண்டும் செய்கிறோம் என்ற கேள்விக்கு விடை கிடைக்கும்.

யோகாவின் வரைபடம் வருகிற அத்தியாயங்கள் உருவைக் கொடுக்கின்றன. மனிதன் பூமி, ஆகாயம் என்ற இரண்டு யதார்த்தங்களின் நடுவில் இருக்கிறான். நடைமுறையான,

பௌதிகமான, தொடும்படியானது பூமி. இதை முயற்சி செய்து பார்த்து பொதுப்படையாக அறிந்துகொள்ளலாம். இந்த உலகில்தான் பரம்பரையாக வந்த பொது அனுபவம் மூலம் வாழ்கிறோம். இதற்குப் பெயர் இயற்கை. சமஸ் கிருதத்தில் ப்ரக்ருதி என்று பெயர். இதில் பஞ்ச பூதங்கள் உள்ளன. பூமி, நெருப்பு, காற்று, தண்ணீர், ஆகாயம். நம்முடைய உடலும் பஞ்ச பூதங்களால் ஆனவை.

விஞ்ஞானிகள் சந்திரனின் கல்லை ஆராய்கிறார்கள். சூரிய னின் வெப்பத்தைக் கணக்கிடுகிறோம். பிரபஞ்சத்தையோ சந்திரனையோ ஆராய்ந்தால் இயற்கையை ஆராய்கிறோம். அம்மாதிரியான ஆராய்ச்சி எப்போதும் புதுமையாகவே இருக்கிறது. நாமும் மாறுகிறோம். இயற்கையும் மாறிக் கொண்டே இருக்கிறது. இதன்மூலம், இயற்கையின் விதிகள் நமக்குப் புலனாகின்றன. இந்த விதிகள் மூலம் நம்மையும் அறிந்துகொள்ள வழி கிடைக்கிறது. இந்த அறிவே பலவிதமான முன்னேற்றத்துக்கு அடிப்படையா கிறது.

மனிதன் ஒரு தொடர்ச்சி. கோசங்களுக்கு இடையில் எல்லை கிடையாது. உடல், மனம், ஆத்மா ஆகியவற்றின் இடையிலும் எல்லை இல்லை. அவற்றை நம்முடைய புரிதலுக்காக வரையறுக்கப்பட்ட எல்லைகளாக யோகா கூறுகிறது. நாம் அவற்றை ஒன்றோடு கலக்கும் வான வில்லின் வண்ணங்களாகக் கற்பனை செய்ய வேண்டும். கீழ்க்கண்டவை: ஸ்திரம் - பௌதிக உடல், (அன்னமய கோசம்); தெம்பு - சக்தி உடல், (பிராணமய கோசம்); தெளிவு - மன உடல், (மனோமய கோசம்); ஞானம் - அறிவு உடல், (விஞ்ஞானமய கோசம்); ஆனந்தம் - தெய்வீக உடல், (ஆனந்தமய கோசம்).

பின்வரும் அத்தியாயங்களில், உள் பயணத்தின் பல நிலைகளை விவரித்து அதன்மூலம் உடல், ஆத்மாவை அறிய முயற்சிப்போம். இந்த ஆராய்ச்சி, உடல் மூலமே நடை பெறும். நாம் உடல்தானே. இந்த முயற்சி, தோலில் தொடங்கி மையத்தை நோக்கி செல்லும். யோகத்தில் முயற்சி என்னவென்றால், உடலும் ஆத்மாவும் எப்படிக் கலக்கின்றன என்பதை அறிந்து, அந்த அறிவின் மூலம்

வாழ்க்கையின் எல்லா சவால்களையும் திறமையாகச் சமாளிக்க வகை செய்கிறது.

பதஞ்சலிக்குப் பல நூறு ஆண்டுகளுக்கு முன்பே இந்திய யோகிகள், இயற்கையின் குழப்பத்துக்குப் பின்னால் ஒரு ஒழுங்கு இருக்க வேண்டும் என்று யூகித்தார்கள். இயற்கை எப்படி வேலை செய்கிறது என்று தெரிந்துகொண்டால் நாமும் வாழ்க்கையைச் சீர்படுத்தலாம் என்று உணர்ந்தார்கள். ஒரு விளையாட்டின் விதிகள் தெரியவில்லை என்றால் அந்த விளையாட்டு நமக்குப் புரியாது. விதிகள் தெரிந்தால் விளையாட்டு சந்தோஷமாகிறது. ஆட்டத்தில் தோல்விகூட வரலாம். முயற்சி செய்து வெற்றி பெறலாம். யோகா என்ன சொல்கிறது என்றால் உடல், சுயத்தை வைத்து விளையாடு கிறோம். விளையாடி, விதிகளைத் தெரிந்துகொள்கிறோம். இந்த விதிகளைக் கடைப்பிடித்தால் வாழ்க்கையில் வெளிச்ச மும் விடுதலையும் பெறலாம்.

மனிதன், தடாசனாவில் காலைத் தரையில் வைக்கிறான். தலையை ஆகாயத்தில் வைக்கிறான். ஆகாயம் என்றால் என்ன? ஆகாயம் என்பது பௌதிக நிலையைத் தாண்டிய பொருள். அது முழுமையானது. உலகெங்கும் பரவியது. ஒரு இடத்தில் அதை அடக்கவே முடியாது. யதார்த்தமானது. யோகாவில் உடல், பொருள்மயமானது. உள்ளே உள்ள ஆகாயம் நிரந்தரமானது. எல்லையற்றது. இதற்குப் பெயர் சித் - ஆகாசம். பௌதிகம் மாறுவது. ஆகாயம் நிலையானது. இயற்கை மாறிக்கொண்டே இருக்கும். நாமும் மாறிக் கொண்டே இருக்கிறோம். பௌதிகமற்ற, யதார்த்தம் மாறாமல், எல்லை இல்லாமல் இருக்கும் ஆத்மா நிலையான புள்ளியைத் தருகிறது.

காந்த காம்பஸில் உள்ள வடக்குபோல், நிர்ணயமான திசை தருகிறது. காம்பஸ் எப்படி வேலை செய்கிறது? பூமியின் காந்த வடக்கும், காம்பஸில் உள்ள காந்தமும், ஒரே திசையில் செல்கின்றன. நாம்தான் காம்பஸ். நமக்குள் உள்ள பிரபஞ்ச யதார்த்தம், எல்லா இடங்களிலும் உள்ள யதார்த்தத்தோடு நேராகிறது. நேர்ப்படுத்துதல் முக்கியமான குறிக்கோள். உடலை நேர்செய்து மனத்தை, சுயத்தை, அறிவை ஒரே கோட்டில் நேர்ப்படுத்துகிறோம். வெளிக்கோசத்தை

உள்கோசத்தோடு நேர் செய்து, நம்முடைய யதார்த்தத்தை பிரபஞ்ச யதார்த்தத்தோடு நேர்ப்படுத்துகிறோம்.

வாஸ்து சாஸ்த்ர உபநிடதம் என்ன சொல்கிறது? 'உறுப்பு களை நேர்படுத்துதல், கடவுளை அறிதலுக்குச் சமம்' என்று. அதற்கு முன்பு ரிக் வேதம் சொன்னது, 'ஒவ்வோர் உருவும் முதல் உருவின் நகலாகும்' என்று. இந்த யதார்த்தம் இடத்தாலோ காலத்தாலோ மாறாதது. இரண்டிலிருந்தும் விடுபட்டது. நாம் காலத்திலும் இடத்திலும் பயணித்தாலும், கடைசியில் பௌதிகமற்ற யதார்த்தத்தை அடையும்போது, அது காலத்துக்கும் இடத்துக்கும் அப்பாற்பட்டு இருக்கும்.

இந்தச் சேர்க்கையை அடைவதற்காக, யோகப் பயிற்சியாளர் உள்ளேயும், வெளியேயும் ஆத்மாவை அடக்கி, இருக்கிற உடலையும் பார்க்க வேண்டும். அதன் கீழேயும் பார்த்து அங்குள்ள நியதியை அறிய வேண்டும். இல்லாவிட்டால் இயற்கையின் அடிமையாகி ஆத்மா என்னவென்றே தெரி யாமல் போய்விடும். பிரபஞ்ச ஆத்மாவில் உள்ளதெல்லாம் உடலுக்குள்ளும் சேர வேண்டும்.

யோகாவில் எட்டு இதழ்கள்

யோகாவுக்கு மொத்தம் எட்டு இதழ்கள் உள்ளன. யமா - வெளிப்புறமான தார்மிகக் கட்டுப்பாடுகள். நியமா - உள்புறமான தார்மிகம், காட்சிகள். ஆசனா. பிராணாயாமா - மூச்சுப் பயிற்சி, புலன் அடக்குதல். பிரத்யஹாரா - ஒருநிலைப் படுத்துதல். தாரணா, தியானா, சமாதி என்பது கடைசி நிலைகள். இந்த இதழ், தாமரைபோல் ஒன்றாகி பூவாகிறது.

யோகப் பயணத்தின்போது கோசங்களைக் கடக்கும் இந்த இதழ்களைக் கடக்க நேரிடும். உண்மையை அறிய விரும்பு வோர்க்கு, பதஞ்சலி காலத்தில் இருந்தாற்போல் மேற் சொன்னவை மிக முக்கியமானவை. கோசங்களை சுமுகமாக்க இந்த எட்டு இதழ்களை நன்றாகப் பயிற்சி செய்ய வேண்டும். விரிவாகப் பார்ப்பதற்கு முன் சுருக்கமாகப் பார்க்கலாம்.

யமா - நியமா

யோகப் பயணம் ஐந்து தார்மிகக் கட்டளைகளோடு தொடங்கு கிறது. யமா - இதன் மூலமாக, வெளி உலகில் வெளிப்படும்

நம் செயல்கள் மீது கட்டுப்பாடு வருகிறது. தொடர்ந்து நியமா. நியமா என்றால் உள்புறமான சுத்திகரிப்பு அறிதல். உள் உலகம் மூலம் சுய கட்டுப்பாடு வருகிறது. வெளி உலகிலும் நம்மைப் பொறுத்தவரையிலும் செயல்கள் கட்டுப் பாட்டுடன் இருக்க வேண்டும். தார்மிகக் கோட்பாடுகள் யோகப் பயணத்தின் ஆரம்பம் முதல் வருகின்றன.

ஆன்மிக உணர்தல், கடைசியில் நாம் சமுதாயத்தில் எப்படி வாழ்கிறோம் என்பதில் அடங்கியுள்ளது. யோகா விடுதலை கொடுக்கிறது. அதற்கு முன்பே பல பலன்கள் தென்பட ஆரம்பிக்கின்றன. சுய கட்டுப்பாடு, உணர்தல், அறிதல் ஆகியவை நாம் விரும்புகிற வாழ்க்கையை வாழ அனுமதிக் கின்றன. கௌரவம், சுத்தம், நேர்மை, நல்லதை விரும்புதல், நம்புதல், சுயசார்பு, மற்றவர் இன்பத்தில் மகிழ்தல், நமக்கு கஷ்டம் வந்தால் சமனாக இருத்தல் ஆகிய நல்ல இயல்புகள் சாத்தியமாகின்றன. ஆகவே, மேற்சொன்ன நல்ல நிலை யிலிருந்து நிலையான விடுதலைக்குச் செல்லலாம். சந்தேகத் திலிருந்தும், குழப்பத்திலிருந்தும் முன்னேற முடியாது.

யோகாவில் முன்னேற்றம் என்பது நடைமுறைக்காக தார்மிக அடிப்படையை நாடுகிறது. வெறும் மதிப்பீட்டுக்காக அல்ல. கெட்டதிலிருந்து நேராக சிறப்புக்குப் போக முடியாது. இடையே நல்லது உள்ளது. அறியாமை அகல நல்ல இடமே சிறந்தது. கெட்ட இடம் அல்ல. கெட்டது என்பது அறியாமையும் இருளும் ஆகும்.

ஆசனா

மூன்றாவது இதழ் ஆசனா. ஆசனா, உடலின் பலத்தையும் ஆரோக்கியத்தையும் நிலைநாட்டுகிறது. இது இல்லா விட்டால் முன்னேற முடியாது. மேலும், இயற்கையோடு சுமுக நிலையை ஏற்படுத்துகிறது. நமக்குத் தெரியும், மனம் உடலைப் பாதிக்கிறது என்பது. யோகா, உடல் மூலம் மனத்தைப் பதப்படுத்த முடியுமா என்று கேட்கிறது. தாவாக் கட்டையை உயர்த்து; நேராக நில் என்பது அதற்கு உதாரணம்.

ஆசனா மூலம் உள்ளே பயணிக்க வேண்டும். ஆசனா மூலம் மனத்தைச் செதுக்க வேண்டும். உடலின் ஒவ்வொரு கோசமும் என்ன கேட்கிறது என்பதைத் தெரிந்து, அதைப் போஷிக்க வேண்டும். உள்ளே உள்ள கோசங்கள்தானே

வெளிக்கோசங்களைத் தாங்குகின்றன. துல்லியம், திடத்துக்கு முன்பே உள்ளது. இருந்தாலும் திடமாக நமக்குத் தெரிகிற கால், கை, தண்டுவடம், கண், நாக்கு ஸ்பரிசம் ஆகியவற்றின் மூலம் துல்லியமாக உள்ளே செல்லலாம். ஆகவேதான், யோகா பல சாத்தியக்கூறுகளை நமக்குத் தருகிறது.

எலும்பிலிருந்து மூளை வரை இந்த உடல் மூலம்தான் நாம் தெய்வீகப் பரவசத்தை அடைய முடியும். அதன் கட்டுப்பாடு களை அறிந்தால் அவற்றைத் தாண்ட முடியும். நமக்கு தார்மிக நடத்தை என்னவென்று தெரியும். அதைப்பெற மனம் வேண்டும். திருப்தி, அமைதி, பற்றறுத்தல் ஆகிய குணங்கள் சம்பாதிக்கப்பட வேண்டும். இந்த நல்ல குணங்களின் உயிரியல் என்ன என்பதை ஆசனா நமக்குச் சொல்கிறது. ஆசனா என்பது வெறும் உடற்பயிற்சி மட்டுமல்ல என்பதை நினைவில் வையுங்கள்.

பிராணாயாமா

யோகாவின் நான்காவது இதழ் பிராணாயாமா. பிராணா என்றால் மூச்சு. யாமா என்றால் இழுத்தல். மூச்சு என்பது பிரக்ஞையின் வாகனம். வெளியில் உள்ள பார்வையிலிருந்து மனத்தை உள்ளே செல்ல வைக்கலாம். மூச்சை, மனத்தை அடக்க ஆரம்பித்த பின் புலன்களை வெளியிலிருந்து உள்ளே செலுத்தி பிரக்ஞையை வீரியப்படுத்தலாம்.

பிராணாயாமம் என்பது கட்டுப்பாடால் வருவதில்லை. மூச்சை நாம் கொஞ்சி, மெதுவாகக் குதிரையை பிடிப்பது போலப் பிடிக்க வேண்டும். குதிரை துரத்தினால் ஓடிவிடும். ஓரிடத்தில் ஆப்பிளோடு நின்றால் நம்மிடம் வந்துவிடும். பிராணாயாமா, பேராசையை ஒழித்து சாதுவின் குணங்களைத் தருகிறது. எதையும் வற்புறுத்தக் கூடாது. கவனமாக இருந்து செயல்பாட்டை முடிக்க வேண்டும்.

பிரத்யஹாரா

புலன்களை உள்ளே இழுத்தல் பிரத்யஹாரா. உள்ளுக்கும் வெளிக்கும் இடையே உள்ள தாழ்ப்பாள் அது. நம்முடைய புலன்களை எப்போதும் அலையவிட்டு அதன் தன்மைகளை மழுங்கடித்து விடுகிறோம். நம் சக்திகள் வீணாகின்றன. நாம்

ஆத்மாவை அடைய விரும்புகிறோம். ஆனால், நினைப்பது எல்லாம் வெளியே உள்ளன. மாறாக, உள்ளே மனது சென்றால் அமைதி பெறலாம். அமைதி பெற்ற மனதுதான் யோசிக்க முடியும். இயற்கையாக உள்ள அறிவு, நன்றாகக் கூர்மை பெற்று படைப்புகளைத் தர முடியும். பிரத்யஹாரா என்றால் மனத்தை உள்ளே செலுத்துதல். ஓய்வு கொடுத்து அதை வலுப்படுத்துதல்.

தாரணா - தியானம்

கடைசி மூன்று இதழ்கள்: தாரணா (ஒருநிலைப்படுத்துதல்), தியானம், சமாதி (முழுமையான உள் ஈர்ப்பு). இந்த மூன்றும் உச்சகட்டமான ஒருமைப்பாடு.

தாரணா என்றால் ஓரிடத்தில் சேர்ப்பது. மானைப் பார்த்து அது கவனம் செலுத்துகிறது என்று சொல்லக் கூடாது. அதனுடைய இயற்கையான மனநிலை அது. நாம் பல இடத்தில் மனத்தை அலையவிடுகிறோம். கிரிக்கெட் மேட்ச், சினிமா, பீச் என்று பல பொருள்கள் மீது மனம் செல்கிறது. உண்மையான கவனம் என்பது ஒருமித்த மன நிலையில் இருப்பது. அறிவு மூலமாக, ஞானத்தோடு அலைபாயும் மனத்தையும் வெளியே செல்லும் புலன்களையும் ஓரிடத்தில் சேர்த்தல். ஆசனா நமக்கு இதை சொல்லிக் கொடுக்கிறது. ஆசனாவின்போது உடல் மனத்துக்கு சவால் விடுகிறது. உடலின் பல பாகங்களைச் சரிசெய்து கடைசியில் வருவதற்குள் துல்லியமாக மனம் இயங்க வேண்டும். நம்முடைய கவனம் விரிவடைவது மட்டுமே அல்லாமல் உள்ளே ஊடுருவுகிறது. பல பந்துகளை மேலே ஆட்டுவிக்கும் மந்திரவாதிபோல், ஆசனாவில் உடல் மனத்தை பயிற்றுவிக்கிறது.

நாம் ஒவ்வொரு இடத்தையும் நன்றாக ஆராய்ந்து சமன் செய்ய வேண்டும். நம்முடைய மனம் பல இடங்களுக்குச் சென்று உடல் முழுவதும் கவனம் பாய்ச்சப்படுகிறது. மனம், உடல் முழுவதும் நன்றாகப் பாய்ந்து அடிப்படையான மாற்றம் ஏற்பட வகை செய்கிறது. இதன்மூலம், மனத்தின் ஆழம் அதிகமாகிறது. உடல் தானாகச் சரி செய்துகொள்ளும் கருவி ஆகிறது. இதனால், பௌதிகமான உடல் மனத்தின், அறிவின் பாய்ச்சலால் ஆத்மாவாக மாறுகிறது. உடலின் ஒவ்வொரு பாகமும் பயிற்சி பெற்று, நாம் யார் என்பதைத்

தெளிவாக்குகிறது. நம்முடைய உண்மை சொரூபம் தெளிவாகிறது.

ஆசனா சீர்படும்போது நம்முடைய உண்மையானது வெளிப்படுகிறது. அதன் முழுமையை, சிறப்பை எந்தச் சக்தியும் சலசலக்கச் செய்ய முடியாது. ஆசனா, சின்ன சின்ன அறிவைக் கூட்டி அதைப் பெரிதாக்குகிறது. ஆசனா, பிராணாயாமா செய்த பிறகு, உடல் அமைதி அடைந்து ஓய்வு பெற்றதால் தியானம் செய்ய ஆரம்பிக்கிறது. ஆசனா, பிராணாயாமா மூலம் உடல் ஓய்வு பெறாவிட்டால், தியானம் செய்ய இயலாது. ஆசனா மூலம் எல்லா அழுத்தங்களும் நீக்கப்பட வேண்டும். பிராணாயாமாவும் இதையே செய் கிறது.

பிராணாயாமம் செய்வதற்கு, தசைகளில் பலமும் நரம்பு களில் கவனம், விடாமுயற்சி, தாங்கும் சக்தி ஆகியவை வேண்டும். இவையெல்லாம் ஆசனா மூலம்தான் கிடைக் கின்றன. நரம்புகள் சுமுகமாகின்றன. மூளை அமைதி பெறு கிறது. நீங்கள் உங்களோடு ஒன்றிப்போய்விடுகிறீர்கள். அதுவே தியானமுமாகும்.

யோகாவின் குறிக்கோள் ஒருமை. இருமையை எப்படிக் கடப்பது? தியானத்தின்போது நாம் ஒன்றாகிவிடுகிறோம். கடைசியான யதார்த்தம், ஒருமை. ஆனால், இவை எல்லா வற்றையும் அடைய, கோசங்களைத் தாண்டி, கடைசியாக உள்ள ஆத்மாவை அடைய வேண்டும்.

ஆசனா, பிராணாயாமா இரண்டும் நமக்கு இருமையைக் கடந்து ஒருமையை அடையும் பயிற்சியை அளிக்கின்றன. ஆசனா நம்முடைய உடலைத் தயார் செய்து உள்ளார்ந்த அமைதியைத் தருகிறது. அது மட்டுமல்ல. குளிர், உஷ்ணம், கௌரவம், அவமானம், வறுமை, செல்வம், லாபம், நஷ்டம் என்ற இருமைகளை சமாளிக்க நம்மைத் தயார் செய்கிறது. ஆசனா நமக்குப் பலவிதமான கஷ்டங்கள், நஷ்டங்களின் இடையே அமைதியைத் தருகிறது.

பொதுவாக, ஒரு ஆசனாவில்தான் தியானம் செய்ய முடியும். ஆனால், எல்லா ஆசனாவையும் தியானித்தபடி செய்யலாம். ஆசனா தியானத்திலும், பிராணாயாமா பக்தியிலும் இருக்க

வேண்டும். தியானத்தின் மூலம் நம்மில் உள்ள எல்லா தவறு களையும் நீக்கி உண்மை நிலையை அடைய வேண்டும்.

சமாதி

கடைசி இதழ் சமாதி. சமாதியில் நாம் இறைவனோடு கலந்துவிடுகிறோம். ஆசை, திருப்தி, ஆசை என்ற சுழற்சி யிலிருந்து விடுபட்டு கடைசியாக சுதந்தரம் அடைகிறோம். அப்போது உடலையும் கடந்து நம்முடைய சொரூபத்தைப் பார்க்க முடியும். யோகிகள் இந்த நிலையில் நிரந்தரமாக இருப்பார்கள். சாதாரண உலகத்தில் அவர்களின் செயல்பாடு தூய்மையோடு இருக்கும்.

எந்த விதமான பிரதிபலனும் எதிர்பார்க்காமல் தானாகவே ஒரு செயலைச் செய்யும் செயல்பாடு, சமாதி மூலம் நிரந்தர மாக வருகிறது. எது சரி என்று யோசிக்காமலேயே, புலப் பட்டால் நாம் சமாதி நிலையை அடைந்துவிட்டோம் என்று கொள்ளலாம். புனிதம், சராசரி வாழ்க்கை மூலம் வெளிப்பட வேண்டும். அதுவே உண்மையான யோகாவாகும். இதிலே உடலும் ஆத்மாவும் வேறுபாடு இல்லாமல் ஒன்றாகி விடுகிறது.

2

ஆசனா

உலகத்தைத் துறப்பது, தீவிரமான எளிமை, கடைசியாக தன்னையே முழுமையாக அழித்துக் கொள்ளுதல் ஆகியவையே யோகா என்று பலரும் நினைக்கிறார்கள். ஆனால், இதைவிட பெரிய சவால் என்னவென்றால், உலக வாழ்க்கையில் கட்டுப்பாடு, சமன் ஆகியவற்றின் சிறப்பை அடைவதுதான். ஆன்மிகம் என்றால் உடலைப் புறக்கணிப்பது அல்ல. ஆன்மிகப் பயணத்தில் உடல் முழுமையான இயக்கத்தில் இருக்க வேண்டும்.

நாகரிகம் தோன்றிய காலந்தொட்டு யோகா இருந்து வருகிறது. இருந்தாலும் நவீன சமுதாயத்துக்கு அடிப்படையான புஷ்டியை தரவல்லதாக இருக்கிறது. யோகா உடலை மட்டுமல்ல, கவனம், பிரக்ஞையையும் வலுப்படுத்த உதவுகிறது. யோகிக்கு உடல் என்பது ஆத்மாவின் கோயிலாக மட்டுமல்ல; ஆத்மா தேடிச் செல்கிற பயணத்தின் கருவியாகவும் உள்ளது. முதலில், உடலைச் சரி செய்த பிறகுதான் ஆன்மிகப் பணிகளில் வெற்றி அடைய முடியும். ஆன்மிக வளர்ச்சிக்கு உடல் பலவீனமாக இருந்தால் பலன் கிடைக்காமல்

போய்விடும். ஆகவேதான், உடல் நலம் குறைவாக உள்ளவர்கள் கூடிய சீக்கிரம் யோகாவைப் பற்றிக்கொண்டு, ஆன்மிகப் பயணத்துக்கு தங்களைத் தயார் செய்துகொள்ள வேண்டும்.

யோகா, செயல்முறைகள் மூலம் சிறப்பான வாழ்க்கைக்கு நம்மைத் தயார் செய்கிறது. உடலில்தான் அதைத் தொடங்கு கிறோம். அதுதான் பௌதிகமாகவும் அடையக்கூடியதாக வும் உள்ளது. ஆசனாவும், பிராணாயாமமும் உடலைப் புரிந்துகொள்ளச் செய்து அதன் மூலம் மனத்தைத் தொட்டு, கடைசியாக ஆத்மாவை அடைய வழி செய்கின்றன.

யோகிக்கு உடல் என்பது வாழ்க்கை என்னும் ஆராய்ச்சிக்கு ஒரு சோதனைக்கூடமாக அமைகிறது. உடல் என்பது பஞ்ச பூதங்களில் ஒன்றான பூமிக்குச் சமம். நாம் இறந்துபோகிற களிமண். கடைசியாக பூமிக்கே செல்கிறோம். எல்லா கலா சாரங்களும் இதை ஓர் உருவகமாக ஒப்புக்கொள்கின்றன. உடலை ஆராயும் நாம் இயற்கையையே ஆராய்கிறோம். பூமியைப்போலவே உடலும் பௌதிகமாக, உருவத் தோடும், பலத்தோடும் விளங்குகிறது.

ஆசனா செய்யும்போதும், வாழ்க்கையிலும் என்னவென்ன குணாதிசயங்கள் இருக்க வேண்டும் என்பதைத் தெரிந்து கொள்ள வேண்டும். ஆசனாவில் சிறப்படையும்போது நம் வடிவமைப்பின் உண்மை நிலை, இருக்கை, நம் உயிர் கொடுக்கும் தெய்வீகம் நமக்குப் புலனாகும். உடல் உபாதை தீர்ந்த பிறகு, சிதறுதல் முடிந்த பிறகு, நாம் நம்முடைய ஆத்மாவின் கதவுகளைத் திறக்கிறோம். எந்திரமயமான திறமையில்லாமல், ஆசனா மூலம் மனம், மூச்சு, அறிவு, பிரக்ஞை, மனசாட்சி, கரு ஆகியவற்றை ஒன்று சேர்க் கிறோம். இதன்மூலம் சேர்த்தலையும், விடுதலையையும் அடையலாம்.

உண்மையான ஆரோக்கியம்

பொதுவாகவே, உடல் எந்தவித உபாதையையும் தராமல் இருந்தாலே போதும் என்கிறார்கள். நோய் இல்லாவிட்டால் எல்லாம் சரி என்றே நினைக்கிறார்கள். உடலில் உள்ள சமன் இல்லாமை, கடைசியாக நோயில் கொண்டு விடுகின்றன

என்பதை அறியாமல் இருக்கிறார்கள். யோகாவின் குறிக்கோள் மூன்று - ஆரோக்கியமானவர்களை அப்படியே தொடர வைப்பது, நோய் வராமல் தடுப்பது, வந்த நோயைக் குணப்படுத்துவது.

நோய்கள் வெறும் பௌதிகமான நிகழ்வு அல்ல. உங்களுடைய ஆன்மிக வாழ்க்கைக்கு ஏதாவது தொந்தரவு செய்தால் அதுவே நோயாகும். நவீன வாழ்க்கையில் மக்கள், உடலிலிருந்து ஆத்மாவைப் பிரித்துவிடுகிறார்கள். ஆகவே, ஆரோக்கியம் என்பது உறுதியான உடலில் தொடங்கி, ஆழ்ந்த உணர்வுகளுக்குச் சென்று, அறிவின் தெளிவாகி, ஞானமாகி, கடைசியில் ஆத்மாவாகிறது.

ஆரோக்கியத்தைப் பல வகையாகப் பிரிக்கலாம். உடலில் ஆரோக்கியம், தார்மிக ஆரோக்கியம், மன ஆரோக்கியம், அறிவார்ந்த ஆரோக்கியம், பிரக்ஞை, மனசாட்சி, தெய்வீக ஆரோக்கியம் என்பதாக, இவை பிரக்ஞையின் நிலையைப் பொறுத்தது. ஆனால், ஆரோக்கியம் உடலில் தொடங்கு கிறது என்பதை யோகி உணர்வான். உடல் என்பது ஆத்மா/வின் குழந்தை. உங்கள் குழந்தையை நன்றாகப் போஷிக்க வேண்டும். ஆரோக்கியம், பேரம் பேசுகிற பொருள் அல்ல. மருந்து மாத்திரையால் முழுங்கக்கூடியது அல்ல. வியர்வை சிந்தி சம்பாதிக்க வேண்டிய ஒன்று.

ஆரோக்கியத்தைப் படிப்படியாக எழுப்ப வேண்டும். உள்ளே அழகு, விடுதலை, எல்லையின்மை ஆகியவற்றைப் படைக்க வேண்டும். ஆரோக்கியமான செடிகளும் மரங்களும் எல்லையே இல்லாமல் பூக்களையும் பழங்களையும் தருகின்றன. அதுபோல், ஆரோக்கிய மனிதனிடமிருந்து சிரிப்பும், சந்தோஷமும் சூரியனின் கதிர்கள்போல் வந்தபடி இருக்கின்றன.

ஆரோக்கியம் என்பது வெளிப்படையான குறிக்கோள். அங்கே தொடங்குவது சரியானால் அதுவே முடிவல்ல. உள் உடலைக் குடையும்போது மனம் ஆசனாவில் மூழ்குகிறது. முதல் பயிற்சி வெளிப்படையாக இருக்கிறது. இரண்டாவது, தீவிரமான பயிற்சி. யோகியை வியர்வையில் மூழ்கடித்து, அவனை ஈரப்படுத்தி ஆழமான விளைவுகளுக்குத் தயார் செய்கிறது. ஆசனாவின் மதிப்பைக் குறைத்து எடைபோடக்

கூடாது. ஆசனாவில், வெளிப்புறமான உடல் உறுதி பெறுதல், உள்ளே சென்றால் நிலையான அறிவு பெறுதல், அதற்கும் உள்ளே சென்றால் ஆத்மாவின் நல்ல குணங்களின் பராமரிப்பு ஆகியவை ஏற்படுகின்றன.

ஆசனாவில் நீட்டும்போது இந்தப் பளுவின்மையைப் பாதுகாக்க வேண்டும். ஆசனாவில் மேல் ஏறி கீழே இறங்க வேண்டும். காலைத் தொட வேண்டுமென்றால் வயிற்றை உள்நோக்கி இழுத்து குனிய வேண்டும். உடலில் மிருதுவும், மனத்தில் பளுவின்மையும் இருந்தால் ஆசனா சரியாக வரும். அதுதான் சரியானதும்கூட. கடுமையும், பளுவும் தவறான ஆசனமாகும். இறுக்கினாலே மூளை அதிகச் செயல்பாட்டில் உள்ளது என்றுதான் பொருள். அங்கேயே முடக்கம் ஏற்படு கிறது. சுதந்தரம் இல்லை. மூளையிலிருந்து செய்தால் பளு. இதயத்திலிருந்து செய்தால் பளுவின்மை. இயங்கும்போது சுதந்தரமாக இருக்க வேண்டும். ஒரு நிலைக்கு வந்த பிறகு இறுக்க வேண்டும்.

யோகாவில் நரம்புகளை மிருதுவாக்கி பயிற்சிக்குத் தயார் செய்கிறோம். அதோடு, களைகளும் எடுக்கப்படுகின்றன. பூமி கடினமானால் வாழ்க்கை வளராது. அதுபோல் உடலும் மிருதுவாக வேண்டும். இறுக்கம் போலல்லாமல் இழுத்தம் வேண்டிய அளவில் இருக்க வேண்டும். சரியான அளவில் இழுத்தம் இருந்தால்தான் ஆசனாவின் முழு பயன் கிடைக்கும்.

இந்த முயற்சியில் அமைதிச் சக்கரத்தின் ஆறு கம்பிகளைப் பயன்படுத்த வேண்டும். அவை பாகுபடுத்துதல், காரண மறிதல், செயல்பாடு, பற்று அற்றல், நம்பிக்கை, துணிச்சல்.

எது நிரந்தரமான ஆன்மிக ஆனந்தம், எது ஓடிப்போகிற உணர்வு என்று பாகுபடுத்துதல் வேண்டும்; அதற்கான காரணமறிதல் வேண்டும். அவற்றை பயிற்சி, பற்றற்றல் மூலம் பெற வேண்டும். பயிற்சி என்பது தவம். சுத்தம் செய்கிற நெருப்பான செயல்பாடு. தவம் என்பது மனத்தை யோகாவின் எட்டு உறுப்புகளால் கட்டுப்படுத்துவது. அதற்கு நம்பிக்கை, தைரியம் வேண்டும். யோகா தெரிய வேண்டும். அதே சமயம் பயிற்சியும் அவசியம். கஷ்டங்கள் நம் முன்னே இருப்பதால் தீர்வும் அங்கேதான் உள்ளது.

நம்முடைய முழு சக்தியை வெளியே கொண்டுவர உதவும் சாவிகள்: தூய்மை, உண்மை. தூய்மை என்பதை தார்மிக ரீதியில் சொல்லவில்லை. தூய்மை உண்மைக்கு வழிவிடு கிறது. உண்மை என்றால் பலவீனம் அல்ல. உண்மை என்றால் தெளிந்த அறிவு. பதமான செயல்பாடு. இறுக்கம் என்பது மாசுகளால் வருகிறது. மாசுகள் உடல் மட்டத்திலும் இருக்கலாம். மன மட்டத்திலும் இருக்கலாம். குறுகிய மனப் பான்மை இறுக்கமாகி உண்மையைக் கெடுக்கிறது. கஷ்டப் படுவதால் ஏற்படுகிற வலி, களைதல், பயிரிடுதல் மூலம், தூய்மை பெறலாம், உண்மையும் பெறலாம்.

தூய்மை, உண்மை மூலம் புற உலகத்திலும் பயன்கள் உள்ளன. மாசுகள் நம்மைச் சுற்றி ஒரு கோடு போட்டு வாழ்க்கையின் பல சாத்தியக்கூறுகளை அழித்து விடு கின்றன. பிரபஞ்சத்தின் சக்தியைத் தடுக்கின்றன. போஷாக்கு உள்ளே வர விடாமலும் நச்சுகள் வெளியே போகாமலும் தடுத்து நம்மைக் கூண்டுக்குள்ளேயே அடைக்கின்றன. தூய்மையும் உண்மையும் இந்தக் கூண்டில் இருந்து நம்மை விடுவிக்கின்றன.

அடிக்கடி யோகா செய்யும் போது ஒரு பளுவற்ற நிலை உள்ளது என்று சொல்கிறார்கள். ஆரம்ப நிலையிலேயே அப்படி ஒரு உணர்வு வருகிறது என்றால் அதற்குக் காரணம் வெளிப்புற விளைவுகள் மட்டும் அல்ல. மனநிலையிலும் உடல் நிலையிலும் பாதிப்பு இருப்பதால்தான் பளுவற்ற நிலை வருகிறது. உடல் நல்ல நிலையில் இல்லை என்றால் அது பற்றிய கவலைகளிலிருந்து விடுபட முடியாது. இதனால், மனத்தை பயிற்றுவிக்க முடியாமல் போகிறது.

நல்ல மனம் வேண்டுமென்றால் நல்ல உடல் வேண்டும். உடலின் எல்லைகளையும் கட்டாயங்களையும் கடக்க முடியா விட்டால் அது நமக்கு பல தடங்கல்களை தந்து கொண்டே இருக்கும். நமக்குத் தெரிந்த எல்லைகளைத் தாண்ட வேண்டும். நம்முடைய பிரக்ஞையை விரிவாக்கி ஊடுருவ செய்ய வேண்டும். இதன் மூலமே நாம் திறமைசாலிகள் ஆக முடியும். ஆசனா பயற்சிதான் இதற்கு சரியான கருவியாகும்.

நாம் பால் விலங்குகள். ஆதலால், வெளிச்சூழல்களோடு சமன்பாடு செய்து கொள்கிறோம். உடலில் வெப்பநிலை

சமன்பாடு ஆகிறது. பலமாகவும் வளைதலோடும் இருந்தால் சமநிலையைத் தக்க வைத்துக் கொள்ளலாம். ஆனாலும், மேலும் மேலும் இந்தச் சட்டத்தை மீறி மனிதன் இயற்கையை கட்டுப்பாடு செய்கிறான். மையமான உஷ்ணப்படுத்துதல், ஏர்கண்டிஷன், 300 மீட்டர் நடக்க காரில் பயணித்தல், இரவு முழுவதும் மின்சார ஒளி என நாம் சமநிலையை நிலைப்படுத்தாமல் செயற்கையாக இயற்கையை அடக்கி வைக்கிறோம். இதனால், நாம் வலிமை இழந்து உடையும் தன்மை பெறுகிறோம். இந்தியர்கள்கூட நாற்காலியில் உட்காருவதால் பத்மாசனம் செய்ய முடிவதில்லை. எந்தக் கஷ்டமானவற்றையும் சமன்பாடு இருந்தால் சமாளிக்கலாம். ஒரு வேலை போனால் இன்னொரு வேலைக்கு தயார் செய்து கொள்ளலாம். தூய்மை, உண்மை இருந்தால் பிரபஞ்சம் நமக்கு காசோலை தந்துகொண்டே இருக்கும்.

யோகாவின் வரம் என்னவென்றால் ஆரம்பத்திலேயே சந்தோஷத்தையும் சுய சார்புடைய திருப்தியையும் அது தருகிறது. முன்னேற்றத்துக்கு சந்தோஷம் தேவையானது. அமைதியில்லாத மனம் தியானம் செய்ய முடியாது. சந்தோஷமான, அமைதியான மனம், வாழ்க்கையை திறமை யோடும் கலையோடும் வாழ வகை செய்கிறது. அமெரிக்கா வின் சுதந்தரப் பிரகடனம் சொல்கிறது, வாழ்க்கை, சுதந்தரம், சந்தோஷம் என்று. யோகி அதையே மாற்றி, வாழ்க்கை, சந்தோஷம், சுதந்தர விழைவு என்கிறான்.

சில சமயங்களில் சந்தோஷம் தேக்கத்தைக் கொண்டு வரலாம். ஆனால், கட்டுப்பாடுடைய சந்தோஷத்தால் வந்தால் சுதந்தரம் கிடைப்பது சாத்தியமாகும். உடலை நாம் புறக்கணிக்கவோ அல்லது செல்லம் கொடுக்கவோ கூடாது. ஏனென்றால், நம் தேடலுக்கு கிடைத்த ஒரே ஒரு கருவி உடல்தான்.

சில சமயங்களில் உடலினை ஆன்மிகமற்றது என்று கூறுவது நாகரிகமாகிறது. இருந்தாலும் உடலைப் புறக்கணிப்பது சாத்தியமல்ல. சில சமயங்களில் உடலைத் தூற்றுவது நாகரிகமாக இருக்கிறது. அது போல பௌதிக மாற்றங் களைக் கிண்டல் செய்வது நாகரிகம். இருந்தாலும் வாழ்க்கை பௌதிகமான இன்பம், வலி ஆகியவற்றுக்கு அப்பாற் பட்டது.

உடலுக்கு செல்லம் கொடுத்ததால் நோய் வாய்ப்பட்டு கெட்டு விடுகிறது. அப்போது உடல் என்பது உள் பயணத்தின் வாகனமாக இல்லாமல் உங்கள் கழுத்தை இறுக்கிப்பிடிக்கிற பாறையாகிவிடுகிறது. உண்மை என்னவென்றால், உடல் பிறந்து இறந்து போனாலும் தெய்வீகத்தின் அம்சத்தை உடல் மூலமின்றி வேறு எந்த விதத்திலும் பார்க்க முடியாது.

உடலை மேற்கே பந்தயக் குதிரை போல நடத்துகிறார்கள். வேக வேகமாகச் சென்று மற்ற குதிரைகளை தோற்கடிக்க வேண்டுமென்று. இப்போது பல இடங்களில் யோகா ஒலிம்பிக்ஸ் நடக்கிறது. அது தவறல்ல. யோகாவைக் கலை என நினைத்து செய்து மகிழலாம். ஆனால், யோகா என்பது உள் பயிரிடலின் கருவியாகும். வெறும் காட்சி மட்டுமல்ல. வெளியே பார்க்க யோகா அழகு. உள்ளே செல்ல தெய்வீகம்.

கடைசியாக, யோகா உள் அழகு, எல்லையின்மை, விடுதலையைத் தேடுகிறது. யோகா இரும்பைப் போல் அல்ல. வைரத்தைப் போல கருமையாகவும் ஒளிபாய்ச்சும் தன்மையுள்ளதாகவும் உள்ளது.

நாம் எப்படி யோகாவை அணுக வேண்டும்? ஆரோக்கியம், சுத்தம் இரண்டும் அடங்கியதாக இருக்க வேண்டும். வெறும் வளையும் தன்மையிலிருந்து தெய்வீகத்துக்குப் போக முடியும். பதஞ்சலியின் யோக சூத்திரத்தில் ஆசனா பற்றி நாலே பாடல்கள் உள்ளன. ஆகவே, ஒவ்வொன்றையும் நன்றாகப் புரிந்து கொள்ள வேண்டும். பதஞ்சலி ஆசனா. உடல் சிறப்பு, வடிவத்தின் அழகு, அருள், பலம், அடர்த்தி, கருமை, ஒளி- வைரம் போல ஒளி. ஸ்திரம் சுகம் ஆசனம். ஸ்திரம் என்றால் அசைவே ஆசனம். சலனமில்லாமல், அசையாமல் உடல், மனம், ஆத்மா ஆகியவற்றை சேர்க்க வேண்டும்.

ஆசனம், உடல் உறுதியையும், அறிவின் சலனமில்லாமை யையும் ஆத்மாவின் தாரணம் கொண்டதாகவும் இருக்க வேண்டும். கடைசியாக உடலை எல்லா உறைகளும் சேரும் போது மனத்தில் சலனங்கள் நின்று, தொல்லைகளும் போகின்றன. ஆசனாவில் மனம், உணர்ச்சி, உடலோடு ஒரு கோட்டில் வருகின்றன. இதுவே சேர்க்கை. இந்த உறை களோடு எப்படி சேர்ப்பது? வெளியில் பார்க்க உடல் சவம்

போல் தோன்றுகிறது. ஆசனாவை எப்படி ஆத்மாவின் இயக்கமாக மாற்றுவது?

உண்மை

பிரக்ஞை. நாம் பிரக்ஞை மனத்தில் இருக்கிறது என்று நினைக்கிறோம். யோகா என்ன சொல்லுகிறது என்றால் பிரக்ஞை என்பது உடல் முழுவதும் வியாபித்து உள்ளது. உடலின் ஒவ்வொரு பகுதியையும் அறிவால் குளிப்பாட்ட வேண்டும். உடல் மன பிரக்ஞையைச் சேர்க்க வேண்டும். இரண்டு கூட்டாளிகள் ஒத்துழைக்காவிட்டால் இருவரும் துன்பமடைகிறார்கள். இதனால் துண்டித்தல் ஏற்பட்டு நோய் வருகிறது.

வாயில் நீர் வந்தால்தான் பசி நன்றாக வந்துள்ளது என்று அர்த்தம். உடலின் அறிவு சொல்கிறது, பசி வந்துள்ளது என்று. இல்லையென்றால் நாம் வலுக்கட்டாயமாக உண்டு நோயை விலை கொடுத்து வாங்குகிறோம். நவீன உலகில் பலர், உடலின் உண்மையை இழந்து வருகிறார்கள். படுக்கை யிலிருந்து கார், டெஸ்க், கார், படுக்கை என்ற சலனம் ஏற்படுகிறது பிரக்ஞையில்லாமல். இதனால், செயல்பாடு நிகழ்வதில்லை.

செயல்பாடு என்பது அறிவார்ந்த சலனம். உலகத்தில் சலனம் இருக்கிறது. உலகத்துக்கு தேவைப்படுவது பிரக்ஞையுள்ள சலனம். ஆசனாவின் செயல்பாட்டில் அறிவு தூண்டி விடப் படுகிறது. சாதாரணமாகவே அது சலனத்தில் துடிக்கிறது.

ஏதாவது ஒரு பகுதி உங்கள் அறிவுக்கு அப்பாற்பட்டு செயல்பட்டால் அதை எப்படி என்று கேட்கிறீர்கள். அதில் என்ன தவறு இருக்கிறது? அதை எப்படி சரி செய்யலாம் என்று யோசிக்கிறீர்கள். இது போன்ற அறிவை எப்படி ஏற்படுத்துவது? சலனத்தை எப்படி செயல்பாடாக்குவது? ஆசனா அதை நமக்கு சொல்லித் தருகிறது.

நம் தோலின் ஒவ்வொரு துளையையும் ஒரு கண்ணாக மாற வேண்டும். உணர்ச்சியால் தோலுக்கும் தசைக்கும் உள்ள இடைவெளியை உணர்கிறோம். இதனால், உடலின் விளிம்புக்கு பிரக்ஞை சென்று ஆசனாவின் போது உடல் நேராக உள்ளதா என்பது தெரியவருகிறது. துல்லியமாக,

அந்தக் கண்கள் மூலம் ஆசனாவை நேர்படுத்தலாம். சாதாரணமான கண்கள் போல அல்ல. இவை உட்கண்கள். நீங்கள் உடலை உணர்கிறீர்கள். உடலை மோப்பம் பிடிக்கிறீர்கள். பார்ப்பது வேறு.

நீங்கள் நடராஜாசனாவில் நிற்கும்போது கைகளை முன்னே நீட்டுகிறீர்கள். உணர்கிறீர்கள். அவைகளின் நிலையை உணர்கிறீர்கள் விரல் முதல் நுனி வரை. பின் கால் எப்படி இருக்கிறது? நேராக இருக்கிறதா என்று திரும்பியோ, கண்ணாடியிலோ பார்க்காமல் சரி செய்கிறீர்கள். உங்களுக்கு டிரிலியன் கணக்கில் உள்ள செல்களே உங்கள் கண்கள். அதன் மூலம் உடலைச் சரி செய்ய வேண்டும. இது போன்று உடலுக்கு பிரக்ஞை கொண்டு வந்து மூளையையும் உடலை யும் இணைக்கிறீர்கள்.

உடல் முழுவதும் ஆசனா முழுவதும் அறிவு இருக்க வேண்டும். தோலில் உணர்ச்சி இல்லாவிட்டால் ஆசனா சோர்வடைந்து விடுகிறது. அறிவின் சக்தியும், ஓட்டமும் நின்று விடுகின்றன. உணர்வோடு கூடிய பிரக்ஞையும் மூளையின் அறிவும் சுமுகமாகவே இருக்க வேண்டும். மூளை ஒரு ஆசனா செய்ய கட்டளை இட, இதயமும் அதே மூடில் இருக்க வேண்டும். தலை அறிவின் இருக்கை. இதயம் உணர்ச்சியின் இருக்கை. இரண்டும் உடலோடு சேர்ந்து செய்ய வேண்டும்.

ஆசை செயல்படத் தொடங்கியவுடன் மூளை உடலைக் கேட்டு எது காரணத்துக்கு உட்பட்டு இருக்கிறது என்று அறிந்துகொள்கிறது. உடலின் அறிவு யதார்த்தம், உண்மை; மூளையின் அறிவு கற்பனை. கற்பனை, பிறகு செயல்படு கின்ற உண்மையாக வேண்டும். கஷ்டமான ஆசனத்தை உடல் விருப்பப்பட்டால் கூட செய்ய முடியாது. முன்னேற ஆசைப்படுகிறீர்கள். உள் ஒத்துழைப்பு கிடைக்க வேண்டும். மூளை சொல்லலாம், நம்மால் முடியும் என்று. முழங்கால் அதற்கு தகுந்தபடி தெரிவிக்கலாம். உடல் என்ன சொல்கிறது என்பதைக் கேட்க வேண்டும்.

சில நேரங்களில், உடல் ஒத்துழைப்பு தரும். சில நேரங் களில், சோதிக்க ஆரம்பிக்கும். அறிவைப் பயன்படுத்தி சிந்திக்கத் தொடங்குங்கள். தீர்வு, சோதனையில் ஏற்படும்

தவறு மூலமாகக் கிடைக்கும். பிறகு, உடல், மனம் இடையே புரிதல் ஏற்படும். இதற்கு மூளை எளிமையாக இருக்க வேண்டும். உடலுக்குப் புரிதல் வேண்டும். மூளைக்கு எல்லாமே தெரியாது. மூளையிலிருந்து அறிவு கிடைத்தால் பிறகு, உடலின் அறிவு அதிகமாகும். இந்த வகையில் மூளையும் உடலும் ஒத்துழைத்து செயல்பட வேண்டும்.

ஆசனாவினால் ஆளுமை தெரிகிறது. இதற்குப் பெயர் குறுக்கு நெய்தல் - உள் ஊடுருவல். கோசங்கள் நன்றாகப் பின்னும் போது, உடலின் தசைகள், நூல்கள் ஒன்றோடு ஒன்று முழுமையாக கோர்த்துக்கொண்டு குறுக்கு நெய்தல் கிடைக்கிறது. அங்கே ஆழமான பேச்சுவார்த்தை நடப்பதால் பலம் ஏற்படுகிறது. வெளியிலே தோல்; உள்ளே மிகவும் ஞானம். அப்போது ஒரே ஒரு பொருள். இரண்டு கிடையாது. நீங்கள் இருப்பதே தெரியாமல் இருக்கிறீர்கள். தோல் சுயத்தை கேட்கிறது, நான் இன்னும் என்ன செய்ய வேண்டும் என்று. வெளிப்புறம் சுயத்தை செயல்படுத்துகிறது.

ஆசனா செய்யும் உடல் செயல்பட வேண்டும். மூளை அல்ல. மூளை உடலிலிருந்து வருகிற செய்தியின்படி நடக்க வேண்டும். மூளை உடல் முழுவதும் பரவாவிட்டால் ஆசனா செய்ய முடியாது. அறிவு, மூளையில் இருந்து உடலில் பரவ வேண்டும். மூளையின் வேகத்துக்கு உடல் செல்லாவிட்டால் பயனில்லை. மூளையின் வேகத்தைக் குறைக்க வேண்டும். இல்லாவிட்டால் உடலின் வேகத்தை அதிகப்படுத்த வேண்டும். உடல் செயல்வீரம். மூளை பார்வையாளர்.

செய்த பிறகு யோசித்துப் பார்க்க வேண்டும். மூளை செயலை சரியாக அலசியிருக்கிறதா? மூளை சரியாகப் பார்க்கவில்லை என்றால் குழப்பம் என்று பொருள். மூளையின் வேலை என்னவென்றால், உடலிலிருந்து செய்தி பெற்று உடலின் செயலைத் துல்லியப்படுத்த வேண்டும் என்பது. இடைவெளி கொடுத்து யோசிக்க வேண்டும். இரண்டு செயல்களுக்குப் பிறகு கவனத்தின் முன்னேற்றம் அதுவே.

சலனம் நிற்கும்போது பிரக்ஞையால் நிரப்பப்படுகிறீர்கள். ஒவ்வொரு பகுதியும் தன் வேலையை செய்தனவா என்று கேளுங்கள். சுயம் இதற்கு விடையைக் கண்டறிய வேண்டும். நின்று கவனித்தால் செயலின் போது

கவனிக்கவில்லை என்று பொருளல்ல. எப்போதும் அலசல் இருக்க வேண்டும். செய்த பிறகு அல்ல. இதனால், உண்மை யான புரிதல் ஏற்படுகிறது. அறிவின் பொருள் என்ன வென்றால் செயலும் அலசலும் ஒன்றாகின்ற அன்று மெதுவான செயல் பிரதிபலிக்கும். அறிவாக விளங்கும். செயலைக் கவனித்து திறமையான செயலாக்குகிறோம்.

யோகாவின் வெற்றி, பார்வையின் கூர்மையில் உள்ளது. நான் என்ன செய்கிறேன், எதற்காகச் செய்கிறேன் என்ற கேள்வி எழுப்பினால் மனம் திறக்கிறது. இதுவே சுய பிரக்ஞை. சுய பிரக்ஞை வேறு. சுய உணர்வு வேறு. சுய உணர்வில் சுயத்தைப் பற்றிய சலனம் வருகிறது. இதனால், சக்தி தீர்ந்து விடுகிறது. இயற்கையான அனுபவ நீட்டுதலை மறந்து கவலைகள் அதிகமாகின்றன. சுய பிரக்ஞையின் சுய உணர்வு வேறு. சுய உணர்வில் நீங்கள் உங்கள் உள்ளே இருக்கிறீர்கள். வெளியில் அல்ல. என்ன செய்ய முடியுமோ அதை கர்வம் இல்லாமல் பார்க்கிறீர்கள். உடலைச் சலனமில்லாமல் பார்க்காவிட்டால் மூளையின் சலனத்தையும் தடுக்க முடியாது.

உங்களுக்கு உடலின் மௌனம் தெரியவில்லை என்றால் மனத்தின் மௌனமும் புரியாது. செயலும் அமைதியும் சேர்ந்தே செல்கின்றன. செயல் இருக்க வேண்டுமென்றால் அமைதி இருக்க வேண்டும். அமைதி இருந்தால் பிரக்ஞைகள் இருக்கும். இல்லாவிட்டால் அது வெறும் சலனமே. காரின் க்ளட்ச் தகடுகள் போல செயலும் அமைதியும் சேர்ந்தால் அறிவு கியரில் உள்ளது என்று பொருள்.

ஆசனா செய்யும் போது உள் பிரக்ஞையோடு செய்ய வேண்டும். அது தூக்கமல்ல. அந்த அமைதியில் அறிதல், வெற்றிடம், வெளி ஆகியவை முழுமைப்படும். உள்ளிருந்து உங்களை கவனிக்கிறீர்கள். இது முழு அமைதி. உடல் பற்றிய பற்றற்ற நிலை பெற்று கவனத்தையும் குறைக்காமல் மெள்ள செயல் பாடுகள் இருக்க வேண்டும். அவசரம் பலத்தைக் கெடுக்கும். அமைதியான மனத்தோடு லயமாக ஆசனா செய்ய வேண்டும். உடல் அறிவு பற்றி சொற்கள் கிடையாது. அனுபவிக்க வேண்டும். உணர்வைக் கண்டுபிடிக்க வேண்டும்.

அறிவின் ஒளி உடல் மூலம் பாய்ந்து விரல்கள், கால்கள் மூலம் வெளியே வருகிறது. இப்படிச் செய்யும்போது மனம்

ரிலாக்ஸ் ஆகிறது. கவனமான செயலிழப்பு, காலியான சோம்பேறித்தனம் அல்ல. அது மனத்தைச் சக்தியாக்கி உடலை சுத்தம் செய்கிறது. ஆசனா செய்யும் அறிவின் உணர்வை சார்ஜ் செய்து கொள்ள வேண்டும். சிதைவு வந்தால் கவனம் சிதறி விடும். ஆசனம் வெறும் பழக்கம் ஆகிவிடும். வலுவால் படைக்கும் செயலாக இருக்காது.

கவனம் வந்தால் படைப்பு தொடங்கி வாழ்வும் சக்தியும் பிறக்கிறது. உணர்வின் மூலமாக சோர்வைக் கடந்து செல்ல லாம். உணர்வின் மூலம் சக்தி பாய்ச்ச வேண்டும். செயலில் பிரக்ஞை, உடலைப் புதுப்பித்து மனத்தையும் புதுப்பிக்கிறது. வாழ்க்கை செயல் வடிவாகிறது. ஆசனாவும் அதுபோலத் தான்.

மையத்திலிருந்து

ஆசனா மையத்திலிருந்து செயல் திறத்தோடு உடலின் விளிம்புக்கு நீட்ட வேண்டும். நீட்டும் போது விளிம்பு, மையத்துக்கு செய்தி அனுப்புகிறது. தலையிலிருந்து கால் வரை மையத்தைக் கண்டறிந்து அங்கிருந்து பக்கவாட்டிலும் செங்குத்தாக நீட்ட வேண்டும். நீட்டுதல் மூளையிலிருந்து வந்தால், பரவுதல் இதயத்திலிருந்து வர வேண்டும்.

ஆசனா செய்யும் போது அறிவும் உணர்ச்சியும் சேர வேண்டும். நீட்டுதல், பிரக்ஞை பரவுதல் அறிந்து, கவனத்தை உடலின் வெளிக்குக் கொண்டு வந்து தோலை செயல்படுத்த வேண்டும். இதனால், தோலுக்கும் தசைக்கும் இடையே உராய்வு நீங்கி இடம் ஏற்படுகிறது. தசையில் இயங்கும் நரம்புகள் உள்ளன. தோலில் உணர்வு நரம்புகள் உள்ளன. இந்த நரம்புகள் புரிந்து கொண்டால்தான் உடல் முழுவதும் அறிவு பரவும். ஆந்தை போல் தோல் மூலமாக உணர்ந்து மூக்கு, வாய், பாதம் ஆகியவற்றை இயக்குகிறது.

நீட்டுதலும், பரவுதலும் மையத்தில் இருக்க வேண்டும். ஆசனா நம் இரு கையில் தொடங்குகிறது. நீட்டும் போது போகும் இடமும் இருக்கும் இடமும் தெரிய வேண்டும். நீட்டும் போதும், பரவும் போதும் ஒரு இலக்கை நோக்கி நீட்டுகிறீர்கள். இதனால், இடத்திலிருந்து நீட்டுகிறீர்கள். இதனால், ஸ்திரத்தன்மை வலுவடைகிறது. மையம், பயிற்சி

மூலம் பலமாகி, எல்லா செயல்களையும் கூர்மையாக்கி, அதனால் கிடைக்கும் பலன்களை அதிகப்படுத்துகிறது. சிதைவு அறவே ஒழிந்து செயல் வீரியமும், அழகு வேகமும் பெருகுகிறது. அந்த இயக்கமும் ஸ்திரமாக இருந்தால்தான் பலன்கள் முழுமை பெறும்.

உங்கள் கையைப் பக்கவாட்டில் நீட்டுங்கள். உங்கள் மார்பு அதோடு சென்றதா? மையமாகி விரல் நுனி வரை நீட்டுங்கள். வித்தியாசம் தெரிந்ததா? ஒரு வெளி ஏற்படுத்தப்பட்டு மையமான நீட்சி வருவதைக் கவனித்தீர்களா? இப்போது எல்லா திசைகளிலும் வட்டமாக நீட்டுங்கள். இம்மாதிரி நீட்டினால் வெளி ஏற்படுத்தும் உணர்வும் அனுபவமும், எல்லா திசைகளிலும் ஏற்படும். அதிக நீட்சியால் நம்முடைய தெய்வீக மையத்தோடு தொடர்புகொள்ளல் ஏற்படுகிறது. நம்முடைய கர்வம் நம்மை தாண்டிச் செல்லச் சொல்கிறது.

ஒவ்வொரு இயக்கமும் கலை போல இருக்க வேண்டும். சுயமே இந்தக் கலையின் பார்வையாளர். உங்கள் கவனம் உள்ளே செல்ல வேண்டும். மற்றவர்கள் எப்படி பார்ப்பார்கள் என்ற கவலையை விட்டு சுயம் எப்படி பார்க்கிறது என்பதை உணர வேண்டும். நீட்சியின் நீட்டம் பற்றிக் கவலைப் படாமல் சரியாக இருக்கிறதா என்று பார்க்க வேண்டும். எங்கே செல்கிறீர்கள் என்று யோசிக்காமல் முடிந்தவரை செயல் திறன் கொண்ட நீட்சியாக இருக்க வேண்டும்.

அதிக நீட்சியும் குறை நீட்சியும் கூடாது. ஒன்று அதிக நீட்சியானால் இன்னொன்று குறை நீட்சியாகும். கர்வத்தால் அதிக நீட்சி ஏற்படுகிறது. நம்பிக்கையின்மையால் குறை நீட்சி ஏற்படுகிறது. அதிக நீட்சி காட்சித்தன்மை; குறை நீட்சி பயன் தேடல். இரண்டுமே தவறு. மையத்திலிருந்து நீட்ட வேண்டும். இதுவே யோகாவின் அஸ்திவாரம். செயல்திறம் கொண்ட நீட்சியின் கலை.

யோகாவால் காயம் வருவதில்லை. செயல்முறையின் தவறால் வருகிறது. வெளிக் குறைகளால் காயம் வருகிறது. சரியான ஆசனாவில் வெளி குறுகுவதில்லை. உடல் இறுகினாலும் வெளி குறுகுவதில்லை. உடலை நீட்ட, விரிவு செய்ய முயல வேண்டும். இதனால், வெளி கிடைக்கிறது. வெளியில் சுதந்தரம் கிடைக்கிறது. சுதந்தரம் என்பது அளவு.

அளவு என்பது தெய்வீகம். உடல்தான் சுதந்தரமான சுதந்தரத்துக்கு அடிப்படை.

சுதந்தரம் உடலிலேயே தெரியும். ஒவ்வொரு உறுப்பும் தன்னிச்சையாகவும் வளைவோடும் சுதந்தரமாகவும் இயங்கினால் சுதந்தரம் நிரந்தரமாகும். உடல் இறுக்கம் சிறையில் இருப்பது போலாகும். தோலின் இயக்கம், ஆசனாவில் புரிதல் தரும். நீட்டிப்பை தோலின் எல்லை வரை காணலாம். தோல் என்பது உடலின் மூளை. எல்லா இடங் களிலும் என்ன நடக்கிறது என்பதை சொல்கிறது. தோல் மனத்தின் மூடைச் சொல்கிறது. சோர்வு இருக்கும் சிதைவு, வீக்கம், விரைப்பின்மை ஆகிய மன நிலைகளை தோல் வெளியிடும்.

ஆசனா செய்யும் போது தோலைக் கவனிக்க வேண்டும். தோலை நீட்டினால் நரம்பு விளிம்பை நீட்டுகிறீர்கள். நீட்டினால் தேங்கிப் போன மாசுகள் வெளியே களையப்படு கின்றன. நரம்புகள் ஓய்வு பெறுகின்றன. தோலை நீட்டும்போது தசைகளும் எலும்புகளும் நீட்டப்படுகின்றன. ஆசனா செய்யும் போது தசை, தோலில் வெளியை ஏற்படுத்தி உடல் ஆசனாவில் அடங்குகிறது. இதை நீட்டிப்பதற்கு உடல் முழுமையாகச் செயல்பட வேண்டும்.

நீட்சி உடல் முழுவதும் சமமாக இருந்தால் தொல்லை ஏற்படுவதில்லை. கடுமை இருக்கும். ஆனால், அது ஆனந்த மாக இருக்கும். தவறு, தொல்லை கிடையாது. உள்ளார்ந்த பூரிப்பு ஏற்படுகிறது. மூளை அமைதியாகும் போது ஆன்மிகம் வெளிவருகிறது. நீட்சி பெற்ற பிறகு, ஆசனாவில் வாழ்ந்து அதை அனுபவிக்க வேண்டும். நீட்சியினால் மையமாக வெளி உண்டாகிறது. பக்கவாட்டு, செங்குத்து என நீட்டிப்பு எல்லா திசைகளிலும் செல்கிறது.

ஆசனாவில் நம்முடைய அறிவு எவ்வளவு தூரம் ஊடுருவு கிறது என்பதை ஆய்வு செய்ய வேண்டும். ஆறு கடலை எந்தத்தடங்கலும் இல்லாமல் கடப்பது போல நீட்சி ஒரே செயலாக ஒரே கவனத்துடன் இருக்க வேண்டும். ஆற்றைப் போல தொடக்கத்திலிருந்து முடிவு வரை ஒரே ஒரு இயக்கமாக இருக்க வேண்டும். இது போன்று நம்முடைய நரம்புமண்டலத்தில் சக்தி ஆறுபோல் ஓடுகிறது.

நீட்டிக்கும் போது சக்தி ஓட்டத்தில் நேராக இருக்கிறதா என்று பார்க்க வேண்டும். எங்கு நீட்டினாலும் பிரபஞ்சத்தை நோக்கியே நீட்டுகிறீர்கள். உங்கள் சக்தி விரல் நுனிக்கு அப்பாலும் செல்கிறது. மார்ஷல் கலைஞர் இந்தத் தத்துவத்தை பயன்படுத்துகிறார். ஆசனாவில் சக்தியை விளிம்பில் கொண்டு செல்ல வேண்டும். ஓய்விருந்தால் சோர்வில்லை. ஓய்வுக்கும் சோம்பலுக்கும் வித்தியாசம் இருக்கிறது. சோம்பல் என்பது கவனமின்மை. கவனிப்பு இல்லாமல் சக்தி தடங்கல் பெறுகிறது. ஓய்வில் மனம் கவனமாக சரி செய்யப்படுகிறது. ஆகவே, சக்தி நாளத்தோடு இயங்குகிறது. ஓய்வின் போது வெளியே செல்கிறோம்.

ஓய்வு

நீட்டினாலும் சரியான நிலையில் ஓய்வு ஏற்படுகிறது. ஆசனாவில் இயக்கம், செயலின்மையை சமன் செய்ய வேண்டும். நீட்டி ஓய்வு பெறும் போது உடலில், மனத்தில் சலனமில்லை. மனம் கட்டாயப்படுத்தினால் சமன் அடையாது. ஓய்வு என்றால் தசை மீது உள்ள தேவையில்லாத இறுக்கம் நீக்கி, உடலுக்கு கெட்டிப்பு தந்து மனத்துக்கு அமைதி தருகிறது.

உடலோடு போராடிக் கொண்டிருந்தால் அமைதி எப்படி கிடைக்கும்? ஆசனா செய்யும் போது ஏற்படுகின்ற வலியெல்லாம் தாண்டி அமைதி எப்படி பெறுவது? இங்கே, ஆசனாவில் ஓய்வு எப்படி எடுப்பது, உடலை எப்படி தக்கை ஆக்குவது, எப்படி இறுக்கம் தவிர்ப்பது என்பது பற்றி அறிந்துகொள்ள வேண்டும். ஆசனா தொடங்கும் போது மூச்சு விட்ட செல்களும் சுயமும் அமைதி பெற வேண்டும். விடுப்பு, உடலில் உள்ள இறுக்கத்தையும் அழுத்தத்தையும் வெளியேற்றுகிறது.

ஆசனா செய்துவிட்டு நீட்ட வேண்டுமென்றால் விடுப்புக்குப் பிறகு செய்ய வேண்டும். விடுப்புக்குப் பிறகு சரி செய்தால் உள் உடம்பில் வேலை செய்கிறது. இழுப்பு வெளி உடலில் வேலை செய்கிறது. ஆசனா வெளியிலிருந்து உள்மயமாக நிலை நிறுத்தப்படுகிறது. ஆசனா வந்த பிறகு, முயற்சியை நிறுத்த பளுவை மூட்டுகள் மேல் ஏற்றி ஆசனா அப்படியே அநாயாசமாக நிற்க வேண்டும்.

நீட்டிப்பு செய்யும் ஓய்வோடு செய்ய வேண்டும், பல்லைக் கடிக்காமல். இது மூளையையும் ஓய்வு செய்கிறது. கழுத்துக்கும் தலைக்கும் ஓய்வு வேண்டும். கழுத்தின் பின் தோலை செயலிழக்க செய்தால், மிருதுவாக்கினால் மூளையில் டென்ஷன் இல்லை. செயலின் அமைதி, செயலின் ஓய்வு. நாக்கு, தொண்டையை ஓய்வு செய்தால் மூளை ஓய்வு பெற்று விடும். ஏனென்றால், நாக்கு, தொண்டை, மூளை இணைக்கப் பெற்றவை.

தொண்டை என்பது சுத்தம் செய்யும் சக்கரம். தொண்டை இறுகினால் சுத்தம் செய்யும் சக்கரம் மாசு பெறுகிறது. இறுக்கம் போதையாகி இன்னும் பெரிய மாசு தருகிறது. ஆத்மாவைப் பார்க்க வேண்டும். கர்வத்தை அல்ல. தொண்டை இறுக்கமானால் கர்வம் ஆசனா செய்கிறது. உடலில் பல்லைக் கடித்தால் மூளையும் கடிக்கப்படுகிறது. இதை அலுவலகத்தில் உட்கார்ந்து இருக்கும் போதும் பார்க்கலாம். யோகா செய்யும் போதும் பார்க்கலாம்.

கண்களையும் பார்க்க வேண்டும். கண்களின் இறுக்கம் மூளையைப் பாதிக்கிறது. கண்கள் அமைதியாக இருந்தால் மூளையும் அமைதியாகிறது. மூளை ஓய்வு பெற்றால்தான் கற்க ஆரம்பிக்கும். இறுக்கம் இருந்தால் இறுகிப்போய் ஒழுங்கு தொலைந்து புரிதல் நின்று போகிறது. கண்கள், மூளையின் பக்கத்தில் இருப்பதால் மூளையின் தன்மையைப் பிரதிபலிக்கும் குழப்பம் அதிகம் காணப்படுகிறது. ஆதலால், புருவம் சுருங்குகிறது. கண்கள் குமிழ்ந்து குறுகிப் போகின்றன.

கண்கள் அகலமாகித் திறந்தால் மூளை ஆர்வமடைகிறது. கண்களை இறுக்கினால் அழுத்தத்தினால் விழ ஆரம்பிக்கிறீர் கள். கண்களை இறுக்கினால் மூளை ஆசனா செய்கிறது, உடலல்ல. கண்கள் டென்ஷன் ஆனால், சக்தி இழக்கிறோம். ஆசனாவில் சக்தியை ஏற்படுத்த முயல்கிறோம். வீணடிப்ப தற்கு அல்ல. கண்களுக்கு ஓய்வு கொடுத்து சக்தியைப் பாதுகாக்க வேண்டும் கண்கள் மிருதுவாக தாழ்ந்து இருக்க வேண்டும். ஓய்வுக்குப் பின்னே பார்க்க வேண்டும். பின், பார்வை கண்கள் உள்ளே பார்க்க கற்றுக் கொடுக்கிறது. உடல் கவனத்துக்கு வருகிறது.

உங்கள் கண்களில் பூக்கள் இருக்க வேண்டும். பார்த்தல், உணர்தல், கண்களை அகலமாகத் திறந்து கொண்டு உணர வேண்டும். கண்கள் வெளியே நோக்கினால் சோர்வுகள் ஏற்படுவதில்லை. நாம் வெளி நோக்கி பார்க்கும் போது முன் மூளை அலசல் முறையில் வேலை செய்கிறது. பின்னுக்கு இழுக்கப்பட்டு செலுத்தினால், பின்மூளை சேர்க்கை முறையில் வேலை செய்கிறது. ஊடுருவலால் முன் மூளை பிரிக்கப் படலாம். பின் மூளை முழுமையானது பிரிந்து சேர்க்கிறது.

ஒரு பழங்கால சர்ச்சுக்குள் சென்றால் என்ன நடக்கிறது? உங்கள் கண் முன்னே உள்ள அறையைப் பார்க்கிறது. ஆனால், உங்கள் அறிவு பெரிதாக இருக்கும் சர்ச்சின் கொள்ளளவை உள்வாங்குகிறது. இதுவே முழுமையான, தியானமான பார்வை. ஆசனா செய்யும் போது முன் மூளையோடு செய்தால், பின்மூளையில் பிரதிபலிக்கும் சிந்தனையைத் தடை செய்யும்.

ஒவ்வொரு ஆசனாவின் வடிவும் அறிவு மண்டலத்துக்கு சென்றால் நேர்படுத்தல், சரிபடுத்தல் நடக்கும். முன் மூளையின் மூலம் எந்திரமாக செய்தால் வெளி உடல் பங்கேற்பு மட்டும் இருக்கும். உள் உணர்வு, ஒளி வேண்டு மென்றால் ஒவ்வொரு செயல்பாடும் எதிர் செயல்பாட்டால் ஈர்க்கப்பட்டு உணர்வு ஒளிவிடுகிறது. வாழ்க்கை இயக்கம் பெற்று வாழ்வில் விசை மின்மயமாகிறது.

நம் பார்வையின் ஒளியும் வாழ்வும் எல்லா இடங்களிலும் பிரகாசிக்க வேண்டும். ஆத்மாவின் கண்களான மூன்றாம் கண் உங்கள் நெற்றிப் பொட்டில் உள்ளது. அது அமைதியாக இருந்தால் அது சாட்சியாகி எல்லாவற்றையும் பார்வை இடுகிறது. புருவத்தின் தோல் ஓய்வோடு இருக்க வேண்டும். ஓய்வு என்பது வெளியில் தொடங்கி உள்தகடுகளுக்குச் செல்கிறது. விவரமும், அளவும் ஓய்வின் கலைக்கு இட்டுச் செல்கின்றன.

ஓய்வு தெரிந்தவனுக்கு தியானம் தெரியும். கிழக்கு, மேற்கு, வடக்கு, தெற்கு எங்கேயிருந்தாலும் மக்கள் அழுத்தத்தால் அவதிப்படுகிறார்கள். அவர்களுக்கு ஓய்வு தேவைப்படுகிறது. நன்றாக நீட்டினால் நன்றாக ஓய்வு பெற முடியும். பூனையைப் பாருங்கள். நன்றாக நீட்டும். நன்றாக ஓய்வெடுக்கும். இல்லாத

முயற்சிக்கு இன்னொரு குணம் உள்ளது. பளுவின்மையோடு ஆசனாவை சரியாக செய்தால், உடல் இயக்கமும் சுமுகமாக இருக்கும். உடலில் பளுவின்மையும் மனத்தில் சுதந்தரமும்.

ஆசனா பளுவாக இருந்தால் அது தவறானதாகும். உடல் முழுவதும் பளுவின்மையை செலுத்த வேண்டும். உடலின் மையத்திலிருந்து நீட்டினால் வெளிநோக்கி உயர்ந்து சிந்தித்து செயல்பட வேண்டும். வெறும் உடல் ரீதியாக நீட்டாமல் அறிவு ரீதியாக நீட்டவேண்டும். உங்களை சிறிய குறுகிய ஐந்து என்று நினைக்க வேண்டாம். அருளோடும் அழகோடும் பரவும் தன்மையோடும் செய்ய வேண்டும்.

பளுவின்மை இருந்தால், உடல் சுருங்கி விடும். உடல் சுருங்கினால் மூளையும் சுருங்கி, பார்க்கும் கதவுகள் மூடப்பட்டு விடும். மார்பைத் தூக்கி விட்டு அறிவைத் தூக்க வேண்டும். தோலின் மூளைகளே தூண்கள். எப்போதும் அவை வலுவாக இருக்க வேண்டும். குனிதல் உடலுக்கு போதை. இதனால் சுயம் வலுவிழக்கிறது. உடல் சுருங்கி னால் ஆத்மா சுருங்குகிறது. முதுகு மனத்தை கவலைப்பட வைக்கும். இதற்காக, முதுகு மூளையை சரியான நிலையில் வைக்க வேண்டும். முதுகு சிதையாமல் சுயத்தை நோக்க வேண்டும். தெய்வ ஒளி மங்காமல் இருக்க அதுவே விதி.

இழப்பு சரியான அளவில் இருக்க வேண்டும். அதுவே ஆரேக்கியமானதாகும். பரவுதல் இழப்பாகும். இறுக்க மல்ல. இறுக்கம் சமன் இழக்கச் செய்து உடையும் தன்மை யுடையதாகி விடும். உடல், இருக்கையின் எல்லா மட்டங் களிலும் சமமாக இருக்க வேண்டும்.

யோகா மூலம் உடலின் இரண்டு பக்கங்களையும் சமன் செய்யலாம். எல்லோரும் ஒரு பக்க நிலையில் தொடங்கு கிறோம். சுறுசுறுப்பு பக்கம், சோம்பேறி பக்கத்தை சரி செய்ய வேண்டும். பலவீனமான பக்கத்துக்கு கவனம் செல்ல வேண்டும். கரிசனத்தோடு செயல்பட வேண்டும். போராடிக் கொண்டிருக்கும் தோழனுக்கு உதவி செய்ய முயல்கிறோம். அதுபோன்று, பலவீனமான பக்கத்துக்கு உதவ வேண்டும்.

பலவீனமான பக்கத்தை சவாலாக எடுத்துக் கொண்டு சரிசெய்யும் போது அறிவின் அக்னி தூண்டப்படுகிறது. இதை

அறிவால் செய்ய வேண்டும். பலத்தால் அல்ல. சமன், பலத்தால் கொண்டு வந்தால் பௌதிகமானது. அறிவால் கொண்டு வந்தால் ஓய்வின் செயலாகும். சமன் சுமுகமாக இருந்தால் தான் கற்க முடியும். இதை உணர்ந்து பக்கங்களின், மட்டங்களின், உறுப்புகளின் தசை இணைப்பு, மேல் கீழ், முன் பின் ஆகியவற்றில் சமமான நிலை பெறவேண்டும். சமமான நீட்சி, ஸ்திரம், வெளி, செயல் அடர்த்தி ஏற்படுத்த வேண்டும்.

ஒரு பகுதியை நேர்ப்படுத்த முழு உடம்போடு செயல்பட வேண்டும். உடலின் ஒவ்வொரு செயலும் செயல்பட வேண்டும். உடலின் ஒவ்வொரு பகுதியோடும் வேலை செய்ய வேண்டும்.

ஆசனாவிலும் பிராணாயாமத்திலும் உடலின் ஒவ்வொரு பகுதியும் என்ன நிலையில் இருக்க வேண்டுமென்பதை உணரவேண்டும். ஆசனா செய்யும் போது உடலின் எந்தப் பகுதியும் புறக்கணிக்கப்படக்கூடாது. வலது காலை நீட்டினால் இடது காலை மறக்கக் கூடாது. இது போன்ற இணை இயக்கம் சுலபமான இயக்கத்துக்கு உதவுகிறது.

ஒரு பக்கத்தில் வியர்த்தால் இன்னொரு பக்கமும் வியர்க்க வேண்டும். ஒரு பக்கம் மட்டும் வியர்த்தால் மற்ற பக்கத்தை முழுமையாகப் பயன்படுத்தவில்லை என்று பொருள். வியர்வை சமமாகப் பரவ வேண்டும். ஒவ்வொரு ஆசனா விலும் தரையோடு தொடர்பு நன்றாக இருக்க வேண்டும். அடித்தளத்தைப் பாருங்கள். தரை அருகில் உள்ள பகுதியில் கவனம் வேண்டும்.

நிற்கும் ஆசனங்கள் வாழ்க்கைக்கு அஸ்திவாரம். அவை கணுக்காலையும் முழங்காலையும் பலப்படுத்துகின்றன. ஒருவனுக்கு விரத்தி வந்தால் சரியாக நிற்க முடியாது. இந்த ஆசனங்கள் நேராக நிற்கச் செய்து முழுமையை மிதக்க விடுகின்றன. கால்கள் மரத்தின் வேர்போல. காலில் உணர்வில்லையென்றால் வாழ்க்கை ஆட ஆரம்பித்து விடும். சமனைச் சமாளிக்க இந்த ஆசனாக்கள் உதவுகின்றன.

ஸ்திரம் பிறக்குமானால் பக்குவம், தெளிவு வரும். ஸ்திரம் சமன்பாடைப் பொறுத்தது. சமன் என்றால் உடல் சமன் மட்டுமல்ல, வாழ்க்கை சமன் கூட. சமன் என்பது நிகழ்வு அறிவு. சமமாக இருந்தால் கடந்த காலமில்லை; எதிர்காலமு

மில்லை. எல்லாம் நிகழ்வு. வருங்காலம் யதார்த்தமல்ல. நிகழ் ஒன்றே. மனம் உங்களை எதற்கும் இட்டுச் செல்லும்.

சுயம் உங்களை நிகழுக்கு அழைத்து செல்கிறது. தெய்வீகம் நிகழிலேயே காணமுடியும். கடந்த காலம், நிகழ், எதிர் எல்லாம் எண்ணமாக, வார்த்தையாக, செயலாக ஒன்று சேர்கிறது. ஆசனா சமகோட்டைப் பார்த்தால் சக்தியாக பதிவு செய்யப்படும். சமகோட்டிலிருந்து விலகினால் கடந்த காலம் அல்லது எதிர் காலம் வரும். மேல் சென்றால் எதிர், கீழ் சென்றால் நிகழ் காலம் இணையாகத் திறந்தால் கடந்த காலமும் எதிர் காலமும் சந்திக்கின்றன. விரிவும் பரப்பும் சமன் கண்டறிந்து நிகழ் காலத்தில் நிற்க உதவுகின்றன.

ஆசனாவில் மூன்று பரிணாமங்களின் காலத்தின் சமனையும் அடைய வேண்டும். நம்முடைய இருக்கையின் ஒவ்வொரு படிவத்திலும் சமன் பெற வேண்டும்.

இயற்கையில் மூன்று குணங்கள் உள்ளன- உடல், மனம், ஆத்மா. அதுபோல கல், இயக்கம், ஒளி ஆகியவை குணங்கள். இயற்கை மாறிக் கொண்டேயிருக்கிறது. குணங்களைப் புரிந்து கொண்டால். இயற்கையின் மாற்றங்களையும் புரிந்து கொள்ளலாம். இயற்கை வடிவம் பெறும் போது குணங்கள் மாறுகின்றன. அப்போது ஸ்திரம்போல் அஸ்திரம் வருகிறது. இதுவே படைப்பின் கர்ப்பம்.

குணா என்பது சேர்கின்ற மூன்று விசைகள். அவை தமஸ்(பளு), ரஜஸ்(ஓட்டம்), சத்வா(ஒளி). சாதாரணமாக ஆசனாவில் உடலில் பளுவைக் குடைந்து மூலக்கூறு தாண்டி அணுவை அடைய முயல்கிறோம். உடல் இதற்கு தடை செய்கிறது என்றால் உடலில் தமஸ் அதிகமாக உள்ளது.

உடலுக்கு பளு தேவை. உடலின் அடர்த்திக்கு, எலும்புக்கு உறுதி தேவையாகிறது. உறுதியான தசை; அடர்த்தி என்பது எலும்புகளில் அவசியம். மூளையில் அது கெடுதல். அவன் மந்தமாக இருக்கிறான் என்கிறோம். நரம்பு மண்டலத்தில் பளு கூடாது. ஓட்டம் தேவை. மனம் ஓடிக் கொண்டே யிருக்கும். உடல் அடர்த்தியாக இருக்கும்.

ஒரு பெரிய காரில் சிறிய எஞ்சினை வைத்தால் இழுப்பது கடினம். மேலும், வேகம் பெறுவது கடினம். காரை ஒரு

கிலோ மீட்டர் கொண்டுவருவது மெதுவாகவே இருக்கும். பிறகு, வேகமாக இருக்கும். ஆசனாவுக்கு ஆரம்பத்தில் முயற்சி தேவை அதிகம் என்றால் எதிர்ப்பு சக்தி அதிகமாக இருக்கிறது. முதலாவது உடல் முயற்சி, இரண்டாவது மனத்தின் உட்செலுத்துதல். மனத்தின் உட்செலுத்தல் முக்கியம் என்றாலும் ஆரம்பத்தில் வேர்வை சிந்துவதால் உடல் மூலக்கூறாக, அணுவாகப் பிரிந்து மனத்தில் நிலைக்கு வருகிறது. நம்முடைய லட்சியம் உடலை மனமாக்குவது தான். ஆனால், ஆசனா செய்யாத நிலையில் உடல் கெட்டு மாசு படிந்து பளுவாகி விடுகிறது.

இயக்கத்துக்கு விசை வருகிறது. உள்பரவுதல் ஆரம்பமாகும். முயற்சி, முயற்சியின்மையை அடையும் போது ஆசனாவின் உயர்ந்த நிலை வருகிறது. அடர்த்தியான எடைக்கு சக்தி அளிக்க விரும்புகிறோம். ஆதலால்தான், பயிற்சி பளுவற்ற நிலையைத் தருகிறது. நாம் கனமாக இருந்தாலும் பூமியில் பளுவற்ற நிலையில் நடக்க ஆசைப்படுகிறோம். நிலைமைக்கு ஏற்றபடி குணங்களை விகிதாசாரம் செய்ய வேண்டும்.

உதாரணமாக, மேஜை தமஸ் நிலையில் உள்ளது. அது ரஜஸ் நிலை அடைய வேண்டுமென்றால் சக்கரம் அமைத்து ஓடச் செய்கிறோம். தமஸ், பளு அடர்த்தி கொடுக்கிறது. இதுவே அதிகமாக மந்த நிலை வருகிறது. இதன் பிறகு ரஜஸ் கொடுத்து இயக்குவது. காரணம் ரஜஸின் எதிர்மறை குணம், பதட்ட நிலை. பதட்டம் வேண்டாம், வேகம் வேண்டும்.

தெளிவான, அமைதியான மனத்தில் ஒளி கிட்டும். தமஸின் அடர்த்தியும் கண்ணை இழுக்கின்ற ரஜஸூம் நம் பார்வையை மறைக்கின்றன. யோகா மூலம் ஒளி பெற்ற ஓய்வோடு கூடிய கவனத்தை நாடுகிறோம். ஒளி என்பது உள்ளார்ந்த அமைதி. அதன் மூலம் ஒருமை பெற விழைகிறோம். உள்ளே போகும் முயற்சியில் குணங்களின் விகிதாச்சாரம் சரியாக இருக்க வேண்டும். கலைஞர் கையில் உள்ள வண்ணங்களைக் கலந்து ஓவியம் வரைந்தது போல சரியான விகிதாசாரத்தில் ஓவியமான கலை பிறக்கிறது.

கஷ்டமும் சௌகர்யமே

பலர் கடந்த காலத்தையோ எதிர்காலத்தையோ நினைத்து நிகழ் காலத்தின் வலிகளைத் தவிர்க்கிறார்கள். யோக வகுப்பில் பல்லைக்கடித்து கொண்டு ஆசிரியர் சொல்லும் வரை பொறுத்துக் கொள்ள வேண்டுமென்று நினைக்கிறார்கள். இது யோகாவை உடற்பயிற்சி போலக் கருதுவதாகும். இது தவறான மனோபாவம். வலி என்பது நமக்கு ஆசான். ஏனென்றால், வாழ்க்கையில் வலி அதிகமாக உள்ளது. போராட்டத்தில்தான் அறிவு அடங்கியுள்ளது. வலி இருந்தால் தான் ஒளி கிடைக்கும். இன்பத்தால் மகிழ்ச்சி அடைகிறோம். அதுபோல வலி வரும் போது மகிழ்ச்சியை இழக்கக்கூடாது. இன்பத்தில் நல்லது காண்கிறோம். அதுபோல துன்பத்திலும் நல்லதைக் காண வேண்டும். கஷ்டத்திலும் ஒரு செயல், காரியத்தைக் காண வேண்டும். வலி கண்டவுடன் ஓடாமல் அதிலே புகுந்து அதைத் தாண்ட வேண்டும். இதுவே உறுதியும் விடா முயற்சியும் ஆகும்.

யோகாவின் மேல் காட்டும் ஆன்மிக மனோபாவம், தார்மீக நெறிகள், வெளி உலகில் நம்மை சுத்தம் செய்கின்றன. ஆசனா பிராணாயாமம் உள் உடலைச் சுத்தம் செய்கின்றன. வாழ்க்கையின் வலிகளைப் பொறுத்து அவற்றை கடக்க யோகா உதவுகிறது. அதுபோல உடலும் மனமும் எவ்வளவு கஷ்டங்களைத் தாங்க முடியும் என்று யோகா காட்டுகிறது. வலியைத் தவிர்க்க முடியாது. அதை எவ்வாறு தாங்குவது என்பதற்கு யோகா ஒரு சோதனைக் கூடம். நமக்கு வலி வேண்டாம். வருகிற வலியைச் சமாளிக்க வேண்டும்.

பின்விளைவுகள் நமக்கு தைரியத்தையும் உடும்புத்தனத்தையும் கற்றுத் தருகின்றன. கைகளில் சமன் செய்யும் ஆசனங்கள் நமக்குப் பொறுமை கற்றுத்தருகின்றன. மாறும் உலகத்தில் வளைந்து கொடுத்தும், மாறியும் நாம் சகிப்புத்தன்மையோடு உலகத்தில் வாழலாம். விடாப்பிடி, ஆசனாவில் தேவை. ஆசனாவில் ஆளுமை பெற பொறுமையும் கட்டுப்பாடும் தேவை. முகத்தைச் சுளித்தால் ஆசனா வந்துவிடாது.

வலியைத் தாங்கும் தன்மையை எப்படிப் பெறுவது? ஆசனாவில் ஓய்வு பெறுவது எப்படி என்பதைக் கண்டோம். சரியான நீட்சியில் ஓய்வைப் பெற வேண்டும். பொட்டில் கண்களில் உள்ள அழுத்தத்தை எடுத்தால் மூளை ஓய்வு

பெறும். இதனால் நரம்பு சதைகளின் மேல் பளு இறங்குகிறது. இதன் தாங்க முடியாத வலி நீங்கி ஆசனாவை கைக்கு கொண்டு வர முடிகிறது. வலியும் போய் விடும். சுதந்தரம் வேண்டுமென்றால் வலியைத் தாங்கிக் கொள்ள வேண்டும். வாழ்க்கையிலும் இதுவே உண்மை.

பிராணாயாமா செய்யும் போது காலில் ஊசியும் வைத்தால் நல்லது. முழுமையாக கவனம் அங்கேயே செல்லும். வலியிருந்தால் நல்ல பயிற்சியில்லை என்று நினைக்க வேண்டாம். பயிற்சி என்பது நல்லுணர்ச்சி பற்றியதல்ல. பயிற்சி என்பது பிரக்ஞை பற்றியது. இதனால், வலியும் துன்பமும் நன்றாக விளங்கும். ஆரம்பத்தில் வலி அதிகமாக இருக்கும். ஏனென்றால், உடல் எதிர்மறையில் செல்லும். அதற்கு அர்ப்பணித்தால் உடல் மிருதுவாகி, வலி குறையும். திறமை அடைந்து விட்டால் வலி நீங்கி விடும்.

சரியான நிலையில் வலி இருக்காது. அதை அடைய வலியை எதிர்நோக்க வேண்டும். உங்கள் அறிவு, உடல் அறிவோடு ஒன்றியிருக்க வேண்டும். உடலுக்கு நெருக்கமாகவும் நன்றாக அறிந்தும் இருக்க வேண்டும். நெருக்கம் இல்லாவிட்டால் இறுக்கம் வருகிறது. பிரிவு ஏற்படுகிறது. வலி அனுபவிக்கும் போது அந்தப் பகுதியை நெருங்கி, அதை சரி செய்து வலியைக் குறைத்து பளுவற்ற நிலையை அடைய வேண்டும்.

வலி என்பது ஞானி தன்னைத் தவிர்ப்பதற்கு முயற்சி செய்து கட்டுப்பாடு கோருகிறது. மேலும், பாதிக்கப்பட்ட இடத்துக்கு கவனத்தை முழுமையாகச் செலுத்தி வலியைப் புரிய வைக்கிறது. மூளையின் இறுக்கத்தைக் குறைத்தால் கவனம், வலி குறையும். வழியைக்காட்டி வலியை, மூலத்தை அறவே நீக்க உதவுகிறது. வலி என்பது நமக்கு ஆசனா வலியோடு வாழ்வதற்கும் பிறகு அதை அடியோடு நீக்குவதற்கும் கற்றுத்தருகின்றது.

யோகா வலியை ஏற்படுத்துவதில்லை. வலியே மறைந்து இருக்கிறது. அதை உணராமல் வாழக் கற்றுவிடுகிறோம். உடல் கோமா போல் ஆகிவிடுகிறது. யோகா தொடங்கிய வுடன் உணரப்படாத வலி மேலே வருகிறது. உடலின் அறிவைப் பயன்படுத்தும் போது வலி பரப்பப்படுகிறது. உடலில் இறுக்கம் இருந்தால் அமைதி இல்லை.

கட்டாயப்படுத்துதல், பார்க்காமல் நடப்பது, தொண்டையை இறுக்குவது, காது அடைத்தல் ஆகியவை பழக்கங்கள். இவை பிரக்ஞையின்மை, குறுகுதல், இறுக்கம், சமநிலையின்மை, வலி ஆகியவைக்கு காரணமாகின்றன. இயங்க ஆரம்பிக்கும் போது வலி ஏற்படுகிறது. வலியை எதிர்நோக்கி அதனோடு நிரந்தரமாக வாழாமல் நீக்க முயலுவது யோகா. வலியை அறிய வேண்டியதில்லை. வலி இருக்கக் காரணம் இருக்கிறது.

வலியிருந்தால் ஆசனாவை நீட்டக்கூடாது. காலத்துக்கு முன்பு இலக்கை அடைய முயலக்கூடாது. ஹனுமானாசனா போன்ற கடினமான ஆசனங்களை சரியான பயிற்சியில்லாமல் முயற்சி செய்யக் கூடாது. ஆசனாவை அன்போடும், அறிவோடும் செய்ய வேண்டும். எது சரியான வலி, எது தவறானது என்பதை அறிய வேண்டும்.

சரியான வலி உருவாக்கும் தன்மையோடு ஆனந்தமாகவும், சவாலாகவும் இருக்கும். சரியான வலி நமது வளர்ச்சிக்கும் ஆன்மிக மாறுதலுக்கும் ஏதுவாகும். சரியான வலி நீளமானதாகவும் வலிவு தருவதாகவும் இருக்கும். தவறான வலி கூர்மையானதாகவும் திடீரென்றும் வரும். நம்முடைய நிலையைத் தாண்டி விட்டால் அம்மாதிரியான வலி வரும். வலி நீங்காமல் இருந்தாலும் தவறானதே. ஒரு காரணத்தோடு எல்லையை மீற வேண்டும்.

மனத்தின் வரம்பை உடலால் விரிவு செய்ய முயலுகிறோம். துணியை விரிவு செய்தால் ஓவியம் வரைய பெரிய பரப்பு கிடைக்கும். ஆசனா உடலின் தற்போதைய நீள வலிமையை உணரவேண்டும். துணியை அதிகமாக இழுத்தால் துணி கிழிந்துவிடும். இன்றைய பயிற்சி, நாளையை பயிற்சியைக் கெடுத்தால் அது நல்ல பயிற்சியல்ல. பல யோகா ஆசிரியர்கள் அதிக முயற்சி செய்ய வேண்டாமென்கிறார்கள். இதனால், சாதனை எல்லைக்குள் அடங்கி விடுகிறது. தீவிரமான பயிற்சி வலி தரும் என்பது உண்மை. யோகா உடலைச் சுத்தம் செய்கிறது. மனத்தை துல்லியமாக்குகிறது. இதற்கு சரியான கவனிப்பு அவசியம்.

அழுத்தம் ஓரளவு இருந்தால்தான் உண்மையான ஆசனாவில் அனுபவம் வருகிறது. மனமும் நன்றாக விரிவடைகிறது. ஆசனா செய்யும் உடல், மன வலி ஏற்படுத்துகிறது. உடல்

வலி போலவே மனவலியும் துல்லியமாக அளவு செய்ய வேண்டும். ஆறுமணிக்கு எழுந்து ஆசனா செய்யவும். நான்கு மணிக்கு எழுந்தால் உடலுக்கு நல்லதல்ல. தூக்கம் கெட்டால் குடும்ப உறுப்பினர்களும் பாதிக்கப்படுகிறார்கள்.

ஆசனப் பயிற்சி முலம் தடங்கல்கள் வாழ்க்கையிலும் கூட எப்படி சமாளிக்கப்படலாம் என்பதை அறியலாம். அறிவு ஜீவிகள் கூட உணர்ச்சியில் முதிர்ச்சி பெறாமல் இருக்கிறார்கள். வலியைச் சந்தித்து அதை ஊடுருவி ஆசனாவின் கடைசி நிலையை அடைய வேண்டும். உடல் உணர்ச்சியின் யதார்த்த நிலையை சந்திக்க வேண்டும்.

யோகா என்பது இன்பத்துக்காக அல்ல. கடைசி தேவைக்காகவே பலர் கஷ்டமில்லாத இன்பம் துய்க்க முயல்கிறார்கள். வலியை அறிந்தால் அன்பு வெளி வருகிறது. அன்பு என்றால் பரிவு அல்ல. மருத்துவர் மயக்க மருந்து கொடுத்து அறுவை சிகிச்சை செய்கிறார். யோகா பயிற்சியில் மயக்க மருந்து கிடையாது. மனத்தின் ஆழத்தின் மூலம் வலியைச் சமாளிக்க வேண்டும்.

எல்லாம் நன்றாக நடக்கும் போதும் மனம் இருக்கிறது. தவறு நடக்கும் போதும் மனம் இருக்க வேண்டும். கஷ்டத்தை முன்னேற்றத்தின் கருவி என்று கொண்டால், கவலை பறந்து போய் விடும். ஒவ்வொரு நோயும் நம்மில் ஒரு அங்கமாகும். நம் உருவகத்தின் ஒரு பகுதியாகும்.

யோக சித்தாந்தத்தின்படி நோயும் கஷ்டமும் நமது கடந்த கால செயல்களின் பலனாகும். ஒரு விதத்தில் நாம் ஏற்படுத்திய கஷ்டத்துக்கு நாமும் பொறுப்பு. கஷ்டங்களை யோகா மூலம் எதிர்நோக்கினால் புதிய சகிப்புத்தன்மை தாங்குதல், மற்றவர் கஷ்டத்தை புரிந்து கொள்ளுதல் போன்றவை நமக்கு வருகிறது. இந்த குணங்கள் நாம் எந்த அளவுக்கு வளர்ந்திருக்கிறோம் என்பதைக் காட்டும். ஆகவே, கஷ்டங்களை நேர்மறையான நோக்கத்திலேயே பார்க்க வேண்டும்.

அபாயச் சங்கு ஊதினாலும் அதுவே அதன் திறனுக்கும் தூண்டுதலுக்கும் வித்தாக அமைகிறது. சில சமயங்களில் எல்லா செயல்களும் தவறாகவே தெரிகிறது. செய்யாமல் இருப்பதும் செயல்தான். ஆகவே, கஷ்டத்தைத் தவிர்க்க அது

வழியல்ல. நாம் தேர்ந்தெடுத்த வழிக்கு விசுவாசமாக இருந்தால், நம் வாழ்க்கை சிறக்கும். எதிர்காலச் சிறப்பின் ஒளி, நம் பயணத்துக்கு வழிகாட்டியாக அமையும்.

சிறப்பு

சிறப்பை அடைய வேண்டும் என்பது இலக்காக இருக்க வேண்டும். ஆனால், சிறிய முன்னேற்றம் வந்தாலும் திருப்தி அடைய வேண்டும். அதிகமாக ஆசைப்பட்டால் நிலையாமல் போய் விடும். சிறப்பு என்பது கடவுளிடம் தான் உள்ளது.

நாம் சிறப்பு பற்றி கனவு கண்டு கொண்டேயிருக்கிறோம். இந்தக் கனவு தான் நமது முன்னேற்றத்தின் உந்துகோலாக உள்ளது. இந்தக் கனவு தான் நாம் மாற வேண்டிய முயற்சியை கொளுத்தி விடுகிறது. சிறப்பு, நமக்கு கனவிலும் வாழ்க்கையிலும் மோகத்தைத் தருகிறது.

எந்த ஆசை, சிறப்பை நோக்கி இட்டுச் செல்கிறதோ அதுவே கடவுளை அடையும் வழியாகும். சில சமயங்களில் நாம் ஒத்துழைப்பு தருவதில்லை. நேரமில்லை, இவ்வளவு கஷ்டம் தேவையா என்ற கேள்விகளால் சமாதானமாகி விடுகிறோம். சில நேரங்களில் மனம் தயாராக இருக்கும். உடல் சோர்வாக இருக்கும். உடல், மனம் சொல்வதை கேட்ட பிறகு, அறிவையும் ஆத்மா உதவிக்கு அழைத்தால் செயல் விசையும் அர்ப்பணிப்பும் வரும்.

முடிந்தவரை செய்து பின்பு அதையே அதிகமாக்க வேண்டும். பத்து, இருபது என்று அதிகரிக்க வேண்டும். நல்ல நிலையில் குறைந்த நேரம் இருந்தாலே நல்லது. நல்லதல்லாத நிலையில் நீண்ட நேரம் இருந்தாலும் பலன் இல்லை. உங்கள் முன்னேற்றத்தில் திருப்தி இல்லை என்று சோர்வு அடைய வேண்டாம். தினமும் பயிற்சி செய்து ஆசனாவைப் பழக்க விட வேண்டும்.

சில சமயங்களில் உடலும் மனமும் செயல் விசைக்கு அடங்கும். சில சமயங்களில் எதிர்க்கும். எந்தப் பகுதி யிலாவது பிரச்னை வந்தால் குழந்தையை அணுகுவது போல் அணுக வேண்டும். அதிகமான கவனமும் பாசமும் தேவை. தோல்வியைக் கண்டு துவள வேண்டாம். தோல்வியால் மனப்பக்குவம் வருகிறது.

கஷ்டம் சிலருக்கு முன்னால் வரும்; சிலருக்கு பின்னால் வரும். எப்போது வந்தாலும் சரியே, பயப்பட வேண்டாம். உடல் மேல் பற்று வைக்க வேண்டாம். பயம் வந்தாலும் அதை எதிர்நோக்கி வெளியேவர முயற்சி செய்யுங்கள்.

நீண்ட காலம், இடைவெளி இல்லாத பிரக்ஞையோடு செய்கிற பயிற்சி, பலமான அஸ்திவாரமிட்டு வெற்றியைத் தருகிறது. எல்லா வகைப்பட்ட மக்களுக்கும் யோகா பலன் தருகிறது. பயிறசி மூலம் வெற்றிகிட்டும். புனிதமான புத்தகங்கள் படித்தால் வெற்றிகிட்டாது. அவை தேவையான பயிற்சி இல்லாவிட்டால் சிந்தாந்தமாகவே நின்று விடும். தத்துவம் வாழ்க்கைக்கு பயன் உள்ளதாக இருக்க வேண்டும். தொடர்ந்த, நிறுத்தப்படாத நீண்ட நாள் பயிற்சி தான் மிக முக்கியம் என்கிறார் பதஞ்சலி.

தோட்டக்காரர் ஆப்பிளை விதைக்கும்போது ஆப்பிள் உடனடியாகக் காய்த்துக் குலுங்கும் என்று எதிர்பார்க்கிறாரா? இல்லை. நிச்சயமாக தினந்தோறும் தண்ணீர் ஊற்றுகிறார், நன்றாக பார்த்துக் கொள்கிறார். வளாச்சியைக் கண்டு மகிழ்கிறார். உடலை அது மாதிரி பராமரிக்க வேண்டும். நம்முடைய ஆசனா பிராணாயாமாவுக்கு தண்ணீர் பாய்ச்சி அன்போடு வருகிற சிறிய முன்னேற்றத்தைக் கண்டு சந்தோஷமடைய வேண்டும்.

நமக்கு என்னவென்று தெரியும், ஆனால், முக்தியை எதிர்பார்ப்பதில்லை. பயிற்சி பழுக்கும் போது முக்திவரும். பொறுமை, கட்டுப்பாடுடனான பயிற்சி இணைந்தால் செயல் விசை வரும். செயல் விசை என்பது கண் கூடாகத் தெரியும் ஆகாயத்தில் இல்லை. ஏதாகிலும் ஒன்றைச் செய்தால் செயல்விசையைக் காட்டுகிறோம். அடுத்த முறை அதைச் செய்வது சுலபமாகிறது.

ஆசனா செய்யும்போது தசைகள் மூலம் செயல் விசையைக் காட்டுகிறீர்கள். செயல் விசை மனத்தில் மட்டுமல்ல, உடலிலும் உதவுகிறது. ஒவ்வொரு பாகத்திலும் உள்ளது. செயல் விசை மூலம் தசைகளை நீட்டி சுழலச் செய்கிறோம். செயல் விசை மூலம் அமைதி, திருப்தி, உடல் பற்றின்மை, சுதந்தரம் ஆகியவை வந்து மனம் விரிவடைகிறது. செயல்விசை என்பது பணி செய்யும் ஆவலே. அறிவைப்

பயன்படுத்தி இப்போதையதைவிட நன்றாகச் செய்யலாம் என்று யோசிக்க வேண்டும்.

பிரக்ஞை விரிவடையும் போது வெளிச்சம் வருகிறது. இதற்கு மேல் போக வேண்டாம் என்று நினைத்தால் பழைய மனது. மேலும் நன்றாக முடியும் என்று நினைக்க வேண்டும். விசுவாசம் மனசாட்சியைத் தூண்டுகிறது. இன்னும் கொஞ்சம் முயற்சி செய் என்று அதிகபட்ச இலக்கு வைத்தால் சுய அறிவு பிறக்கிறது.

மனம், அறிவு உள் உடலை நோக்கி செல்லச் செல்ல மனத்தை சுயத்தின் அருகில் எடுத்துச் செல்கிறது. உடல் விரும்புவதற்கு ஒரு அடி முன் சென்றால் சுயத்தின் அருகில் சென்று விட்டோம் என்று பொருள். திருப்தி அடைந்து விட்டால் பிரக்ஞையின் வெளிச்சமும் கவனமும் குறை கின்றன. ஞாபகத்தின் மூலம் நேற்று செய்ததை விட இன்று நன்றாக செய்ய வேண்டும் என்ற உத்வேகம் வருகிறது. பலர் முன் செய்ததையே திரும்பச் செய்து எந்திரமயமாகி விடுகிறார்கள்.

ஆசனாவை எந்திரமயமாகச் செய்யக் கூடாது. சிந்தையோடு செய்தால் புதுமை, சமயோஜிதம் கலக்கப்பட்டு கடைசியில் இயக்கம், எதிர்ப்பு ஆகியவற்றில் சமன் தெரியும். திரும்பத் திரும்பச் செய்வது மந்தத்துக்கு வழி வகுக்கிறது. உண்மை யோடு ஆசனா செய்ய வேண்டும். முழுமனத்தோடு செய்தால் ஆசனாவின் பிரகாசம் கண்கூடாகத் தெரியும். கடந்த கால நினைவுகளிலிருந்து விடுபட வேண்டும். ஆசனாவை ஒவ்வொரு முறையும் புதிய மனத்தோடு செய்ய வேண்டும். பழையதே செய்தால் கடந்த காலத்தைக் கடக்க முடியாது.

நாம் எவ்வாறு இன்னும் நன்றாக செய்யலாம் என்று யோசித்தால் முன்னேற்றம் வரும். ஞாபகத்தையே ஒரு கம்பிப்பலகையாக வைத்துக் கொண்டு இப்போதுள்ள நிலையடைந்து அடுத்து நிலைக்குப்போக வழிதேட வேண்டும். வாழ்க்கையிலும் ஆசனாவிலும் தொடங்கி முன் நோக்கி சென்று கொண்டே இருக்க வேண்டும்.

ஒரு ஆசனாவில் தேர்ச்சி பெற்றுவிட்டால் அது சுவாரஸ்ய மற்றுப் போய் விடுகிறது. இதனால்தான், பலர் எந்திரத்

தனமாக மனத்தை எங்கோ செலுத்திவிட்டு ஆசனா செய்கிறார்கள். பார்வைக் கோளாறு ஏற்பட்டு ஆசனாவை ரசிக்க முடியாமல் போகிறது. அது சரியான பாதையல்ல. பலர் ஆசனாவின் கடைசி நிலைக்கு வந்து விட்டதாக நினைக்கிறார்கள். அவர்களுக்கு எப்படித் தெரியும்? மாறாக, அதுவே தொடக்கமாக இருக்கலாம்.

எப்போதும் கடந்த கால அனுபவங்களைத் தாண்டிச் செல்ல வேண்டும். அழகு, விடுதலை, எல்லையின்மை ஆகியவற்றை உள்ளே ஏற்படுத்த வேண்டும். அவை நிகழ்காலத்திலேயே நடக்க முடியும். ஆசனா பயிற்சிக்குப் பிறகு போதுமென்ற மனப்பான்மை வந்து விடுகிறது. இது இன்ப யோகா. குறைகளைக் கண்டறிந்து மேலும் முன்னேறாமல் சாதித்து விட்டோம் என்ற பெருமையில் இறங்கி விடுகிறோம். மந்தநிலை வருகிறது.

காற்று இல்லை என்றால் துடுப்புபோட வேண்டும். புதிய சவால்களை எடுத்து முயற்சி தொடங்க வேண்டும். தவம் என்பது நீண்ட காலப் பயிற்சி. இதன் மூலம் அறிவின் ஒளி தூண்டி விடப்படுகிறது. தவம் என்னும் நெருப்பு, எல்லா மாசுகளையும் எரித்து விடும். உள் சேர்தல் போல வெளியேவும் சேர்ந்தால் ஒருமை கிடைக்கும். ஒன்று என்ற எண் எல்லா எண்களுக்குள் போகும். தலையில் உள்ள அறிவு எளிமையில் ஞானமாக்கப்பட்டால் அன்பு, கருணை பெருக்கு எடுத்து ஓடும்.

முடிவு இருந்தால் கடவுள் இல்லை. கடவுளின் படைப்புக்கு முடிவு கிடையாது. அது போல உங்கள் இயக்கங்களுக்கும் முடிவில்லை. எனக்குக் கிடைத்து விட்டது என்று சொன்னால் நீங்கள் எல்லாவற்றையும் இழந்து விடுகிறீர்கள். ஒரு நிலை வந்தவுடன் அடுத்த நிலை என்ன என்று கேட்க வேண்டும். இல்லாவிட்டால் பரிணாம வளர்ச்சி நின்று விடுகிறது.

திருப்தி வந்தாலே தேக்கமும் வருகிறது. கற்றல் நின்று அறிவின் கதவுகள் மூடப்பட்டுவிடுகின்றன. முடியாததைச் செய்ய வேண்டும். முடிந்ததை அல்ல. அளவிலும் தரத்திலும் கொஞ்சம் அதிகமாகச் செய்ய வேண்டும். கடைசியாக இதுவே அழகையும் பெருமையையும் கொடுக்கும். கற்றபின்

பக்தியுடன் தொடருங்கள். கற்றல் கடினம். அதைவிடக் கற்றதை தக்கவைப்பது இன்னும் கடினம். ராணுவ வீரர்கள் சொல்வது- புது இடம் பிடித்து விடலாம், ஆனால், வென்றதைத் தக்க வைப்பது கடினம் என்று.

உங்கள் உடலுக்கு அன்பை ஏற்படுத்த வேண்டும். உடலின் ஒவ்வொரு பகுதிக்கும் கவனம் செலுத்தப்பட வேண்டும். உங்கள் அன்பு மற்றவர்கள் மீது பாய வேண்டும். ஆசனா தேர்ச்சி மட்டும் போதாது. நட்பு, அருள் மிகவும் அவசியம். யோகா வகுப்பில் மாணவர்கள் சீரியசாக இருக்கிறார்கள். எங்கே மகிழ்ச்சி இல்லையோ அங்கே யோகாவின் இலக்கு கிட்டவில்லை என்று பொருள்.

மற்றவர்களிடம் குறை காண்பதற்கு முன் உங்கள் குறைகளைக் களைய வேண்டும். மற்றவர் ஒரு தவறு செய்யும் போது அதே தவறை நீங்கள் செய்கிறீர்களா என்று பார்க்க வேண்டும். இதன் மதிப்பீட்டை முன்னேற்றமாக்க முடியும். மற்றவர் உடல் பார்த்து பொறாமையோ பெருமையோ கொள்ளக் கூடாது. எல்லாரும் வித்தியாசமான கட்டமைப்போடு பிறக்கிறார்கள். மற்றவரோடு ஒப்பிட்டுப் பார்க்கக் கூடாது. ஒவ்வொருவரின் திறமையும் அவரவர் உள் பலத்தைப் பொறுத்தது. காலப்போக்கில் தீவிரமான பயிற்சி செய்ய திறமை உருவாகிறது.

நாலுவகையான தீவிரமான பயிற்சிகள் யோகாவில் உள்ளன. பெரு முயற்சியும் சக்தியும் உட்புகுதலுக்குத் தேவையா கிறது. ஆரம்பத்தில் வாரம் ஒரு வகுப்பு, வீட்டுப் பயிற்சியை, சோம்பேறித்தன்மையைத் தவிர்க்கிறது. எல்லா பயிற்சி களும் ஓர் இடத்தில் தொடங்குகின்றன. கொஞ்சம் பயிற்சி, பெரிய பலனைத் தராது.

உட்புகுதலைப் பொறுத்தவரை பிரக்ஞை ஆரம்பநிலையிலே உள்ளது. நம் முதலீட்டை அதிகரித்தால் காலம், முயற்சி மூலம் சாதாரண நிலைக்கும் மேலான பயிற்சியாளர் ஆகலாம். உள் உடல் தெரிந்து, நரம்பு நீட்டித்து, இதயம் ஓய்வெடுக்கும் அடுத்த நிலையில் எல்லாமே அதிகரிக்கிறது. எண்ணங்கள் புலனுக்கு வருகின்றன. இன்னும் மேலே போனால் முழுமையான, விட்டுக் கொடுக்கப்படாத, தீவிரமான பயிற்சி நிலைபெறுகிறது.

ஆரம்பத்திலேயே அந்த நிலை வருவது கடினம். நாளடைவில் உள் பார்வை அகம்பாவத்தைத் தாண்டி ஞானத்தைத் தொடுகிறது. நம் இருப்பின் கருவைத் தொடுகிறோம். இந்த அளவுகோல் நம்முடைய குறை காண்பதற்கு அல்ல, எந்த அளவுக்கு முன்னேறியிருக்கிறோம் என்று கண்டறிய. கடவுள் கொடுத்த திறமைகளை கடவுளே பிரமிக்கும் அளவுக்கு விரிவுபடுத்த வேண்டும். ஒவ்வொரு திறமையும் வேறுபட்டாலும் முழுமையாக உணரப்படும் போது தெய்வீகத்துக்குத் தொடர்பாக அமையும். ஆசனாவில் ஆத்மாவிலிருந்து செய்ய வேண்டும். ஆசனாவில் வெளி யதார்த்த நிலையிலிருந்து உள்ளே உள்ள ஆத்மாவைத் தொட முயற்சிக்கிறோம். வெளியிலிருந்து மையத்துக்கு போகிறோம். உடல் என்பது எல்லோரும் கண்ட யதார்த்தம். அதை வைத்து ஏதாவது செய்ய முயல, அதே சமயத்தில் உள்ளே இருக்கிற ஒளியும் நமக்கு உதவ முயல்கிறது. மேலே வந்து விளக்கம் கொடுக்க விரும்புகிறது. திரிகோணாசனாவில் உடல் வாகின் காரணமாக ஒரே பள்ளத்தில் விழுகிறோம். முன்னாலே விழ உடல் முயல்கிறது. உடல் திறக்க மறுத்து ஆசனாவின் முழு சிறப்பு வெளிவராமல் போகிறது. ஆகவே, கவனம் செலுத்தி அதை சரி செய்ய முயல்கிறோம். கைகளை விரித்து, மார்பை நீட்டி, வயிற்றைத் திறக்க முயல்கிறோம்.

தெய்வீகம்

இதனால் அறிவும் திறக்கப்படுகிறது. திறப்பின் முலம் உள்ளேயும் போகலாம். வெளியேயும் வரலாம். நாம் உள்ளே போக முயல்கிறோம். வெளியே வர ஒன்று முயல்கிறது. உடலில் கடைசியான ஆனந்தம் வெளியே வருகிறது. நாம் மூடப்பட்ட விளக்கு. ஜன்னல் திறக்க, விளக்கின் ஒளி வெளியே பிரகாசிக்கத் தொடங்குகிறது. இயற்கையும் நமக்கு உதவத் தொடங்குகிறது. நம்முடைய முயற்சிக்கு ஏற்றபடி இயற்கை தன்னுடைய பங்கை அளிக்கிறது. செயல் விசையைப் பொறுத்து இயற்கையின் சக்தி வெளிப்படும்.

ஆசனாவைச் சரியாக செய்தால் சுயம் திறந்து கொள்கிறது. இதுவே தெய்வீக யோகா. இங்கே சுயம், யோகா செய்கிறது. உடல் அல்ல. மனம் அல்ல. உடல், மனம் கருவின் வெளிச்சத்தில் முழுகும்போது யோகாவின் ஆன்மிகக் கட்டுப்பாடு தொடங்குகிறது. மனம், உடல் அமைதி பெறும்

போது மேலே செல்ல வேண்டும். உடலைப் பயன்படுத்தி மனத்தை அடைந்து ஆத்மாவைத் தொட வேண்டும். ஆசனாவின் மூலம் மெய்யை மறக்கச் செய்து ஆத்மாவாக மாறுகிறோம். உடல் என்பது வில்; ஆசனா என்பது அம்பு, இலக்கு ஆத்மா. ஆசனா என்பது உண்மையாக இருக்க வேண்டும். உடலில் ஒவ்வொரு பகுதியும் அறிவால் குறிப்பிடப்பட வேண்டும்.

ஆசனா திறமை மிகுந்ததாக இருக்க வேண்டும். குறிக்கோள் சுயத்தை அடைவதற்காக. பெருமைக்காக அல்ல. அது கடவுளுக்குப் புனிதமான படைப்பாக இருக்க வேண்டும். உடல், மனது மட்டும் இருந்தால் போதாது. முழுமையாக ஆசனாவுக்குள் சென்று விட வேண்டும். ஆசனாவை ஆத்மாவால் செய்ய வேண்டும். எப்படி ஆத்மாவால் செய்வது? ஆத்மாவுக்கு அருகாமையில் உள்ள இதயத்தால் செய்ய வேண்டும்.

திறமையான ஆசனா என்பது இதயத்திலிருந்து செய்யப் படுவது, நிலையிலிருந்து அல்ல. அப்படி செய்தால் நீங்கள் ஆசனா செய்யவில்லை. ஆசனாவிலேயே அடங்கி விடுகிறீர் கள். ஆசனாவை யோசிக்கக் கூடாது. உணர்வால், அன்பால், பக்தியால் ஒன்றிப்போக வேண்டும். இந்த முறையில் உங்கள் பணி இதயத்திலிருந்து வரும். மூளையிலிருந்து அல்ல. சுமுகத்தை ஏற்படுத்தினால் உடல் அமைதி, ஆத்மாவின் அமைதிக்கு சமம். உடல் அமைதி பெறாவிட்டால் முக்தி கிடைக்காது. தளையில் கட்டுண்டு கிடப்பீர்கள்.

நீங்கள் வேர்வை சிந்தச் சிந்த ஆசனா செய்யும்போது இதயம் லேசாகிறது. உடல் முழுவதும் ஆனந்தம் பரவுகிறது. எல்லாம் மகிழ்ச்சியே. வலி தாற்காலிகம். சுதந்தரம் நிரந்தரம். அடுத்த அத்தியாயத்தில் சதையிலிருந்து வலுவான சக்திக்கு போகிறோம். மூச்சுப்பற்றி விரிவாக அறிய வேண்டும்.

3

பிராணாயாமா

எல்லோருக்கும் வாழ்க்கை சக்தி தேவைப்படுகிறது. சக்தியை மட்டும் டப்பாவில் அடைத்து விற்றால் அது போல வெற்றிகரமான வியாபாரம் எதுவும் இருக்க முடியாது. சக்தி பற்றி பேசும் போதே சக்தி பிறக்கிறது. அது எங்கே கிடைக்கும் என்று ஆர்வமாகக் கேட்கிறார்கள். கடைசியில் நிச்சயமாக கிடைக்காது. ஏனென்றால், அது எல்லா இடத்திலும் இருக்கிறது. இரண்டாவது அது இலவசம்.

கடவுள் ஒன்றாக இருந்தாலும் அவருக்கு பல பெயர்கள் கொடுக்கிறோம். சக்தியும் அது போலத் தான். அணுசக்தி, மின்சார சக்தி, தசை சக்தி, மன சக்தி. இதுவெல்லாம் வலுவான சக்தி. வாழ்க்கை சக்தி - சமஸ்கிருதத்தில் பிராணா. சீன மொழியில் அதை சீ என்கிறார்கள். கிறிஸ்துவ மதத்தில், பரிசுத்த ஆவி புனிதமானது, உள்ளடங்கியது, கடத்தல் பெற்றது.

பிராணா என்றால் காற்று. பைபிள் 'கடவுளின் மூச்சு தண்ணீர் மேலே இயங்கியது' என்று கூறுகிறது.

பிராணா என்பது கடவுளின் மூச்சு. பிரபஞ்சத்தை பிராணா வியாபித்துக் கொண்டுள்ளது. பௌதிகம், மனமயமான, அறிவு மயமான, காம மயமான, ஆன்மிக, பிரபஞ்ச சக்தி எல்லாமே பிராணாதான். அதிரும் எல்லா சக்திகளுமே பிராணாதான்.

பௌதிகச் சக்திகளான உஷ்ணம், ஒளி, புவியீர்ப்பு, காந்தம், மின்சாரம் ஆகியவையும் பிராணாவே. இவையெல்லாம் ஒளிந்து கிடக்கும் சக்திகள். நமக்கு ஏதாவது ஆபத்து வந்தால் வெளியில் வரும். எல்லா செயல்களுக்கும் அதுவே பிரதான விசையாகும். அதுவே ஆக்கி, காத்து அழிக்கிறது. கடவுளை, GOD (Generation, Organiser, Destroyer) என்று ஹிந்துக்கள் சொல்கின்றனர். இழுத்தல், ஆக்குதல், தாக்குதல், நிர்வாகம், வெளியிடுதல் அழித்தல் ஆகியவை கடவுளின் செயல் பாடுகள். பிராணாவின் செயல்பாடு அதுவே.

சக்தி, பலம், விசை, வாழ்க்கை, ஆன்மாவெல்லாம் பிராணா வின் உருவங்கள். பிராணா என்பது மூச்சாக ஓர் உருவம். உபநிடதம்படி பிராணா என்பது பிரக்ஞை வாழ்க்கையாகும். இதுவே ஆத்மாவாகும். உலகத்தில் உள்ள எல்லாவற்றுக்கும் உயிராகும். அவையெல்லாம் மூச்சின் மூலம் பிறக்கின்றன. இறக்கும் போது பிரபஞ்சத்தில் மூச்சுகளாகின்றன.

நம் வாழ்க்கையில் மிக முக்கியமான அம்சம் பிராணா. ஆனால், அது புதிராகவே உள்ளது. பிராணா, மூச்சின் வடிவத்தில் துவங்குகிறது. ஆயமாக என்றால் நீட்டுதல், கட்டுப்படுத்துதல் ஆகும். பிராணா, வாழ்க்கை சக்தியாதலால் பிராணாயாமா என்றால் எல்லாவற்றுக்கும் விசையின் விரிவாக்கம் செய்வது. இதையெல்லாம் செய்ய உடல் தயாராக இருக்க வேண்டும்.

ஆசனா மூலம், பிராணாயாமத்தின் விசையை உடல் தயாரிக்கிறது. சக்தி என்னும் மின்சாரத்தை உடல் தாங்கத் தயாராக வேண்டும். திடீரென்று மின்சாரம் அதிகரித்தால் கம்பிகள் எல்லாம் எரிந்துவிடும். பிராணாயாமத்தின் விசையைத்தாங்க உடல் தயாராக இருக்க வேண்டும்.

பதஞ்சலி சொல்கிறார்: அஸ்திவாரம் சரியில்லை என்றால் பிராணாயாமம் பலனைத்தராது என்று. செயல்பாடு சீராக இருக்க வேண்டும். ஒரு நாள் மூக்கை பிடிக்க சாப்பிட்டு

விட்டு மறுநாள் பட்டினி கிடப்பது விவேகமல்ல. யாராவது ஒரு சுடு சொல் சொன்னால் நொந்து போவதும் ஞானமல்ல. வலுவான உடல் நரம்புகள், ஸ்திரமான உணர்ச்சிகள் இருந்தால் பிராணாயாமத்துக்கு தயார் என்று பொருள். உள்ளார்ந்த பயணத்துக்கு சக்தி தேவைப்படுகிறது. அதுவும், துல்லியமான, மேம்பட்ட தரத்தில் உள்ள சக்தி தேடுதல், அமர்தல், ஒளிர்தல் எல்லாவற்றுக்கும் பிராணாவின் சிறப்பான சக்தி தேவைப்படுகிறது.

பிராணாவின் சிறப்பு என்னவென்றால் அதில் பிரக்ஞை இருக்கிறது. அதுவே உணர்வின் வாகனமாகும். உங்கள் பிரக்ஞையை கால் கட்டை விரலுக்கு அனுப்ப, பிராணா தேவை. பிராணாவின் ஓட்டம் போதிய அளவு இருந்தால் உள்ளே எல்லா இடங்களிலும் பிரக்ஞையைப் பரப்பலாம். இதை செய்ய நிறைய பிராணாவை ஏற்படுத்த வேண்டும். பிராணாவை ஏற்படுத்த சாதாரண மூச்சை நீட்ட, பரப்ப, கட்டுப்படுத்த, அடக்க வேண்டும்.

ஆசனாவைப் பற்றி பேசும்போது அன்னமயகோசத்தின் நீட்டிப்பு பற்றி பேசினோம். இப்போது இரண்டாம் உறையான பிராணமய கோசத்தைப் பற்றிப் பேசுகிறோம். நம்முடைய உடலைப் பலப்படுத்திய பிறகு, மூச்சுப் பயிற்சி மூலம் நம்முடைய வில்லுக்கு இரண்டாவது கயிறைச் சேர்க்கிறோம். அதிக சக்தியை வைத்துக் கொண்டு ஆழமாக உள்ளே செல்லலாம். வெளி உறையானாலும் இந்த உறை யானாலும், நாம் எப்போதும் பிரக்ஞையின் வெளிச்சத்தைக் கொண்டு வருகிறோம்.

பிராணா எப்போதும் பிரக்ஞையின் வெளிச்சத்தைத் தாங்கு கிறது. இப்போது பிராணாவை தயார் செய்து ஒரு திசையில் செலுத்த முயலுகிறோம். யோகாவில் பிராணாவும், சித்தா வும் பிரபஞ்ச அறிவான மஹத்திலிருந்து வருகிறது. மஹத் என்பது உலகளாவிய இயற்கையின் அறிவு. கற்களுக்கும் இவை உண்டு. ஒவ்வொரு தழைக்கும் உண்டு. ஒவ்வொரு ஜீவராசியின் ஒவ்வொரு செல்லிலும் உண்டு. எல்லா இடத்திலும் எல்லையற்றும் இருக்கிறது.

இயற்கை அறிவின் மகத்துவம் என்னவென்றால் சுய வெளிப் பாடு. ஆகவேதான், இயற்கை எல்லையில்லாமல்

பலதரப்பட்ட படைப்பாகவும் இருக்கிறது. பிராணா என்பது இந்த அறிவுக்கும் நமக்கும் உள்ள தொடர்பு. இவ்வளவு பெரிய பொக்கிஷம் இருந்தும் நாம் உபயோகிக்காமல் இருக்கிறோம். பணத்தை லாக்கரில் வைத்துவிட்டு லாக்கர் எண்ணை மறந்துவிட்டால் பணம் எடுக்க முடியாது போய் வறுமையில் வாட வேண்டும்.

நம்முடைய மனம் எல்லைகளுக்கு உட்பட்டது. அதன் எல்லைகளுக்குள் வாழ்ந்து கஷ்டப்பட்டுக் கொண்டிருக் கிறோம். எல்லையற்ற பிரபஞ்ச அறிவும் ஒரு தொடர்பின் மூலம் கிடைக்கும். அந்தத் தொடர்புதான் பிராணா. இது நம்மை இயற்கையின் படைப்புக் கொள்கைகளோடு சேர்க்கிறது. பிராணா மூலம் பிரபஞ்சத்தின் அறிவை நம் அறிவோடு சேர்க்கலாம். இதனால் நம் அறிவு, பிரபஞ்சத்தின் ஒளியைப் பெற்றுத் திகழும்.

பிராணாயாமா என்பது சாதாரண மூச்சு அல்ல. ஆழமான மூச்சும் அல்ல. ஒன்றுக்கொன்று முரணான, நீரையும் நெருப்பையும் இணைத்து வலுவான பிரபஞ்ச சக்தியை ஏற்படுத்துவதாகும். நெருப்பு மனத்துக்குச் சமம். நீர் உடலுக்கு சமம். நீர் நெருப்பை அணைத்துவிடும். காற்று நுரையீரல் மூலமாக சென்று நீரை நெருப்பால் பிரபஞ்ச சக்தியாக மாற்றுகிறது. இந்த பிராண சக்தி நரம்பு, ரத்தம் மூலம் ஒவ்வொரு செல்லையும் அடைகிறது.

உடல் என்பது பூமி போல பௌதிக இடத்தை தருகிறது. இடம் என்பது உடல் முழுவதுமான சக்திக்கு பரவலாக அமைகிறது. தண்டுவடம் என்பது நரம்பு மண்டலத்தின் தாங்கும் தசை வடிவம் தருகிறது. முப்பத்து மூன்று முறை முதுகெலும்பை மார்பெலும்புகளின் பக்கம் புலியின் நகம் போல திறந்து மூச்சை நீட்டித்து ஆழப்படுத்துகிறது. இதை நீர் மின்விசைக்கு ஒப்பிடுதல் உதவிகரமாக உள்ளது. தண்ணீர் தேக்கியிருந்தால் சக்தி பிறப்பதில்லை. மூச்சுவிட்டால் தேவைக்கு ஏற்ப சக்தி கிடைக்கிறது. உபரியாக சக்தி இல்லை.

பிராணாயாமத்தின் மூலம் அதிகமான சக்தியை தயார் செய்கிறோம். இறப்பதற்கு முன்னால் முழுமையாக வாழ வேண்டும். நம்முடைய முழு வீரியத்தை அடைய சக்தியைத்

தயாரிக்க வேண்டும். உள்ளார்ந்த மூலத்தை அடைவது மிகவும் கடினமானது. பிராணத்தின் சக்திதான் நம்மை அங்கே எடுத்துச் செல்லும். மூச்சைக் கவனிப்பது பிரக்ஞையில் ஸ்திரத்தை ஏற்படுத்துகிறது. இதுவே ஒருமித்தலுக்கு வழி செய்கிறது. ஒருமித்தல் மூலம் உங்கள் சக்தியை கவனமாக முதலீடு செய்யலாம். ஒருமித்தலின் உச்ச கட்டம் தியானம். மூச்சைப் பாராட்டுவதன் மூலம் நாம் வாழ்க்கையைப் பாராட்டுகிறோம்.

மூச்சின் பரிசு வாழக்கையின் பரிசாகும். நமக்கு பரிசு கிடைத்தால் நன்றிக்கடன் பெறுகிறோம். வாழ்க்கைக்கும் நன்றிக்கடன் செலுத்தி நமக்குத் தெரியாத வாழ்வின் தெய்வீக மூலத்துக்கு நன்றி செலுத்துகிறோம். பிராணாயாமாவால் தியான நிலை ஏற்படுகிறது.

பிராணாயாமத்தில் நான்கு பாகங்கள் உள்ளன. இழுத்தல், நிலைத்தல், விடுதல். நிலைத்தல். இழுத்தல் நீளமாக, ஆழமாக, துல்லியமாக சமமாக இருக்க வேண்டும். சூழலிலிருந்து சக்தி உள் சென்று எல்லா செல்களையும் நிரப்புகிறது. இழுக்கப்பட்ட மூச்சை நிறுத்தலின் மூலம் சக்தி முழுமையாக கிரஹிக்கப்பட்டு ரத்த ஓட்டத்தின் மூலம் உடல் முழுவதும் பரவுகிறது. மூச்சை மெதுவாக வெளிவிடும் போது உள் இருந்த நச்சுகள் எல்லாம் வெளியே வருகின்றன. மூச்சைவிட்டபின் நிறுத்தலின்போது அழுத்தங்கள் எல்லாம் வெளியே வருகின்றன. மனம் அமைதியாக இருக்கிறது. அதிக நேரம் நிறுத்தலினால், பயத்தால் அதிக காற்று உள்ளே செல்லும். இது தன்னிச்சையாக நாம் உயிரைப் பிடித்துக் கொள்ளும் குணத்தைக் காட்டுகிறது.

இழுத்தல் என்பது சுயத்தின் விரிவும், பரவுதலும் ஆகும் (புருஷ்). காதலன் காதலியைத் தழுவுவது போல, இழுத்தலால் எல்லா உறைகளையும் சுயம் தழுவுகிறது. மூச்சுக்கு பிறகு நிறுத்துதல் காதலன் காதலி இணைவதற்கு சமம். விடுதலின் போது சுயம். பிராணாயாமா, உயிரியல் ரீதியிலான மூச்சுப் பயிற்சிக்கு மேம்பட்டது. மூச்சே வாழக்கை யாதலால், மூச்சை நிதானித்து, யோசித்துவிடும் கலை, வாழ்க்கைக்கு நாம் நன்றியோடு அளிக்கும் பிரார்த்தனை யாகும். உள்ளே கவனத்தைச் செலுத்திவிட்டால் வெளிபுலன் களைக் கவனிப்பது இயலாது. பிராணாயாமத்தின்போது

கடையில் என்ன வாங்க வேண்டுமென்பதை நினைக்க முடியாது. பிராணாயாமா புலன்களின் ஈடுபாட்டை நிறுத்து வதாகும். இதனால்தான், அது அமைதியைக் கொடுக்கிறது.

ஆசனா ஆரம்பித்தபின் உங்களுக்கு தன்னம்பிக்கை, ஸ்திரம், சுய உறுதிப்பாடு, ஒளிர்தல், ஆரோக்கியம் ஆகியவை கிடைக்கின்றன. சக்தி என்பது விரும்பத்தக்கதே. இந்தச் சக்தியை செலவிட்டு அனுபவிக்க வேண்டும். ஆனால், யோகா அந்தச் சக்தியை உள்ளே செலுத்தும்படி கூறுகிறது. மூச்சு, உயிரியல் உடலில் வேலை செய்து உடலுக்கும் மனத்துக்கும் பாலமாக அமைகிறது.

உங்கள் மனத்தை கண்ணால் பார்க்க முடியாது. ஆசனாவில் கண்கள் சுறுசுறுப்பாக இருக்க வேண்டும். மூச்சுவிடும்போது காதுகள் கவனமாக இருக்க வேண்டும். மனமே ஓர் அதிர்வுதான். மனத்தின் அதிர்வை காதுதான் கேட்க முடியும். இது உள் செய்தலின் ஊடுருவல். மூளையின் சத்தத்துக்குக் கொண்டு செல்லாமல் மூளை அமைதியாக்குகிறது. மனத்தின் உள்ளாட்சியை நமக்குக் காட்டுகிறது.

பிராணாவில் எதையும் கட்டாயப்படுத்தக்கூடாது. நமக்கு அது எளிமையாகக் கற்பிக்கிறது. மூச்சையும் மேலே உள்ள உள்ளாட்சியையும் மெதுவாகவும் தாஜா செய்து வரவழைக்க வேண்டும். குதிரை, ஆப்பிளை வைத்துக் கொண்டு நின்றால் வந்து விடும். பிராணாயாமத்துக்கு விருப்பத்தின் சக்தி தேவைப்படுகிறது. சாதனையின் விருப்பம்; ஜெயிக்க வேண்டுமென்ற விருப்பம். ஆசனா போல் பிராணாயாமத்தில் பல ரகம் குறைவு. மேலும், உள் நோக்கும் சாதகம் பிராணா யாமம். மூச்சை வலுக்கட்டாயமாகப் பிடிக்கக்கூடாது. மூச்சை இறுக்கினால், உள் காதுகள் கடினமடைந்தால், கண்கள் பளுவானால், எரிச்சல் அடைந்தால், உங்கள் திறமைக்கதிகமாக கட்டாயப்படுத்துவதன் பக்கம் நகருவதை உணருங்கள்.

உடல் பரவல், விரிதல் உணர்ந்தால் மனம் பரவல், விரிதலை உணர்வீர்கள். நரம்புகள் பளுவடைந்தால், மூளை சுருங்கு கிறது. குழந்தை தைரியமாகவும் கவனமாகவும் இருப்பது போல மூச்சும் மூளையும் ஒரே நேரத்தில் செல்ல வேண்டும். மூளை முதலில் நகர்ந்தால் விசையைப் பயன்படுத்துகிறீர்கள்

என்று பொருள். உடலை பொறுத்த வரையில் மேலே செய்தல், பக்கவாட்டில் விரிவடைதல், சுற்றாக நீளுதல், மார்புக்கூடு, நுரையீரல் சுவர் ஆகிய மூன்றும் ஒரு கோப்புக்குள் வருகிறது.

பிராணாயாமத்தின் இயக்கம் மேலே செல்லுதல், பக்க வாட்டில் விரிதல், வட்டமாகப் பரவி எலும்பு கூடு, மார்பு சுவர், நுரையீரல் ஆகியவற்றை நிரப்பும். இழுக்கும் போது மார்பு எலும்பின் தோல் மேலே கீழே செல்ல வேண்டும், வட்டமாகப் பரவினால் நுரையீரல் முழு அளவுக்கும் நிரப்பப்பட்டிருக்கிறது என்று கொள்ளலாம்.

சாதாரண மூச்சில் ரிதம் இல்லை. நாமாக இழுக்கும் மூச்சில் அழுத்தம் உள்ளது. விடுதலில் அழுத்தம் இல்லை. சாதாரண மூச்சு நுரையீரலால் செய்யப்படுவது இல்லை. மூளையும் முழு உடலும் செய்கின்றன. சாதாரண மூச்சில் உடல் முழுவதும் செயல் ஏற்படுகிறது. தசைகள் உப்புகின்றன. வெளிப்படும்போது தசைகள் சுருங்குகின்றன. சாதாரண மூச்சில் முழு உடல் இழுக்கிறது. விடுகிறது.

யோகா மூச்சில் மூளையும் உடலின் வெளிப்புறமும் செயலற்று இருக்கின்றன. நுரையீரல் மட்டும் இயக்கப்படு கிறது. டயாபரம், தொராஸ், ரீபஸ், தசைகள், வயிறு, நுரையீரல் ஆகியவற்றின் செயல்பாடு வித்தியாசமானது. மூச்சு ஏற்கப்படுகிறது. இழுக்கப் படுவதில்லை. மூச்சு என்பது உயிரியல் பகுதி. உடல், மனத்தை இணைக்கும் பகுதியில் இருப்பதால் ரத்தமும், சக்தியும் அளக்கப்பட வேண்டும். இதற்காக மூச்சுப் பகுதி முழுமையாக பயன்படுத்தப்படுகிறது. அதே சமயம் நரம்பு மண்டலம் ஓய்வாக உள்ளது. அந்த மாதிரியான மூச்சு, ரத்தத்தைச் செலுத்தும் இயக்கமாகவே இருக்கும். இதனால் உடலில் அழுத்தம் ஏற்படுகிறது.

பிராணாயாமாவில் மூச்சு துல்லியமாகக் கவனிக்கப்பட்டு மூளையின் மீது எந்த மன அழுத்தமும் வராமல் பார்த்துக் கொள்கிறது. இதை அடைய டயாப்ரம்-ஐ விட வேண்டும். டயாப்ரம் என்பது மன-உடல் உறையின் நடுவில் உள்ளது. அன்றாட வாழ்க்கையில் ஏற்படுகிற அழுத்தங்களைப் பதிவு செய்கிறது. உள் மூச்சிலும் வெளி மூச்சிலும் முழுக

வேண்டும். நிற்றலின்போதும் மூளையின் செல்களுக்கும் அழுத்தம் கொடுக்கக் கூடாது. முக்கிய உறுப்புகளுக்கும், நரம்புகளுக்கும் எந்த அதிர்வும் வராமல் பார்த்துக் கொள்ள வேண்டும்.

நரம்புகள் திரவமயமான செமிகண்டக்டர்கள். நம்முடைய கணினிகள் எவ்வாறு அதிர்வுகளை தாங்கமாட்டாதோ அது போலவேதான் நரம்புகளும். உங்கள் மூளையைப் பழக்க உங்கள் மூச்சைப் பழக்க வேண்டும். வெளி - உள் மூச்சில், வட்டமான சுழற்சியில் நிகழ்காலத்தில் வாழ வேண்டும். அதன் ஓட்டம் முழுமையான, கம்பீரமான ஆற்றைப் போல சலனமில்லாமல் இருக்க வேண்டும். மனமே இழுப்பின் போது மேல்தூக்கி இருந்தால் அது கர்வமான பிராணாயாமம். மனம் கீழே இதயத்தில் இறங்கி இருந்தால் அது எளிமையான பிராணாயாமம்.

பிராணாவை சரியாக விரியோதித்தால் மனிதனைப் பிரபஞ்சத்தின் சக்திகளோடு இணைக்கலாம். இழுப்பு உடலமைப்பிலிருந்து வெளிக்கு விரிவு செய்கிறது. வெளிப்படும்போது மூச்சு மையத்துக்குப் போகிறது. இழுத்தல், வெளிப்புற உணர்வு தருகிறது. விடுதல் மையத்தை நோக்கிச் செல்கிறது. காற்றில் அசையும் இலை போல மனம் மூச்சோடு அசைகிறது. மூச்சைக் கட்டுப்படுத்தி அமைதிப்படுத்தி மனத்தை அமைதி செய்கிறோம். மூச்சை நிறுத்தும் போது ஆத்மாவைப் பிடிக்கிறோம். இழுப்பை நிறுத்தும் போது தெய்வீகத்தை உள்ளே அடக்குகிறீர்கள். இந்த நிலையில் உங்கள் முழு சக்தியையும் அடைகிறீர்கள். இந்த சக்தி சாதாரண சின்ன சக்தியல்ல. மிகவும் தெய்வீக மான சக்தியாகும்.

மூச்சை வெளிவிடும் போது தாராளமாக உங்கள் சக்தியை பிரபஞ்சத்துக்கு அளிக்கிறீர்கள். Expire என்றால் இறத்தல். எது இறக்கிறது என்றால் நான் என்கிற கர்வம், மூச்சுவிட்ட பிறகு நிற்றல். இறத்தலுக்குப் பிறகு மீண்டும் வாழ்க்கை உயிர் பெறுகிறது. கர்வத்தின் பயங்கள் அழிக்கப்பட்டு நான் என்கிற அகந்தையை சூழ்ந்துள்ள மாயை விலகுகிறது. இழுப்பு உடல் முழுவதும் உயிரால் நிரப்பப்படுகிறது. வெளியிடும் போது வாழ்வை மூலத்துக்கே அளிக்கிறது. உடல் அதன் மையத்தை நோக்கி செல்கிறது.

நிற்றலின்போது வலி வந்தால் மூளையில் நிறுத்துகிறீர்கள் என்றாகிறது. நுரையீரலில் அல்ல. இது அகம்பாவமான மூச்சு. நிற்றல் இயற்கையாக இருக்க வேண்டும். இயற்கைச் சக்தி. இயற்கையை மறுத்தால் சக்தியை மறுக்கிறோம். சக்தி, நுரையீரல் மேலே சென்று, உடலை சுத்தம் செய்யும். மனம் துல்லியமாக்கப்படும். கடைசி விடுதலைக்கு மூச்சே மூலம்.

மூச்சு மூலம் மூச்சு யோகிக்கு சக்தி தந்து, அருள் வரும்போது தயார்நிலை தருகிறது. புலன்களிடம் இந்த மனத்தை விடுத்து ஆத்மாவின் மீது உட்கார வைக்கிறது. வெளியிடலுக்குப் பிறகு நிற்றல் மனிதனின் தெய்வீக சக்தியை வெளியிடுகிறது. முழுமையான திண்மை பிரபஞ்சத்தின் சக்தியோடு கலக்கிறது. வெளியிடல், இழுத்தல், யோகியால் தெய்வீகக் கோப்பையை காலி செய்து பிரபஞ்சத்துக்கு சமர்ப்பணம் செய்கிறது. இதனால் யோகியின் தெய்வீக மூலம் உள்ளே போகிறது.

இந்த வகையில் பிராணாயாமம் என்பது பக்தி மார்க்கம். இதுவே யோகாவின் பக்தி, அன்பு, சுய சமர்ப்பணம். பல ஞானிகள் கர்வத்தை அந்த வகையில் அறவே அழித்திருக் கிறார்கள், சுய சமர்ப்பணம் மூலமாக. நவீன உலகத்தில் எல்லோரும் அகம்பாவத்தைப் பெரிதாக நினைக்கிறார்கள். ஆகவேதான் யோகாவின் பயிற்சி சாதகம், கடினமானதாக வும், நீண்டதாகவும் ஆக பிராணாயாமம் என்கிற வாழும் பிரார்த்தனை அவசியமாகிறது. நரம்பு மூலம் மூச்சு, மூச்சு மூலம் மனம், மனத்தின் மூலம் புலன்கள் என்று நம்முடைய புலன்கள் மனத்துக்கு தகவல் தந்து மனத்தை ஆள்கின்றன. கவனமாக இல்லாவிட்டால் கட்டுப்பாடு தளர்ந்துவிடுகிறது. யோகி மனத்தால் புலனை ஆள்கிறார். மூச்சின் மூலம் மனத்தை ஆள்கிறார். இருந்தாலும் மனமும், மூச்சும் கட்டுப் பாட்டில் இருப்பதில்லை. சலனத்தால் பாதிக்கப்பட்டு பதறி அழுத்தமும் தாக்கத் தொடங்குகிறது. இந்த அழுத்தமும் மூச்சைக் குறுக்குகிறது. வயிற்றைக் கட்டிப்போட்டு கவலையாவே சூழ்கிறது. இதுவே நம் மூச்சை நிறுத்தி சக்தியை கொல்கிறது.

அழுத்தம்

வாழ்வதின் அழுத்தம் சாதாரணம் என்றாலும் கலாசார, சொந்த காரணங்களால் அழுத்தம் அதிகமாகி உள்ளது.

எலிப்போட்டி உள்ளே வெறியும் அழுத்தமும் நிறைய கொடுத்துள்ளது. இதனால், உடல் - மனம் புறக்கணிக்கப் பட்டு ஒன்றை ஒன்று எதிர் திசைகளில் இழுக்கின்றன. சக்தி வீணாகிறது. வீணான சக்தியை திரும்பப் பெறுவது எப்படி என்று தெரியவில்லை. இதனால், கவனம் இழந்து அன்பு இழந்து போகிறோம்.

தொழிற்புரட்சியும், ஊரக வளர்ச்சியும் வேகமான வாழ்க்கையை தந்துள்ளது. விஞ்ஞானம் நமக்கு எல்லா வசதி களையும் தந்துள்ளது. ஆனால், நாம் மனத்தை நிறுத்தி சிந்திக்க நேரம் கொடுப்பதில்லை. ஒரு செயலிலிருந்து இன்னொரு செயலுக்குத் தாவுகிறோம். நமது ஒரே நம்பிக்கை வேகம்தான். ஆகவே, உடல் மன ரீதியான நோய்கள் அதிகரிக்கின்றன. வயிற்றெரிச்சல் தொடங்கி ரத்த அழுத்தம், வலி, மன உளைச்சல் ஆகியவை சிடியில் இசை பதிவாவது போல உடலில் பதிந்துவிடுகின்றன.

விலங்குகள் கூட மன நோயால் இறக்கின்றன. அழுத்தத்தை வாழ்க்கையிலிருந்து நீக்க முடியாது. வாழ்க்கையே அழுத்தங்கள் நிறைந்தது. சினிமா போனால் கவலை. படம் பார்ப்பதும் அழுத்தம் தருகிறது. தூக்கத்திலும் அழுத்தம் வருகிறது. ஒரு பக்கத்திலிருந்து மறு பக்கம் திரும்பி திரும்பிப் பார்க்கிறோம்.

தியானத்தில் உட்கார்ந்தாலும் அழுத்தம். தண்டுவடம் தளர்ந்தால் தூக்கம் வருகிறது. தண்டு வடம் நிமிர்த்தினால் அழுத்தம் விடுகிறது. நடத்தல், சாப்பிடுதல், படித்தல் எல்லாமே அழுத்தம். சாகும் வரை அழுத்தம் இல்லாத செயலே இல்லை. அழுத்தத்தை முழுவதும் நீக்க முடியுமா என்ற கேள்வியை விடுத்து எந்த அளவுக்கு அழுத்தம் வருகிறது என்பதைக் கவனிக்க வேண்டும். எந்த அளவுக்கு அழுத்தம் நரம்புகளைப் பாதிக்கிறது என்பதை சமாளிக்க வேண்டும். இயற்கையின் சவால்களுக்கு பதில், சாதகமான அழுத்தம். அது ஆக்கப்பூர்வமானது. நரம்புகளுக்கு கெடுதல் செய்வதில்லை. அதுவே அழிக்கும் நிலைக்குச் சென்றால் எதிர்மறையானது. நம்முடைய குறிக்கோள் என்ன வென்றால், அழுத்தம் வரும்போது அதைச் சமாளிக்க வேண்டும். உடலின் பல்வேறு அமைப்புகளில் பதிவு ஆகாமல் பார்த்துக் கொள்ள வேண்டும். குறிப்பாக,

ஞாபகத்தை பாதிக்காமல் பார்த்துக் கொள்ள வேண்டும். அழுத்தத்தை சமாளிக்க வேண்டுமென்றால் நரம்பு மண்டலத்தை அமைதிப்படுத்தி பலப்படுத்த வேண்டும்.

கண்கள் மூளை அருகில் இருப்பதால் அங்கே அழுத்தம் வந்தால் நரம்புகள் பளு தாங்க முடியாமல் அவதிப்படு கின்றன என்று பொருள். நம்முடைய குறிக்கோள் ஆரோக்கியமாக இருக்கலாம், ஆன்மிகமாக இருக்கலாம். அழுத்தம் என்கிற கெடுதலான அதிர்வுகள் சமாதானப் படுத்தப்பட வேண்டும். இல்லாவிட்டால் யோகாவின் மேல்மட்டத்துக்கோ அல்லது சுமுகமான வாழ்க்கைக்கோ செல்ல முடியாது.

எதிர்மறை அழுத்தத்துக்குக் காரணம் கோபம், பயம், வேகம், பேராசை, போட்டி ஆகியவை. உடல், மனம் மீது கேடு விளைவிக்கிறது. நல்ல காரியம் செய்யும்போது வருகிற அழுத்தம் சாதகமானது. பாதகமானது பேராசையால் வருகிறது. ஆசனா, பிராணாயாமா, அழுத்தத்தை போக்கு வது மட்டுமல்ல, உடலையும் மனத்தையும் பலப்படுத்தி வாழ்க்கையின் பல்வேறு ஆபத்துகளை சமாளிக்க உதவுகிறது. மழை பலமாக பெய்தால் தரையில் தேங்காமல் ஓடிவிடும், தொடர்ந்து பெய்து கொண்டே இருந்தால் சிறிது சிறிதாக தரைக்குள் நிலத்தடி நீராகிறது. அதுவே வாழக்கைக்கும் விவசாயத்துக்கும் உதவுகிறது.

யோகாவில் ஆசனா, தசைகளை நனைக்கிறது. இதன் மூலம் அழுத்தம் உடல் முழுவதும் பரவி கடைசியாக வெளியேறு கிறது. அது போல பிராணாயாமா செய்யும்போது உடல் முழுவதும் சக்தியால் பாய்ச்சப்படுகிறது. நரம்புகள் சுமுகமா கின்றன. மூளை அமைதியாகிறது. ஒரு சுமுகமான அதிர்வின் மூலம் சீரான லயத்தில் எந்த விதமான விசையும் இல்லாமல் கொண்டு செல்ல வேண்டும். நீங்கள் உங்களோடு இணைந்து போய் தியான நிலை வருகிறது.

உள் அமைதி, திருப்தியை யோகா மூலம் பெற்றால் அழுத்தத்தை சமாளிக்கலாம். மூன்று விஷயங்களைச் சமாளிக்க வேண்டும். அழுத்தம், சிதைவு, வேகம். அதற்கான உபகரணங்கள்: யோக சாதகம், நம்மைப் பற்றிய, உலகம் பற்றிய அறிவு, தெய்வ நம்பிக்கை. கடைசியாக, நம் கையில்

எது இல்லையோ அதை இறைவனிடம் விட்டுவிட்டால் கவலையில்லாமல் வாழலாம்.

நவீன வாழ்க்கையின் அழுத்தங்கள் மனிதனைத் தடம்புரள செய்கின்றன. உடல் இறைவனால் ஏற்படுத்தப்பட்ட ஒரு அற்புதம். மில்லியன் கணத்தில் செல்கள் பிறந்து இறக்கின்றன. செல்களுக்கு அறிவு உண்டு. அவை உடலுக்குப் பலம், மனத்துக்கு அமைதி தருகின்றன. உடலின் பல்வேறு அமைப்புகள், மனம் என்கிற கலைஞனால் ஆளுமை செய்யப்பட்டு இயங்குகின்றன.

யோகா உடலில் ஆரம்பித்து மனத்துக்கு செல்கிறது. மனம் நன்றாக பயிரிடப்பட்டால் வாழ்க்கையை அமைதியாக சமாளிக்கலாம். இல்லாவிட்டால் எல்லா அழுத்தங்களும் உடலில் பதிவாகி நோய்களுக்குக் காரணமாகின்றன. தியானம் மூலம் அழுத்தத்தை எடுக்க முடியாது. மூளையை அமைதிப்படுத்தினால் தான் தியானம் செய்ய முடியும். தியானத்தின் மூலமே அழுத்தத்தை நீக்க முடியாது. நாம் மூளையை எப்படி அமைதிப்படுத்துவது என்று கண்டறிந்தால், அழுத்தத்தை நீக்க முடியும்.

அழுத்தம் என்பது நரம்புகள், செல்களைப் பொறுத்தது. கவலை, பதற்றத்தினால் சூடாகிப் போகிற செல்களை அமைதிப்படுத்த வேண்டும். மூளையை ஏற்கும் நிலையில் வைப்பதுதான் யோகாவின் கலை. பலர் தியானத்தால் அழுத்தத்தை நீக்க முடியும் என்று சொல்கிறார்கள். யோகாவில் அழுத்தம் நீக்கப்பட்ட பிறகே தியானம் சாத்தியமாகும். உண்மையான தியானத்தில் அறிவு தேடுபவர் ஒன்றாகிறார்கள். அழுத்தம் நீங்கினால்தான் அந்த நிலையை அடைய முடியும். தியானம் என்பது யோகாவின் முக்கியமான பகுதி. யோகாவின் ஒவ்வொரு இதழிலும் தியானம் இருக்கிறது. ஒவ்வொரு இதழுக்கும் தியானம் அவசியமாகிறது.

தியானம் என்பது மனத்தின் உயர் நிலையாகும். அதற்கு தயாரிப்பு தேவைப்படுகிறது. ஆசனப் பயிற்சி அதற்கு பெரிய உதவி. மூளையை அமைதியாக இரு என்றால் அமைதியாகாது. ஓர் ஆசனா செய்தால் மூளை அமைதி பெறுகிறது. இதுவே யோகாவின் அழகு. ஹாலாசனம் செய்தால் மூளை அமைதி பெறுகிறது. மனம் நொந்துபோனால் சேது பந்த

சர்வாங்காசனம் செய்ய வேண்டும். உடனே,அந்த பிரச்னை சென்றுவிடும். மனத்தைப் பயிரிட யோகா, உடலைப் பயன் படுத்துகிறது. கஷ்டப்படுகிற மனம் பூரித்தால் ஆத்மாவைக் காணலாம்.

கஷ்டப்படும்போது மனத்தின் கவலைகள் எல்லாம் பிரக்ஞையற்ற மனத்துக்குப்போய் அங்கிருந்து இதயத்தில் இறங்குகின்றன. மூளையில் இல்லை. எதிர்காலம் பற்றிய பயம், வாழ்க்கை தேவைகள் பற்றிய கவலை, இருப்பது போய்விடுமோ என்ற கவலை ஆகியவை உலகத்தாரை பெருவாரியாகப் பாதிக்கிறது. இந்தக் கவலைகள், பணம், வீடு, வேலை, நண்பர்கள், சொந்தம், சமூகம் பற்றியவை. புகழ், குடும்பம் ஆகியவையும் கவலைகளைக் கூட்டுகின்றன.

மனிதர்கள் மாற்றத்தைத் தவிர்க்கவே விரும்புகிறார்கள். பழையது பாதுகாப்பு என்றும் புதியது ஆபத்து என்றும் மனம் நினைக்கிறது. தெரிந்தவையே நல்லது என்று அதில் கெட்டியாக ஒட்டிக் கொள்கிறோம். ஆனால், வாழ்க்கை மாறிக் கொண்டே இருக்கிறது. வாழ்க்கையின் ஓட்டத்தை ஏற்க மறுக்கிறோம். சுதந்தரத்தை விரும்பினாலும் தங்களையே பிடித்துக்கொள்கிறோம். வாழ்க்கை நிகழ்ந்து வடிவு பெற நாம் ஒப்புக்கொள்வதில்லை.

சண்டை, எதிர்ப்பு, மோதல், குறைவான புரிதல் வாழ்க்கையின் பகுதிகளாகும். யோகாவின் தீர்வு, இந்த அதிர்வுகளுக்கு நம்மை பலப்படுத்திக் கொள்வது. சாவி மன உளைச்சலை கட்டுப்படுத்துவதில் உள்ளது. பிரக்ஞையான சுயகட்டுப்பாடு பல துயரங்களைத் தவிர்க்கும். நாம் செய்ய வேண்டியதை செய்து விட்டால் வருகிறதை தெம்புடன் சமாளிக்கலாம். நம் முன்னே உள்ள இருமைகள், முரண்பாடுகள் நீக்கப்படும். இதை செய்துவிட்டால் வாழ்க்கை எந்த சவாலைக் கொண்டு வந்தாலும் தைரியமாக பணி புரியலாம். பிராணாயா கோசத்தில்தான் உணர்ச்சிகள் உள்ளன, உணர்ச்சிகளால் மூச்சு பாதிக்கப்படுகிறது. அழும் போது இது தெளிவாகத் தெரியும்.

ஆறு உணர்ச்சிகள்

யோகாவின் மூலமாக ஆறு உணர்ச்சிகளை கட்டுப்படுத்து கிறோம். காமம், கர்வம், பிடிவாதம், கோபம், வெறுப்பு,

பேராசை ஆகியவை. மேற்கத்திய மனவியல் நிபுணர்கள், இவற்றை எதிர்மறை உணர்ச்சிகள் என்கிறார்கள். பெரிய பாவம் என்றும் சொல்கிறார்கள். இவை ஆன்மிக வளர்ச்சியின் எதிரிகள். இந்த உணர்ச்சிகளை கலை வடிவில் புரிந்துகொண்டு களைய முற்பட வேண்டும். மதங்களெல்லாம் இந்த உணர்ச்சிகளை நாம் விட வேண்டும் என்று சொல்கின்றன. ஆனால், நம்மால் முடிவதில்லை. அமுக்கினால் அவை மேலும் பலப்படுகின்றன.

ஜார்ஜ் ஸ்டீவென்சன், நீராவி கெட்டில் மூடியைத் தள்ளும் போது அதன் விசையைக் கண்டார். யோகா என்பது அந்த விசையை நல்ல வழிகளில் பயன்படுத்துவது. ஜார்ஜ் ஸ்டீவென்சன் அந்த சக்தியின் மூலம் நீராவி என்ஜினைக் கண்டுபிடித்தார். போர் என்பது ஒரு விதமான ராஜ தந்திரம். போர் என்பது கர்வம், பேராசை ஆகியவற்றின் உருவகம்.

உணர்ச்சிகள் உடல், மனம் என்கிற இடைவெளியில் உள்ளன. நம்முடைய தொடர்பெல்லாம் உணர்ச்சிகள் மூலமே. அறிவின் மூலம் உணர்ச்சிகள், எண்ணங்களை அல்ல, நம் நடத்தையைப் பாதிக்கின்றன. உணர்ச்சிகள் இதயத்தை மட்டுமல்ல, எதை நாம் மதிக்கிறோம் என்பதைக் காட்டுகிறது. வாழ்க்கை பரிமாற்றத்தில் உள்ளது. இதில் ஏதாவது சரியாக நடக்கவில்லை என்றால் தகராறு தொடங்கிவிடுகிறது.

உணர்ச்சிகளைப் புரிந்துகொள்ள அவற்றில் அகம்பாவத்தின் பங்களிப்பு எவ்வளவு என்பது புரிந்து கொள்ளப்பட வேண்டும். உணர்ச்சிகளின் தடுமாற்றத்தில் மக்கள் அங்கும் இங்குமாக ஓடுகிறார்கள். யோகா இந்த உணர்ச்சியின் குளத்திலிருந்து தப்பிக்க வழி சொல்கிறது. நாம் உணர்ச்சிகளை எப்படி கட்டுப்படுத்துவது என்பதைக் கற்றுக் கொடுக்கிறது. ஆதலால்தான், உணர்ச்சிகள் நம்மைக் கட்டுப்படுத்த முடியாது. இதன் மூலம், அவற்றைப் பதமாக்கி நம்முடைய சூழலின் தலைவர்களாக இருக்க முடியும்.

நம்முடைய பயத்துக்கு நம்முடைய உடலை நண்பனாக்கிக் கொள்ள வேண்டும், தடங்கலாக அல்ல. அது போல உணர்ச்சிகளையும் அறிவையும் தெய்வீகத்துக்காக தயார் செய்ய வேண்டும். அவை நம் எல்லோருக்கும் வருவதால்

அதை மனத்தின் நோயாக, மனித வாழ்க்கையின் யதார்த்தமாகக் கருத வேண்டும்.

வெப்ப நாடுகளில் மலேரியா வருவது இயற்கை. மனிதனுக்கும் மலேரியா வந்தால் அவன் கெட்டவன் அல்ல. கொசு வெப்ப நாடுகளில் இயற்கையாக உள்ளது. வெப்ப நாடுகளில் வாழ்க்கைக்கான வாய்ப்பு இருப்பதால் மக்கள் அங்கே போகிறார்கள். இதில் யார் தவறும் இல்லை. பிரச்னையைத் தீர்க்க வழி காண வேண்டும்.

உங்கள் கார் குளிர் காலத்தில் ஓடாது. இந்த நேரத்தில் குளிர்ந்து விடுகிறது. இரவில் ஒரு டார்பாலின் போட்டால் காலையில் என்ஜின் உடனே இயங்கிவிடும். முன் யோசனை இருந்தால் பிரச்னைகளைத் தீர்க்கலாம். அது உணர்ச்சி களையும் கவனமாகத் தீர்க்க வேண்டும். நாம் பிரச்சினை களைத் தீர்த்து தீர்வோடு வாழ வேண்டும். மேற்கே அறிவின் மூலமாக, உணர்ச்சிகளை சமாளிக்க முயலுகிறார்கள். ஆனால், உணர்ச்சிகளை அதன் வழியிலேயே புரிந்து கொள்ள வேண்டும்.

உணர்ச்சிகள் உயிரியல் பகுதியில் உள்ளன. நம்முடைய சாதகமான உணர்ச்சிகள் உடலில் உள்ளன. ஆரோக்கியமான உடலே நமக்கு மோட்சம் கொடுக்கும். குழந்தைகள் உடல் ஆரோக்கியமாக இருப்பதால் வெகுளியாக உள்ளார்கள். நொந்து போன உறுப்புகள் கெட்ட பழக்கங்களைக் கொடுக் கின்றன. உணர்ச்சிகள் உடலில் உள்ளன. அங்கேயே அவை இருப்பதில்லை. ஞாபகத்தை தாக்கி அங்கே குடிபுகுந்து விடுகின்றன.

நாய்களுக்கும் கோபம் வரும். என் பாஸை எனக்குப் பிடிக்க வில்லை என்பதை அவை ஞாபகத்தில் வைப்பதில்லை. நாம் கோபப்படுவதோடு நிற்காமல், அதை ஞாபகத்தில் ஏற்றி, பிறகு மனத்தின் கட்டமைப்போடு கலந்துவிடுகிறோம். நாய்கள் அந்த மாதிரி தூண்டுதல் இல்லாமல் கோபப்படுவ தில்லை. நம்மைப் பொறுத்தவரையில் எந்தத் தூண்டுதலும் இல்லாமல் நிரந்தரமாக கோபம் மனத்தின் ஒரு பகுதியாகி விடுகிறது. நம்முடைய பாஸ் உல்லாசமாக இருந்தாலும் நாம் அவரை வெறுத்துக் கொண்டு இருக்கிறோம். இதனால் அவருக்கு ஒரு கெடுதலும் இல்லை. நம்முடைய மனம்,

உடல் நச்சாகிவிடுகிறது. நம்முடைய முக்கிய சக்திகளை நாசமாக்குகிறது.

அப்படியொரு செலவு செய்ய நாம் அவ்வளவு பணக்காரர் களல்ல. நம்முடைய உணர்ச்சிகள் கெட்டுப்போய் நமக்கு பெரிய சுமையாகிவிடுகின்றன. உணர்ச்சிகளை அடிமை யாக்கி நம்முடைய சக்தியை இழக்கிறோம். உணர்ச்சிகள் உறுப்புகளை, மூச்சை மனத்தைப் பாதிக்கின்றன. இந்த உணர்ச்சிகளை கட்பீலிங் (Gut feeling) என்கிறார்கள்.

ஆரோக்கிய நிலையில் இருந்தால் அவை அப்படியே சென்றுவிடும். ஆனால், அவை ஞாபகத்தில் இறங்கும்போது நிரந்தரமாக கெட்ட மூட் ஆகிவிடுகிறது. நாளடைவில் குறுகிப் போய் சூரியனை மறைக்கும் மேகமாகிறது. இந்த நச்சுகளினால் உண்மையை நாம் பார்க்க முடியாமல் போகிறது. நாய், நீங்கள் போகும் போது சோகமாக இருக் கிறது. ஆனால், திரும்பும்போது சந்தோஷமாகிவிடுகிறது.

சாதாரணமாக, வாழ்க்கையில் பலவிதமான அழுத்தங்கள் நம்மைப் பாதிக்கின்றன. ஆறு விதமான உணர்ச்சிகளை நன்றாகப் புரிந்து கொண்டால் நம்மை அடிப்படையாக மாற்றிக் கொள்ள முடியும்.

காமம்

காமம் என்பது மனத்தை சிதறவிடுகிறது. ஆனால், காமமே ஜனப் பெருக்கத்தின் காரணமாக உள்ளது. குடும்பத்தை கட்டிப்போடுகிற கயிறாக உள்ளது. காமத்தின் அதிருப்தியே திருமண முறிவுக்குக் காரணமாக உள்ளன. பொறுமையாக சகிப்போடு இருந்தால்தான் நல்லது. காமத்தைத் தாண்டி ஏற்படுகிற பாசமே திருமணத்தை நிலைநிறுத்துகிறது. தெய்வீகமான அன்பு, சொந்தத்தை அன்பு மூலம் மெருகு ஏற்றி ஆத்மாவை நோக்கி செல்கிறது. ஒன்று சரியில்லை என்று இன்னொன்றைத் தேடுகிறது. திருப்தி இல்லா விட்டால் மனம் சலனம் அடைகிறது. இதில் கலாசார வேறுபாடுகள் உள்ளன. எதில் தொடங்குகிறீர்களோ அதோடு நிற்பது நல்லது.

மனம் சிதறினால் ஒரு பெண்ணுடன் இருப்பது கடினம். ஆனால், ஒரு பெண் மூலம் எல்லாவற்றையும் அடையலாம்.

நம்பிக்கை இருந்தால் ஒருவரையொருவர் மட்டுமல்லாது அனைத்துலகையும் பார்க்க முடியும்.

மூச்சு இதயத்தை நோக்கி வெளியேறும்போது, இதயத்தின் ஆசைகள் சுத்தம் செய்யப்பட்டு உணர்ச்சிகளும் சுத்தம் செய்யப்படுகின்றன. தனி நபரைத் தாண்டி செல்கிற அன்பு ஆத்மாவைத் தரிசித்து கடவுளை காணும் வழி அமைக்கிறது. காமம் காதலோடு இணைந்தால் திருமணத்தின் முக்கியமான அம்சமாகிறது, திருமணத்தில் இணையும் இருவருமே யோகா பயிற்சி செய்தால் பலன் அதிகமாகும். அப்போதுதான் திருமணம் பலமாக இருக்கும்.

இயற்கை உலகில் எல்லாமே புனிதமானது. அகம்பாவம் வந்தால் வெறிவந்து இன்பம் தொலைந்து போகிறது. கட்டுப்படுத்தாமல் அதிகாரம் இல்லாமல், காமம் காதலோடு இணைந்தால் பரவசம் என்கிற நிரந்தரமான நிலைக்கு உடலும் மனமும் இணைகிறது. யோகாவில் அது போல காமமும் அன்பும் இணைய வேண்டும். அதற்கான பக்குவத்தை வளர விடவேண்டும். மன அமைதி இருந்தால் உடலும் அமைதி பெறும். காமம் அதைத் தாங்கி தெய்வீக நிலை அடைய வாய்ப்பளிக்கிறது.

கர்வம்

அஹம்பாவம் உணர்ச்சிகளோடு கலந்தால் பெரிய பிரச்னைகள் உருவாகின்றன. கர்வமில்லாமல் அந்தஸ்தைப் பெருக்கலாம். கர்வமில்லாமல் சாதனையில் பெருமை கொள்ளலாம். பெருமையை, அஹம்பாவத்தோடு கலக்கவிடக் கூடாது. அதை நமக்குக் கிடைத்த அன்பளிப்பாக எடுத்துக்கொள்ள வேண்டும்.

பிடிவாதம் என்பது ஒரு தீவிரவாதம். நம்முடைய நம்பிக்கையை மற்றவர் மேலே திணிக்கக் கூடாது. அதுதான் கர்வம், அகம்பாவம். யோகத்தின் வழி கடினமானது. அது கேட்கிற உறுதி தீவிரவாதம் போல மற்றவர்க்கு தோன்றும். உறுதி வேறு. கர்வம் வேறு. இவை, உறுதியோடு உழைத்தால் வரும். கர்வத்தை விட்டு செயலில் கவனம் வைத்தால் மனம் எப்போதும் அமைதியாகவே இருக்கும்.

கோபம்

கட்டுங்கடங்காத கோபத்தை நாம் பார்த்திருக்கிறோம். கணவன் மனைவி படுக்கை அறையில் சத்தம் போடுகிறார் கள். தெருவில் ஓட்டுநர்கள் கத்துகிறார்கள். நெருப்பு மாதிரி எரியும்போது கோபத்தைக் கட்டுப்படுத்த முடியாது. நெருப்பு அணைந்த பிறகும் புகை இருந்துகொண்டே இருக்கும். கோபத்தில் இருக்கும்போது நாம் நினைக்காத வார்த்தை களை அள்ளி வீசுகிறோம். வருத்தம் தொடர்ந்து நமக்கு ஏற்பட்ட காயத்தை மறக்க முடியாமல் இருக்கிறோம். இந்த கோபம் அஹம்பாவத்திலிருந்து வருகிறது. ஒரு கார் ஓவர் டேக் செய்தால் பயங்கரமாக கோபம் வருகிறது. என்னை அவர் இழிவுபடுத்திவிட்டார் என்று மனம் நொந்துபோகிறது.

யோகா செய்யச் செய்ய அமைதி கிடைக்கிறது. அஹம் பாவத்தை வெளியேற அனுமதி கொடுக்கிறோம். வாழ்க்கை தனிப்பட்டதல்ல என்பதை உணர்கிறோம். ஓவர்டேக் செய்ததன் காரணம் நம்மை அவமதிப்பதற்காக அல்ல. அந்த நடவடிக்கை நம்மோடு சம்மந்தப்பட்டதல்ல. மனம் அமைதிப்படும்போது அவன் ஒரு இடியட் என்று திட்டுவதை நிறுத்திவிடுகிறோம். பாவம், ஆஸ்பத்திரிக்கு அவசரமாகப் போகிறான் என்று நினைக்கத் தொடங்குகிறோம். மேற்கு நாட்டில் எல்லாவற்றையும் சொந்த அவமதிப்பாகக் கருதி தெருவிலேயே கோபமாக சுட்டுக்கொள்ளும் அளவுக்கு போகிறது.

வெறுப்பு

வெறுப்பும் அதன் சொந்தங்களும் பதஞ்சலி சொல்லும் கடைசி உணர்ச்சி தடுமாறல்கள். சேதப்படுத்தும் தன்மையு டைய வெறுப்பு, எல்லா இடத்திலும் வன்முறையாகவும் போராகவும் மாறுகிறது. நம்முடைய வாழ்க்கையிலும் இருக்கிறது. நாம் மற்றவர்க்கு கெடுதல் நினைக்கும்போது மற்றவர் மேல் பொறாமைப்படும் போது அவர்களுக்கு குறைவாக இருந்தால் நமக்கு அதிகமாகத் தெரிகிறது.

ஒரு சன்யாசி ஒரு விவசாயியிடம், என்ன வரம் வேண்டும் என்று கேட்கிறார். அதற்கு அவன், என்னுடைய அண்டை வீட்டுக்காரரின் மாடு இறக்க வேண்டும் என்கிறான். சில குடும்பங்களில் சகோதரர் ஒருவரை ஒருவர்

வெறுக்கிறார்கள். பெற்றோர்களின் அன்பே சில சமயங்களில் சேதம் செய்கிறது. நம்முடைய அறிவை உணர்ச்சிகளோடு பயன்படுத்த வேண்டும். வெறுப்பு போன்ற தீங்கைத் தருகிற, பாதகமான உணர்ச்சிகளைத் தவிர்த்தால் நல்லது. வெறுப்பு என்பதே அழிவுச் செயல்தான். மனத்தில் அமைதியை அழித்து கொந்தளிப்பு தர ஆரம்பிக்கிறது. அறிவு பூர்வமான அறிவுரை என்றுமே அன்போடு தர இயலும். வெறுப்பு என்பது எப்போதும் கெடுதல் தரக்கூடியது.

பேராசை

வாழ விரும்புவது இயற்கை. வாசனை, காட்சிகள், சுவை, நிறம், மனித அனுபவம். இவை எல்லாவற்றையும் கட்டுப்படுத்த வேண்டும். தரம்தான் முக்கியம், அளவு மட்டுமல்ல. வாழ்க்கையின் சாரத்தை உறிஞ்ச வேண்டும், ரோஜாவின் வாசனையை நுகர்வது போல துல்லியமாகவும், ஆழமாகவும். பசி என்பது வரப்பிரசாதம். பேராசை பாவம். விரயம் என்பது குற்றம். நாம் உணவு, சக்தி, காலம், வாழ்க்கை ஆகியவற்றை விரயம் செய்கிறோம். சேர்த்து சேர்த்து அதிகாரம் பெற விரும்புகிறோம்.

நமக்கு கிடைக்க வேண்டியதைவிட அதிகமாக விரும்புகிறோம். எல்லையுள்ள உலகில் எல்லையில்லா திருப்தியை நாடுகிறோம். அதிகம் பணம் இருந்தால் வாழ்க்கையை நீட்டிக்க முடியுமா? சட்டி முழுவதும் உள்ள சாப்பாட்டை இறந்த பிறகு சாப்பிட முடியுமா? இவற்றுக்கெல்லாம் வில்லன் அகம்பாவம்.

அதிகமே நல்லது என்று நினைக்கிறது. பேராசையினால் உலகம் எப்படி கஷ்டப்படுகிறது என்பது நன்றாகத் தெரிகிறது. ஆனால், சொந்த வாழ்க்கையில் பேராசையின் பொல்லாத்தனம் அவ்வளவு சுலபமாக தெரிவதில்லை. நாம் பேராசைப்படும்போது நமக்கு திருப்தி ஏற்படுவதில்லை. நமக்கு பத்தாது என்ற பயம் எப்போதும் இருக்கிறது. அதனால் கஞ்சர்கள் ஆகிவிடுகிறோம். நம் செல்வத்தை உணர்ந்து தாராளமாகக் கொடுக்காமல் பணக்காரப் பிச்சைக்காரர்கள் ஆகிவிடுகிறோம். மீண்டும் மீண்டும் கேட்டுக் கொண்டே இருக்கிறோம்.

யோகாவில் நம் தேவைகளைக் குறைத்துக் கொள்கிறோம். நம்முடைய புனிதத்தை காட்டுவதற்காக அல்ல. நாம் ஒரு கவளம் உணவிலேயே வாழ முடியும். நாம் தேவைகளை குறைத்தால் ஆசைகளைக் குறைக்கலாம். திருப்தியை அதிகப்படுத்தலாம். இதன் மூலம் நம்முடைய பேராசை குறைகிறது. ஒருவனுக்கு ஒரு சாப்பாடு குறைச்சல். அதுவே மற்றவனுக்கு விருந்து. வாழ்க்கை அதுபோலத்தான். வாழ்க்கை மீது குறைந்த தேவைகளை வைக்கும்போது அதன் தாராளம் புலனாகிவிடுகிறது. நமக்கு பற்றாது என்ற பயத்தினால் பேராசை வருகிறது. யோகா மூலம் அந்தப் பயத்தை எடுத்தால் வாழ்க்கையின் வள்ளல் தன்மையை உணர முடியும்.

வாழ்க்கை அனுபவம்

வாழ்க்கையை அனுபவிக்க வேண்டாமென்று யோகா சொல்லவில்லை. மலரின் வாசத்தை நன்றாக நுகர வேண்டும். யோகா தளைக்கு எதிரானது. தளை என்பது ஒரு குறிப்பிட்ட கோட்டுக்குள் அடைபடுகிற நடவடிக்கை. அதிலிருந்து விடுபடுவது கடினம். திரும்பத் திரும்பச் செய்தால் போர் அடிக்கிறது. அதுவே துன்பமாகிவிடுகிறது.

புதுமை, தனிமை, உண்மை ஆகிய மூன்றையும் தக்க வைக்க வேண்டும். ஈகோ மீது கவனமாக இருக்க வேண்டும். மூச்சை நிலைப்படுத்தும் போது பேச்சு, உணர்தல், கேட்டல் கட்டுப்படுத்தப்படுகிறது. பிரக்ஞை இப்போது காமம், வெறுப்பு, பேராசை, கர்வம், பொறாமை ஆகியவற்றி லிருந்து விடுபடுகிறது. பிராணமும் பிரக்ஞையும் நிறுத்தலில் ஒன்றாகிறது. பிரக்ஞை மூச்சோடு ஊசலாடுகிறது. நிறுத்தலின் போது ஆசையிலிருந்து விடுபடுகிறோம்.

பதஞ்சலி, மன உளைச்சலைத் தீர்ப்பதற்கும் முக்தியின் பாதையில் வரும் மற்ற தடங்கல்களைக் களைவதற்கும் வழி சொல்கிறார். உள் போராட்டங்களை அளவிடும் தன்மை யில்லாவிட்டால் வெல்ல முடியாது.

மாயை அல்லது மன உளைச்சலைக் களைய அமைதியின் ஆறு கம்பிகளைப் பயன்படுத்த வேண்டும். அவை, அறிந்து பார்த்தல், காரணித்தல், செயல்பாடு, பற்றாமை, நம்பிக்கை,

தைரியம். எது வெறும் உணர்ச்சி, எது ஆன்மிக மயமான ஆனந்தம் என்று அறிய வேண்டும். பயிற்சி செய்து அவற்றைப் பெற வேண்டும். பற்றாமை அவசியம். செயலுக்குத் தவம் தேவை. அதாவது சுத்தப்படுத்துகிற நெருப்பான செயல்பாடு. தவம் என்பது யோகாவின் எட்டு அங்கங்கள் மூலமாக மனத்தைக் கட்டுப்படுத்துவது. இந்தச் செயல் நம்பிக்கை, தைரியம் இல்லாமல் முழுமை பெறாது.

புத்தகங்கள் படிக்க வேண்டும். நம்முடைய நடத்தையையும் ஆராய வேண்டும். உறுதியும், தியானமும் வேண்டும். தெளிவும், அமைதியும் பெற வேண்டுமானால் பிராணா யாமத்துக்காக அமைதிப்படுத்தும் சக்தியைப் பெற வேண்டும். நம்முடைய குறைகளைக் களைய தொடர்ந்து பிராணாயாமா செய்ய வேண்டும். யோக அறிவு செயல் பாட்டுக்கு மாற்று அல்ல. நம்முள்ளே பிரச்னை இருப்பதால் தீர்வுகளும் அங்குதான் உள்ளன.

நம்முடைய மனத்தை சரி செய்ய பதஞ்சலி பல வழிகளைச் சொல்கிறார். இந்தக் குறைகளை மருந்து போல் தோல் மீது தேய்க்க வேண்டும். மெதுவாக தோல், சதை, நரம்பு ஆகியவற்றைத் தாண்டி உள்சென்று அங்கே உற்ற வலியை நீக்குகிறது. மன உளைச்சலைக் களைய பதஞ்சலி சொல்வது: சந்தோஷமாக, சுய நலமில்லாமல் இருந்தால் தடங்கல் நீங்கும். கருமித்தனமாகவும், குறை கண்டுபிடிப்புமாக இருந் தால் தடங்கல்கள் அதிகமாகும். மன அமைதி வேண்டு மென்றால் வெளி உலகம் பற்றிய நம் நடத்தையை மாற்றிக் கொள்ள வேண்டும். இது நம்முடைய நன்மைக்காகவே. சில அணுகுமுறைகள் மனத்தைக் குணப்படுத்துகின்றன. இதன் மூலம் மனம் பயிராகி யோகாவின் முன்னேற்றம் சுமுகமாகப் போகும்.

ஆரோக்கிய குணங்கள்

★ நட்பு - யார் சந்தோஷமாக இருக்கிறார்களோ அவர்களோடு நட்பு கொள்ளுதல்.

★ கருணை - சோகத்தில் இருப்பவர்களோடு பரிவு காட்டுதல்.

★ நல்லவர்கள் நடத்தை கண்டு இன்புறுதல்.

★ கெட்ட நடத்தை பற்றி கவலைப்படாமல் இருத்தல்.

மேற்சொன்னவை எளிதாக இருக்கலாம். உண்மையில் அவை துல்லியமானவை. ஆழமானவை. மன உளைச்சல் என்பது இயற்கையாக ஏற்படும் குறைகள். அக்குறைகளால் நம்முடைய சக்தியை இழக்கிறோம். சக்தியை நாம் உள்ளே இழுக்க வேண்டும். உத்திகள் மூலம் ஏற்படுத்த வேண்டும்.

உண்மையில் நாம் சக்தியை சல்லடை போல கீழே விடு கிறோம். எப்போது நாம் மற்றவர் சந்தோஷம் கண்டு பொறாமைப்படுகிறோமோ அப்போது சக்தி விரயமாகிறது. பொறாமை, எரிச்சல் ஒரு மனிதனைத் தார்மீக அடிப்படையில் மட்டுமல்ல, சக்தியின் அடிப்படையிலும் குறைக்கின்றன. உங்களை அப்படியே கசக்குகிறது, சுருக்குகிறது. மற்றவர் நலனில் பூரிப்பது உலகத்தின் வளங்களில் பங்கு பெறுவ தாகும். நம்முடைய அளவற்றலில் மூழ்கிகொண்டால் கப் நிறைகிறது. அளவற்றல் குறைவதில்லை.

சூரிய அஸ்தமனத்தின் அழகை ரசித்தால் உங்களுக்கு நிறைவு. சூரியனின் அழகு அப்படியே குறைவற்று உள்ளது. நீங்கள் மற்றவர் சந்தோஷத்தில் ஆத்திரப்படும்போது, உங்களிடம் உள்ள கொஞ்ச நஞ்ச சந்தோஷமும் போய்விடும். மற்றவர் குறைகண்டு அவர்களை வசைபாடும் போது, அவர்கள் துயரத்தால் மேல் நிலை அடையும்போது, ஆபத்தான விளையாட்டு விளையாடுகிறீர்கள்.

இறைவன் அருள் இல்லாவிட்டால் நான் நாசமாகிவிடுவேன் என்ற போக்குடன் இருக்க வேண்டும். இல்லாவிடில் கீழே விழுவது நிச்சயம். மேலும், மற்றவரைக் குறை சொல்வதால் நம் சக்தி வீணாகிறது. உங்கள் மனம் இரும்புக்கூடாகி விடும். மற்றவரும் திருந்தப் போவதில்லை. கஷ்டப்படுபவர் மீது காட்டப்படும் அன்பு, பரிவு மட்டுமல்ல. மேலெழுந்த வாரியான பரிவால் நாம் நல்லவர் என்ற சுய ஆனந்தம் மட்டுமே கிட்டும். செயல் இல்லாத பரிவு வெறும் சுய ஆனந்தம் மட்டுமே. பரிவு என்பது நல்ல குணம். அன்பும் அப்படித்தான். இம்மாதிரி மென்மையான குணங்கள்தான் நல்லவர் எனற மகிழ்ச்சி தருகிறது. ஆனால், அவை பலமற்றவை. நாம் பிச்சைக்காரனுக்கு காசு போடும் போது நாம் நல்லவர் என்ற எண்ணம் வருகிறது. வளம், நலம் நமக்கு

இருக்கிறது என்ற மாயை வருகிறது. உணர்ச்சி என்பது கண்டறியும் கருவியாகப் பயன்பட வேண்டும். நம்முடைய கர்வத்தின் கண்ணாடியாக ஆகக் கூடாது. உண்மையான பரிவு பலமானது. நான் எப்படி உதவி செய்ய முடியும் என்கிற தயார் நிலை நமக்கு வருகிறது.

மதர் தெரசாவின் பரிவு செயல் வடிவாக உருப்பெற்று இருக்கிறவர்க்கும், இல்லாதவர்க்கும் உதவிக் கரமாக அமைந்தது. நல்ல உணர்ச்சிகள் குணமாகாது. குணம் என்பது தைரியம், தார்மீகம், துன்பத்தின் போது முயற்சிவிடாமை. எளியோரை வலியோரிடமிருந்து பாதுகாத்தல் - கையைப் பிசைந்து கொண்டு நிற்பதல்ல.

பரிவு என்பது எல்லோரும் ஒன்று என்பதை உணர்தல். இது பலமானது. நடைமுறையானது. மற்றவர் குணம் நமக்கு வசையல்ல. நமக்கு அது எடுத்துக்காட்டு. ஒருவர் வெற்றிக்குப் பிறகும் தாழ்மையாக இருத்தல், போட்டியாளர் களிடம் தாராள குணம் காட்டுதல், அம்மாதிரி நல்ல நடத்தை நமக்கும் விருந்தாக அமைகிறது. அம்மாதிரியான குணப் படுத்தும் தன்மைகள் வைரம் போன்றவை. நம்முடைய மனத்துக்கும் அருள் தருவதாகும். இதற்கு பிராணாயாமா (மூச்சுப் பயிற்சி) நமக்கு உதவும்.

மூச்சுவிட்ட பிறகு நிறுத்தல், மனத்துக்கு உணர்ச்சிகளுக்கு அமைதியைக் கொண்டுவருகிறது. மூச்சு வெளியிடல், மூளையைக் காலி செய்து, அகங்காரத்தை அமைதிப்படுத்தி, அடக்கத்துக்கு கொண்டுவருகிறது. மூளையைக் காலி செய்யும் போது, அங்கே உள்ள நச்சுப் பொருள்களையும் காலி செய்கிறீர்கள். மூச்சை வெளியிட்டு நிறுத்தினால் கோபம், ஆத்திரம், பொறாமை ஆகியவை வெளியேறு கின்றன.

மூச்சு விடல் என்பது புனிதமான சரணடைதல், சுய விடுதல் ஆகும். இதன் மூலம் சுயத்தை மாசுபடுத்தும் மாசுகளை தோல்வி, கர்வம், பலவீனம் மற்றும் பல எதிர்மறைகளை மனசாட்சியின் ஒட்டு மொத்தமான தடங்கல்களைக் களை கிறோம். அகங்காரம் விழும்போது அவையும் அதோடு சேர்ந்து விழுந்து விடுகின்றன. ஆனால் , அவை திரும்பி வரும். ஞாபகத்தில் உள்ள அமைதி அவைகளை அடைய

முடியும் என்கிற நம்பிக்கை கொடுக்கும். அவை நிரந்தர மானவை அல்ல; களையக்கூடிய மாசுகளே என்றும் தெரியவரும். மனத்தின் பல மாசுகளை தாங்கிக் கொண்டு அவை அங்கே மேலும் விஷமாகி, ஒரு பெரிய குப்பைத் தொட்டியாக மனத்தை மாற்றிவிடுகின்றன. நம்முடைய குணத்தின் ஒரு அங்கமாகவும் நிலை பெறுகின்றன.

எக்கோ விடலில் மூலம் எல்லா நச்சுக்களையும் களைய முடியும். மெதுவாக முழுமையாக விட வேண்டும். மறுபடியும் விடவேண்டும். கொசுறு கொஞ்சம் உள்ளது. அந்தக் கொசுறில் எல்லா மாசுகளும் அடங்கியுள்ளன. மறுபடியும் விடும் போது எல்லா மாசும் போய்விடும். மனம் முழுமையான அமைதியை அனுபவிக்கும். மூச்சை இழுக்கும் போது மனத்தில் நிரம்பிய ஆக்க சக்தியை பரம்பொருளுக்கு படையலைத் தருகிறோம். விடலில் தெய்வீகமான சூன்யத்தை அனுபவிக்கிறோம். அது ஒரு சாவு. ஆனால், வாழ்க்கையின் முடிவல்ல. மூச்சை மெதுவாக விடுங்கள். நிறுத்தி பிறகு வெளியிடுங்கள். பொதுவாக யாராவது பதட்டப்பட்டால் ஆழ்ந்த மூச்சு எடுங்கள் என்கிறோம். ஆழமான மூச்சு எடுத்தால் முழுமையாக மூச்சை விடமுடியும்.

பதஞ்சலி சொல்லும் இன்னொரு முறை: ஒரு பொருள் மீது தியானம் செய்ய வேண்டும். இது யோகாவின் குணப்படுத்தும் தியானமாகும். நோயில் கஷ்டப்படும்போது நல்ல புத்தகம் படித்தால் சிதறிய மனம் ஒன்றாகும். யோகா எல்லா நோய்களும் மனத்தில் ஏற்படுகிறது என்று சொல்கிறது. சுய பயிரிடல், சுய மூழ்குதலின் மூலமே வரமுடியும். சிதறலைக் குணப்படுத்தி முழுமையாக உள் மூழ்குதல் பெற வேண்டும்.

துயரமில்லாத உள்ளொளி மீது தியானம் செய்யலாம். மிகவும் நோய்வாய்பட்டவர்க்கு தானாகவே அத்தகைய தியானம் வர வாய்ப்பிருக்கிறது. நாம் எங்கே போகிறோம் என்பது தெளிவானால் கொடிய நோயும் தீர வழி காண முடியும். இன்னுமொரு உபாயம், தெய்வீகமான ஒளி பெற்ற முனீஸ்வரர்கள் மீது கவனம் செலுத்துதல். மேற்கத்திய கலாசாரப்படி நோய் வரும்போது முனிவர்களை நாடுவது வித்தியாசமாக இருக்கலாம். ஆனால், அங்கேயும் நவீன மருத்துவம் வருவதற்கு முன்னால் பிரார்த்தனை மற்றும் லூர்துவில் உள்ள செயின்ட் பெர்னாடெட்டை நோய்

வாய்ப்பட்டவர் நாடினர். கலாசார மரபுகள் வேறு பட்டாலும் உலகம் தழுவிய ஞானம் இங்கே உள்ளது.

நாம் விரும்புகிற குணங்களைக் கொண்ட ஞானிகள் மீது நாம் தியானிக்கும் போது நமக்கும் அதே நல்ல குணங்கள் கிடைக்கும். கடைசியில் விழிக்கும் நிலையில் கவலை யில்லாத நல்ல தூக்கத்தை ஞாபகப்படுத்திக் கொள்வது, இவையெல்லாம் தன்னிச்சையான தூண்டுதல்கள். நம்மை விட அமைதியான நிலையை நினைக்கும்போது நம் மனம் அந்த மனத்தோடு நேர் ஆனால் நமக்கும் அதே அமைதி கிடைக்கும்.

பிரத்யஹாரா

அஹத்தை பின்வாங்கி, நம்மை துன்பப்படுத்துகிற உணர்வுகளிடமிருந்து பிரிந்து, குணம் தருகிற சிறப்புகளோடு சேர்ந்து நம் இதயத்தை அமைதிப்படுத்தினால் வாழ்க்கையின் ஏற்ற இறக்கங்களிடமிருந்து விடுபடுகிறோம். இம்மாதிரி யான பின்வாங்கலுக்குப் பெயர் பிரத்யஹாரா. இதற்கு முன்னர், பிராணாயாமா என்கிற யோகாவின் நாலாவது இதழைப் பார்த்தோம்.

பிராணாயாமா சக்தியை உற்பத்தி செய்கிறது. உடலை சுத்தம் செய்கிறது. உறுப்புகள், செயல்கள் ஆகியவற்றை ஆறு உணர்ச்சி வருடல்களை சரி செய்கிறது. கவனம் உள்ளே செல்லும்போது வெளி உலகைப் பொறுத்தமட்டில் புலன்கள் செயல் இழக்கின்றன. நாம் ஏதாவது கட்டுரையை மும்முரமாக எழுதிக் கொண்டிருந்தால் தெருவில் நடக்கும் செப்பனிடும் பணிகள் நமக்குத் தெரியாது. ஆசனா மூலம் உடலில் உள்ளதை பார்க்கிறோம். பிராணாயாமா மூலம் வெளி உலக ஈடுபாட்டிலிருந்து புலன்களை விடுவிக் கிறோம். இதனால் பிரக்ஞையும், சக்தியும் உள்ளே முதலீடு செய்யப்படுகிறது.

இது அலுவலகத்தில் படுபிஸியாக இருப்பதன் நேர்மாறான அனுபவம். யோகாவின் ஐந்தாவது இதழான பிரத்யஹாரா பிராணாயாமத்தின் தீவிரமான தொடர்ச்சியாகும். வியர்வை மூலம் தீவிர முயற்சி ஊடுருவல் அதிகமாக உள்ளது. பிராணா யாமா முலம் ஊடுருவல் பலமடைகிறது. பிரத்யாஹாரா

யோக வழியில் ஒரு அச்சு. இதன் மூலம் கிடைத்த சக்தியை வைராக்கியத்தின் முலம் சமன் செய்கிறோம். பயிற்சி சென்ட்ரிஃபுகல் விசை தயாரிக்கிறது. இது சுழலும், விரிவடையும் சக்தி. இந்தச் சக்தி கட்டுப்பாட்டின் எல்லையைத் தாண்டும்போது சிக்கல் தொடங்குகிறது. ராணுவப் பயிற்சி அது மாதிரியே வேலை செய்கிறது. சிப்பாய்களும் மாலுமிகளும் கரையில் இருக்கும்போது கட்டுப்பாட்டைத் தாண்டுகிறார்கள. ராணுவக் கட்டுப்பாடும் கௌரவமும் அவர்களுக்கு பாதுகாப்பு. அதுபோல பற்றாமை, யோகப்பயிற்சியாளர்களுக்கு அரண். அது உள்நோக்கும் விசை. குறிக்கோளோடு எல்லா பலங்களையும் கருவை நோக்கி செலுத்துகிறது. தன்னிச்சையான கட்டுப் பாடு பிரத்யஹாராவின் குறிக்கோள்.

யோகப் பயிற்சியாளரின் அதிகமான பலம், வெளி உலகின் ஈர்ப்பினால் வீணாகும் வாய்ப்பை பிரத்யஹாரா தடுக்கிறது. பிரத்யஹாரா வெளியுலகம் நோக்கி புலன்கள் ஈர்க்கப்படு வதால் ஏற்படும் உளைச்சலிலிருந்து விலகி நிற்கிறது. ஒரு ஆமை தன் உறுப்புகளை உள்ளே இழுப்பது போல, மழை பெய்கிறது என்பதோடு யோகி ஆசை மதிப்பீடு இல்லாமல் விட்டுவிட வேண்டும்.

நாம் சாலையில் நடக்கும்போது பலவற்றைப் பார்க்கிறோம். காரைப் பார்ததால் பலவிதமான சிந்தனை எழுகிறது. அழகானது, சொகுசானது, பெரியது, விலை உயர்ந்தது என கார் பற்றி மதிப்பீடுகள் எழுந்து கொண்டேயிருககும். கிராமப்புறம் போனால் அமைதி, அழகு என்றெல்லாம் மனம் வானத்துக்கும் பெயர்களைச் சொல்லத் தோன்றும். மாமரம், புளிய மரம், பலா மரம் என்று மரங்களை மனம் பட்டிய லிடும். வெளி உலகில் காண்கிற எல்லாவற்றையும் மனம் சிந்திக்கிறது. இதனால் இயற்கையான வரவேற்பை இழந்துவிடுகிறோம்.

நம்முடைய கண்கள் கடுமையாகவும், மின்னுவதாகவும், பார்ப்பதையெல்லாம் அடைய வேண்டும் என்கிற அடங்காத ஆசை கொண்டுள்ளதாகவும் உள்ளது. எல்லாவற்றையும் விளக்கி, மதிப்பிட்டு, நுகர்ந்து கட்டுப்படுத்த வேண்டு மென்ற தீராத ஆசை, வாழ்க்கையின் வாசனை, சுவை, அழகை கெடுத்துவிடுகிறது. நம்முடைய புலன்களை

உள்வாங்கி, கூச்சல் போடுகிற மனத்தை அடக்குவது இன்பத்தை கொல்கிற மாதிரி தோன்றுகிறது. ஆனால், அம்மாதிரியான உள்வாங்குதல், வாழ்க்கையின் சுவையை தூய்மையாக, நிர்மூலமாக, குழந்தையின் வெகுளித் தனத்தோடு அனுபவிக்க வழி செய்கிறது.

பிரத்யஹாராவின் குறிக்கோள், மனத்தின் கூச்சலை அடக்கி, ஒரு நிலை அடைவதுதான். புலன்கள் நச்சரித்துக் கொண்டே யிருந்தால் சுயத்தை தேடும் முயற்சிக்கு வழி இல்லாமல் போகிறது. அது பொறுமையான பற்றுவிடலை அடைவதற் கான பயிற்சி. ஆசை வந்தவுடன் அதை பூர்த்தி செய்துவிட வேண்டும் என்கிறார்கள். அது தவறானதென்று நமக்குத் தெரியும். ஆனால், ஆசையை அடக்கினாலும் அது போய் விடுவதில்லை.

பலர், தாங்கள் சுயக் கட்டுப்பாடு உள்ளவர் என்று நினைக் கிறார்கள். இது மாயை. கெடுதல் போனால் நல்லது வந்து விடாது. குணம் என்பது இதயத்தில் உள்ளது. அது சுத்தமாக இருக்க வேண்டும். வயதாக ஆக கெடுதல் நினைப்பதைக் குறைக்கலாம். ஆனால், கெட்ட சிந்தனை குறைவதில்லை. போர்களைத் தொடுப்பவர் வயதானவர். போரிடுபவர் இளைஞர்கள். ஹிமாலயா சென்றாலும் ஆசை போகாது. தனிமையில் ஆசை பூர்த்தியாகாது. ஆனாலும் ஆசை உள்ளே இருந்து கொண்டேயிருக்கும்.

கிறித்தவ முனிவர் அந்தோணி, எகிப்திய பாலைவனத்தில் பெரிய ஆசைகளுக்கு உட்பட்டார். அவை அவரை துன்புறுத்தின. இந்தக் கடுமையினால் ஆசையின் வேரைக் கண்டார். இம்மாதிரியான தீவிர துறவறம் இந்தியாவிலும் காணப்பட்டது. மேலே மேலே போகப்போக விழுதலும் கடினமாகிறது. தவத்தின் உயர் நிலையைக் கண்டவர்களுக்கு, தெய்வீகமான ஆசைகளும் வந்தால் ஆச்சரியப்படக்கூடாது. அதன் மேல் ஒட்டுதலும் கூடாது. சங்குகள் எளிதாக பாட்டை விடாது. வெற்றியை நெருங்கும் போது போர் கடினமாகிறது.

புலன்கள் பேராசைகளால் ஜீரணப் பிரச்னையை அடை கின்றன. ஆகவே, விரதம் இருந்து அவற்றைப் புதுப்பிக்க வேண்டும். இதன் மூலம், புலன்களைப் பழக்கி, அவற்றின் உள்ளார்ந்த குணங்களை செப்பனிடுகிறோம். தீவிரமில்லாத

தால் பிணைப்பு கிடையாது. மெதுவாக புலன்கள் உள் சென்று மூச்சின் உதவியினால் மனத்தை அடக்கி யோகியை ஒரு நிலைக்கும் தியானத்துக்கும் தயார் செய்கிறது.

உள் இழுத்தல் என்றால் உள்ளே செல்லல். வெடிப்பு அல்ல. விரிந்த ரோஜா மூடி மொட்டாவது போல், பிரத்யஹாரா பதமாக அமைதிக்கு அழைத்துச் செல்கிறது. இதனால் மூச்சு மிகவும் முக்கியமானதாகிறது. பிரக்ஞையும் வலுவான சக்தியும் ஒட்டியே இருக்கின்றன. பிரக்ஞை ஒருமித்து இருந்தால், எங்கே மூச்சின் சக்தியை செலுத்துகிறீர்களோ அங்கே பிரக்ஞை செல்கிறது.

பிரக்ஞை இரண்டு விசைகளால் உந்தப்படுகிறது. சக்தி (மூச்சு), ஆசை (வாசனை). எந்த சக்தி வலுவாக இருக்கிறதோ அங்கே செல்கிறது. மூச்சு மேல் நோக்கி இருந்தால் ஆசைகள் கட்டுப்படுத்தப்பட்டு, மனம் அமைதியாகிறது. ஆசையின் சக்தி மேல் நோக்கினால் மூச்சு, சமன் இழந்து, மனம் பதட்டமடை கிறது. ஆசனா செய்யும்போது அளவும் சமனும் கவனத்துக்கு வருகின்றன. இதனால் சுய அறிவு பெறுகிறோம்.

தெய்வ அறிவு, சுய அறிவில்லாமல் வராது. பயிற்சி என்பது சோதனைக்கூடம். பயிற்சிமுறைகள் மேலும் மேலும் துல்லியமாகவும் உள் செலுத்தும்படியாகவும் இருக்க வேண்டும். ஆசனாவாலும் பிராணாயாமத்தாலும், உடல் அறிவு வெளியே செல்ல வேண்டும். புலன்கள், மனம், அறிவு உள்ளே செலுத்தப்பட வேண்டும்.

பிரத்யஹாராவில் தவமும் (நீண்ட பயிற்சி) சுய அறிவும் கலக்கின்றன. சுய அறிவு நூல்கள், ஆசான் மூலம் தொடங்கு கின்றன. ஆசனா, பிராணாயாமா மூலம் செயலில் உள்ள வித்தியாசங்களைத் துல்லியமாக சமன் செய்தல் முடிகிறது. இதுவே ஆழ்ந்த சுய கலாசாரம். பிறகு, மனத்தையே கவனித்து அதன் இயக்கங்களைக் கவனித்து, கடைசியாக அமைதிப்படுத்துவது. இந்த நேரத்தில் அஹம் (Ego) தலை தூக்கி மனத்தைக் கெடுக்க வாய்ப்பிருக்கிறது. சில சமயம் அஹம் விஸ்வரூபம் எடுக்கக்கூடும்.

யோகாவின் அடுத்த இதழான ஒரு நிலை (தாரணா) அறிவை ஞானமாக மாற்றும். வாழ்க்கை பரிமாறுதல் மூலம் நடைபெறுகிறது. உழைப்பு, பணம், சரக்கு, உணர்ச்சிகள்,

அன்பு ஆகியவை எப்போதும் பரிமாறப்பட்டுக் கொண்டே யிருக்கின்றன. நம்முள்ளே இதே பரிமாற்றம் நடைபெறு கிறது. இதை பின் வழங்கல் முறை அல்லது வடிவ ஊடுருவல் என்கிறோம். உடலின் பல பகுதிகள் ஒன்றாக இணைதல் என்று இதைச் சொல்லலாம். ஒன்றுக்கு இன்னொன்று சார்பு வழங்கி பல் வடிவு சார்பு நிலை ஏற்படுகிறது.

உடல் சக்தியால், மனத்தால் ஊடுருவப்படுகிறது. உண்ணும் உணவு, குடிக்கும் தண்ணீர், சுவாசிக்கும் காற்று ஆகியவை எல்லா வடிவங்களுக்கும் போய்ச் சேர்கின்றன.கல்லீரலை உணவு கொடுத்து போஷிக்கிறோம். அதே போல பிராணாவை நீட்டி, சுருக்கி கவிழ்க்கும் போது கல்லீரல் போஷிக்கப்படுகிறது. மனது அங்கே சென்றாலொழிய புதுப்பிக்கும் பணி செவ்வனே நடைபெறாது. மனத்தைக் குறி யிட்டு செயல்படும் போது ரத்த ஓட்டத்தின் வழி மாறுகிறது. பிராணாவின் மூலம் ரத்தத்தின் ரசாயனத்தையும் மாற்ற முடியும். ஆகவே, ஆசனா உடலை மட்டும் பாதிக்கவில்லை. உடல், மூச்சு, மன கோசங்கள் ஆகியவையும் முழுமையாகப் பாதிக்கப்படுகின்றன.

யோகா சக்தியைப் படித்து அதை நம்முடைய பரிணாம வளர்ச்சிக்குப் பயன்படுத்தலாம். ஆசனா, உடலின் வழிகளை சுத்தம் செய்து, மூச்சு தடங்கல் இல்லாமல் இயங்க வழி செய்கிறது. நரம்புகள் இறுக்கத்தால் நாசமாகி, தடுக்கப்பட்டு இருந்தால் மூச்சு எப்படி உடலில் சுழல முடியும்? ஆசனா, பிராணாயாமா உடல், மனத்தின் சுவர்களை நீக்கி இருளை யும், அறியாமையையும் நீக்குகிறது.

ஆசனாதான் சிறப்புக்கு வழி செய்கிறது. உள் உடலில் இறுக்கத்தையும், கருமையையும் உடைக்கிறது. இதன் மூலம் மூச்சு லயமாகி, மெதுவாகி, ஆழமாகி, சுமுகமாகிறது. பிறகு, பிராணாயாமம் மூளையைத் தெளிவாக்கி, சுமுகமாக்கி, காரணத்துக்கும், தெளிவுக்கும் வழிவகுத்து தியானத்தை நோக்கி இட்டுச் செல்கிறது. தொடர்ந்து பிராணாயாமம் செய்வதன் மூலம் பயத்தையும் மரண பயத்தையும் வெல்லலாம்.

மூளையில் கவலை இருந்தால் அது சுருங்கி விடும். மூளை ரிலாக்ஸ் ஆகும் போது, காலியாகும் போது, பயம், ஆசை

போய் விடும். எதிர்காலத்திலும், கடந்த காலத்திலும் அல்லாமல் நிகழ்காலத்தில் வசிக்கத் தொடங்குகிறது மூளை. ஆசை, பயம் போடுகிற தளைகளிலிருந்து விடுபட்டால் விடுதலை கிடைக்கிறது. விடுதலை வந்தால் கவலை இல்லை. பதட்டம் இல்லை. இதனால் நரம்புகள் மீது எந்தப் பளுவும் இல்லை. இதன் மூலம் பிரக்ஞையற்ற மனத்தின் மீதுள்ள பளுவும் குறைகிறது. நரம்புகளின் உள் மண்டலத்திலிருந்து கவலையை நீக்கி அவற்றை விடுதலை பெறச் செய்கிறோம்.

பிரத்யஹாரா பார்க்கும் போது விடுதலை நமக்கு விருப்பத்தை கொடுக்கிறது. முன்போலவே புலன்களில் விசைகளுக்கும் நுகர்வுக்கும் ஆளாகலாம் அல்லது உள்ளே சென்று நம்முடைய துல்லியமான சக்திகள் முலம் சுயத்தை நாடலாம். பிரத்யஹாரா மூலம் இறையின் நிரந்தரமான அருள் பெறலாம். ஆத்மாவுக்கு வயது கிடையாது, சாவு கிடையாது. உடல் தான் சாகிறது. ஆனால், நம் வாழ்வு வளர, உடல் என்னும் பூங்காவை நன்றாக வைத்துக்கொள்ள வேண்டும்.

உடல் மூலம் கிடைக்கிற சக்தியும் ஆரோக்கியமும்தான் நல்ல மனத்தைத் தர முடியும். பிராணா என்பது பிரபஞ்சத்தின் உயிர் சக்தி. நம்முள்ளே இருக்கிற ஆத்மாவுக்கு மூச்சு அவ சியம். ஆத்மா, மூச்சு பிறக்கும்போது உடன் வருகின்றன. இறக்கும் போது பிரிகின்றன. அவைதான் வாழ்வின் ஆதாரம். ஆதாரம் நிவர்த்தியாகும்போது வாழ்க்கை ஒளிர ஆரம்பிக் கிறது. எல்லோரும் நல்ல வாழ்க்கை வாழலாம் என்பதுதான் யோகாவின் குறிக்கோள்.

4

மனம்

உள் அமைதி, விடுதலை இவை இரண்டையும் மனம், பிரக்ஞை ஆகியவற்றைப் புரிந்து கொள்ளாமல் அடைய முடியாது. நல்ல நடத்தை, கெட்ட நடத்தை இரண்டுமே சிந்தனையைப் பொறுத்தது. சிந்திக்கும் விதத்தைப் புரிந்து கொண்டால் மனவியலின் ரகசியங்கள் தெரியவரும். இம்மாதிரியான அறிதல், புரிதல் மூலம் நம்முடைய விடுதலையின் கதவுகள் திறக்கும். மாயையின் திரை விலகி, தெளிவு கிடைத்து, ஞானமயமான, பிரகாசமான நாள் நமக்கு விடியும்.

மனம், பிரக்ஞையை ஆய்வு செய்வதே யோகாவின் இதயமாகும். மனம், பிரக்ஞை நம் இருக்கையின் எல்லா மட்டத்திலும் இருக்கிறது. மனம் துல்லியமானதால் யோகாவின் அடிப்படையில் மூன்றாவது உறையில் இருக்கிறது. யோகி மன உடல், அறிவு உடல் இரண்டுக்கும் உள்ள வித்தியாசம் அறிகிறான்.

மன உடலில் சிந்தனைகளும், அறிவு உடலில் பகுத்தறிவும் இருக்கின்றன என்பது யோகாவின் கொள்கை. இப்போது மனம் பற்றி ஆராய்வோம்.

மூளை, ஞாபகம், அஹங்காரம், புலன்கள் ஆகியவை ஒன்றாக இயங்குகின்றன. யோகா பகுத்தறிவை இவ்வாறு விவரிக்கிறது. சுய பிரக்ஞையோடு, தகவல் பகுத்தறிவுடன் இயக்கப் (Work) பிடிமானத்தோடு செயல்படுவது. அம்மாதிரியான அறிவின் மூலம், மாற்றம் துவக்கி, வழக்கமான நடத்தையிலிருந்து விடுபட்டு, மெதுவாக வெளிச்சம், விடுதலை நோக்கி முன்னேறுகிறோம்.

அறிவு பெறுவதற்கு முன்னால் அறிவில்லாமல் இருப்பதற்கு என்ன காரணமென்று அறிய வேண்டும். யோக சூத்திரத்தில் பதஞ்சலி, மனத்தின் செயல்பாட்டை விளக்குவதே நோக்கம் என்கிறார். யோகாவில் தத்துவம், செயல் சேர்ந்தே இருக் கிறது. யோகா என்பது செயல். செயல் என்ன? மனத்தின் அலைகளை நிறுத்துவது. யோகாவின் ஒவ்வொரு பகுதியும் இந்தக் கஷ்டமான வேலையை செய்வதே. அதை முடித்தால் யோகாவின் பழம் நம் கையில் கிட்டும் என்று சொல்கிறார் பதஞ்சலி.

யோகாவின் முதல் வகுப்பில் தொடங்கும் தடாசனா விலிருந்து அந்தப் பணி ஆரம்பிக்கிறது. முயற்சி செய்து, துல்லியமாக்கி ஆரம்பப் பயிற்சியிலிருந்து ஊடுருவி, உடல், மூச்சு யுத்திகள் மூலம் பதஞ்சலியின் குறிக்கோளை அடைய முடியும். கோட்பாட்டைப் புரிந்து கொள்வது அவசியம். ஆனால், அதுவே செயல்பாடாகாது. கட்டடக் கலை திட்டமே கட்டடம் ஆகிவிடாது. ஆனால், கட்டடம் அமை வதற்கு அது உதவுகிறது. அதுபோல, கோட்பாடு, செயல் பாடு இரண்டுமே ஒன்று சேர வேண்டும்.

யோகாவில் மனம், பிரக்ஞையின் வெளித்தகடாக இருக் கிறது. உடலின் ரத்தம், மூச்சு மண்டலத்துக்குப் போர்வை யாக, எலும்பும் தசையும் இருப்பதுபோல் மனம், பிரக்ஞை யின் வெளி ஓடாக இருக்கிறது. பிரக்ஞை என்பது நினைவு.

வெளியிலும் உள்ளேயும் பிரக்ஞையை ஒரு ஏரிக்கு ஒப்பிட லாம். ஏரி தெளிவாக இருக்கும்போது வெளி உலகத்தைப் பிரதிபலிக்கிறது. உள்ளே உள்ள கீழ் மட்டத்தையும் பார்க்க லாம். அது போல, மனம் வெளி உலகைக் காட்டும். அமைதி யாக இருக்கும்போது ஆத்மாவைக் காட்டும். ஆனால், ஏரியில் மாசுபட்டால் என்ன ஆகும் என்று நமக்குத் தெரியும்.

ஏரியை சுத்தமாக வைத்திருப்பதுபோல், எண்ண அலை களைச் சுத்தப்படுத்தி நம் பிரக்ஞையின் பதற்றத்தைக் குறைப்பதே யோகாவின் வேலையாகும்.

மனத்தின் அலைகள் எப்படி இருக்கும்? ஏரியின் மேலேயுள்ள சிற்றலைகள், ஆழத்தில் உள்ள பேரலைகள் (Current) போலத்தான். நமக்கெல்லாம் தெரியும், எண்ண அலைகள் எவ்வாறு நம்மை கலக்குகின்றன என்று. நம்முடைய ஆசை, பொறாமை, சந்தேகம், பயம் ஆகியவை பிரக்ஞையிலிருந்து மேலே வந்துகொண்டே உள்ளன. எண்ணங்கள் எல்லாம் அலைகள். அதுபோலவே தூக்கம், பகுத்தறிவு, அறியாமை ஆகிய பல சக்திகள், மனமென்ற ஏரியை கலக்கிக்கொண்டும், குழப்பிக்கொண்டும் இருக்கின்றன. ஆதலால், ஏரியை தெளிவுபடுத்துவது மிகவும் கடினமான வேலை.

பிரக்ஞை என்னவென்று தெரிந்துகொண்டு அதன் பாகங் களைத் தனித்தனியாகப் புரிந்துகொண்டால் தீர்வு கிடைப்பது சாத்தியமாகும். ஒரு புத்தகக் கடைக்குப் போனால் சுய முன்னேற்றம், கவலையில்லாத வாழ்க்கை என்பது பற்றி ஏராளமான புத்தகங்கள் கிடைக்கலாம். ஆனால், மனம் அடிப்படையில் எத்தகையது, அதை எப்படி ஆள்வது என்பது பற்றி நமக்கு அதிகம் தகவல் கிடைக்காது.

ஒரு கார் பற்றிய புத்தகம், கியர், ஸ்டியரிங், கதவு, சக்கரம் ஆகியவற்றைப் பற்றி விரிவாக சொல்லிவிட்டு என்ஜின் பற்றி ஒரு தகவலும் தரவில்லையென்றால் அது பயனுள்ள தாக இருக்காது. கார் ரிப்பேர் என்றால் கேரேஜுக்கு எடுத்துச் செல்லலாம். மனம் ரிப்பேர் என்றால் மனவியல் நிபுணரிடம் செல்லலாம். கடைசியில் நாமாகவே மனத்தை சரி செய்ய முடிந்தால் நமக்கு நன்மை.

நம்முடைய வேதனைகளுக்கெல்லாம் காரணமாகிற மன உளைச்சல்களுக்கும் யோகா பல வழிகளைத் தருகிறது. அதற்குமுன் யோக தத்துவத்தின் பிரக்ஞை விளக்கத்தை அறிய வேண்டும். தத்துவம் என்றால் அறிவின் மீது ஆசை. தத்துவம் என்பது கடினமாக இருக்க வேண்டும் என்ற அவசியமில்லை. யோகாவின் தத்துவம் நேராக, நடைமுறை யாக, தற்போதுள்ள சூழலுக்குப் பயனுள்ளதாக இருக்க வேண்டும்.

யோகாவின் தத்துவப்படி பிரக்ஞையை மூன்று பாகமாகப் பிரிக்கலாம். அவை மனம், அஹம், புத்தி. மனம் வெளியில் இருப்பது. கவனத்தில் எப்போதும் இருந்து கொண்டே யிருக்கும். நல்லது கெட்டது எதுவென்று தெரியாத புத்தி, அதை முடிவு செய்யும். இது இரண்டாவது. மூன்றாவது அஹம். அஹம் நான் என்பதன் உருவம். நமக்கு அடையாளம் தருவது. இதுவே உண்மையான சுயம் அல்ல. இது எல்லா வற்றையும் விரும்பும், தனக்கு என்று சேர்த்து வைக்கும்.

பிரக்ஞையில் எந்தப் பகுதி செயல்படுகிறதோ அது விரிவடையும். யோகா இந்த மூன்று பகுதிகளுக்கும் இடையே உள்ள உறவை விளக்குகிறது. மேலும், வெளி உலகோடு தொடர்புகொள்ளும்போது அவை எவ்வாறு இயங்குகின்றன என்பதையும் விளக்குகிறது. இந்தத் தொடர்பின்போது முன்பு நிர்ணயம் செய்யப்பட்ட முறையிலேயே இந்த மூன்று பகுதிகளும் செயல்படு கின்றன. பழைய கோலத்தையே வெவ்வேறு வடிவத்தில் பார்க்கும் போது எல்லாம் பழசு என்றே தோன்றுகிறது. மனிதன் மாறவே மாட்டான் என்ற அலுப்பும் வருகிறது. அந்த நாட்களில் கல்லால் கொன்றார்கள். இந்த நாளில் அணு ஆயுதக் கொலை நடக்கிறது. தொடர்ந்த வன்முறை இருக் கிறது. மனிதனின் சாமர்த்தியம் வளர்ந்து இருக்கிறது. ஞானம், தெளிவு அதே நிலையில்தான் உள்ளது. குட்டை யான குழம்பு அப்படியேதான் இருக்கிறது. தெளிவான பார்வை துர்லபமாகவே இருக்கிறது. குட்டையைத் தெளிவு படுத்த முடியுமா என்றே சந்தேகம் வந்த வண்ணம் உள்ளது.

இருந்தாலும் கடந்த காலம் என்ற சிறையிலிருந்து விடுபட வாய்ப்பு இருக்கிறது. நமக்கு நாமே பயிற்சி கொடுத்து எதிர்வினையைத் தடுத்து, பழைய வடிவங்களை நிறுத்தி புதியவை வருவதற்கு முயற்சி செய்ய வேண்டும். இத்தகைய விடிவும் தெளிவும் தான் யோகாவின் வழி. இந்தப் பரிணாம வழியின் மூலம் நமக்கு வேண்டியதைப் பெற்று வேண்டா ததைத் தவிர்க்கலாம். எது வேண்டியது எது வேண்டாதது என்பதைப் புரிந்துகொள்ள வேண்டும்.

பொதுவாகவே நன்மை பயக்கும் வினைகள் கடினமாகவே உள்ளன. தவம் என்றால், அத்தகைய கடினமான காரியத்தை

பல்லைக் கடித்துக் கொண்டு செய்யத்தான் வேண்டும். டெஸ் கார்ட்ஸ் சொன்னார், நாம் விரும்பியதை செய்தால் மட்டுமே சந்தோஷம் வராது. எது தேவையோ அதையும் செய்ய வேண்டும். உங்கள் காரை சரி செய்ய வேண்டுமென்றால் அதன் பாகங்களை அறிய வேண்டும். அது போல மனத்தின் பாகங்களை அறிந்து ஒன்றொன்றாக ஆராய வேண்டும்.

யோகா தத்துவம், பிரக்ஞையை மூன்று பகுதிகளாகப் பிரிக்கிறது. பரிணாம வளர்ச்சியின் அம்சம் இது. நாம் பரிணாம வளர்ச்சியைக் கண்டு வியக்கிறோம். மீனின் கண்கள், தவளையின் உருமாற்றம், பறவையின் சிறகு, பறவை வாலில் ரேடார், கடைசியாக நம்முடைய மொழி வளர்ச்சி ஆகியவையும் பரிணாம வளர்ச்சியே. அது போலவே பிரக்ஞை மூன்று பகுதியாக உள்ளது, மனம், அஹம், புத்தி என்று. மனம் எண்ணங்களுக்கு, அனுபவங் களுக்கு பல செயல்பாட்டின் மூலம் பொருள் தருகிறது. அஹம் நமக்கு அடையாளம். கடைசியாக புத்தி எல்லா வற்றையும் பகுத்தறிவு செய்து நிர்ணயம் செய்யும் குணத்தை மனிதனுக்குத் தருகிறது. இந்த மூன்று பகுதிகளையும் ஆராய்ந்து, நம் பிரக்ஞையை நம் பிடியில் இருந்து படைக்க வேண்டும். அப்போது வாழ்க்கையை இயக்கி அனுபவிக்க லாம். சுய நிர்ணயமும் நம் விதி என்பதால்,யோகா சுய நிர்ணயம் தந்து நமது விடுதலைக்கு வித்திடுகிறது.

யோகாவில் மனம் பௌதிகமானதும், துல்லியமானதும் கூட. இது உடலை முழுவதுமாக மூட போர்வை தருகிறது. மூளை, நரம்பு மண்டலம், ஐந்து புலன்கள் (பார்வை, முகர்தல், தொடுதல், கேட்டல், சுவைத்தல்) ஆகியவை மூலம் தகவல் பெறுகிறது. கைகள், கால்கள், நாக்கு, செக்ஸ் உறுப்புகள், குழல் ஆகியவை மூலம் செயல்படுகிறது.

மனம் மேற்சொன்ன எல்லா இயக்கங்களையும் கட்டுப்பாடு செய்கிறது. ஆகவே, மனத்தை பதினோராவது புலன் என்கிறார்கள். மனம் உணர்கிறது. செயல்படுகிறது. மனம் தகவலை சேர்த்து பாகுபாடு செய்கிறது. ஒரு கணினியில் உள்ள CPU போல, மனம் புற உலகோடு தொடர்பு கொண்ட வண்ணம் உள்ளது. மனத்தின் எந்திரம் மூலம் இசை வல்லமை, கணித மேதைத்தனம், தொழில் திறன், வரையும்

திறன் என சில மனிதர்களுக்கு திறமைகள் சமனில்லாமல் கொடுக்கப்பட்டுள்ளன.

திறமை, பயிற்சியின் மூலம் முன்னேறலாம். ஆனால், எவ்வளவு பயிற்சி செய்தாலும் ஒரு சாதாரண வயலின் வாசிப்பவர், யஹீதி மெனுயின் ஆகமுடியாது. இந்தத் திறமைகள் மூளையில் உள்ளன. விபத்துகள், தலையில் அடி, நோய் மூப்பு ஆகியவை மூலம் பழுதடைகின்றன. மனம் என்ன செய்கிறது? நம்முடன் இறந்துவிடுகிறது. மனம் மூலம், உலகம் நமக்குப் புலனாகிறது. புலன்கள் உணர் கின்றன. மனம் சிந்திக்கிறது. அவற்றின் பலம், ஆரோக்கி யத்தைப் பொறுத்து நாம் வாழ்க்கையின் அர்ப்பணிப்பை அனுபவிக்கிறோம்.

எல்லாவற்றுக்கும் மேலாக மனம் சாமர்த்தியமானது. குரங்கு போல் சிந்தனை விட்டு சிந்தனை தாவிக் கொண்டேயிருக்கும். இந்தச் சிந்தனை சொந்தமானது, புறநோக்கு உள்ளது, சுறுசுறுப்பானது, அழிந்து போகக்கூடியது. மனம் பாகுபாடு செய்து கொண்டேயிருக்கும். ஆனால், தேர்வு செய்யாது.

ஞாபகம் என்பது மனத்தின் ஒரு பகுதி. அனுபவங்கள், உணர்வுகள் ஞாபகத்தில் சேமிக்கப்பட்டு பிரக்ஞையின் அங்கமாகின்றன. இதன் மூலம், நாம் தேர்வுகள் செய் கிறோம். எனக்கு நீலம், ஆரஞ்சு, பச்சை சட்டை பிடிக்கும். நான் மிகவும் விரும்புவது சிகப்பு. நுகர்வோர் தேர்வு ஒரு விருப்பமே.

தேர்வு என்பது நமக்கு சுதந்தரம் என்கிற மாயையைத்தான் தருகிறது. நுகர வேண்டும் என்ற விருப்பம் செய்தாகி விட்டது. மனமே அதைப் பகுத்தறிய முடியும். இந்தச் சட்டை வாங்க காசு இருக்கிறதா? இந்தச் சட்டை தேவையா, சட்டை வாங்குவதா வேண்டாமா? என்று மனம் பகுத்தறிகிறது. மனம் பார்த்தல், நுகர்தல், தொடுதல், கேட்டல், சுவைத்தல் ஆகிய உணர்வுகளை உணர்கிறது.

மனத்தில் ஞாபகம் இல்லாவிட்டால் சக்தி இழந்து விடும். ஒரு குழந்தையிடம், சிகப்பை எடு என்றால், ஞாபகத்தில் உள்ள சிகப்போடு அது ஒப்பிட்டுப் பார்க்கிறது. இதற்கு வரலாற்று ரீதியான காரணம் உள்ளது. மனம் கூர்மையாக இருந்தாலும்

மந்தமாக இருந்தாலும் ஒரு கருவியைப் பயன்படுத்துகிறது. அது இன்பத்தை நாடு, துன்பத்தை தவிர் என்பதாகும். இதனால்தான், இரண்டாவது முறையாக நெருப்பில் கை வைப்பதில்லை. ஆபத்துக்கு நேர் எதிர் என்பது என்பது கண் கூடாக உள்ளது.

செக்ஸ், இன்பம் தருவதால் ஜனத்தொகை விருத்தியாகிறது. இல்லாவிட்டால் நம்முடைய மரபணுவிலும் தொடராது. மனித இனமும் நீடிக்காது. விலங்குகளும் இதே நியதியைப் பின்பற்றுகின்றன. கரடி, வசந்த காலத்தில் மீன் கிடைக்கும் போது மட்டுமே விழுங்கிக் கொண்டேயுள்ளது. ஏனென்றால், தொடர்ந்து பல மாதங்களுக்கு அதற்கு உணவே கிடைக்காது. ஆகவே, அதிக உண்ணுவது ஒரு தேவையான நல்ல குணமாகவே நிரூபணம் ஆகிறது. விலங்குகள் செய்யும் அதே காரியத்தை நாம் செய்தால் குறுகிய காலத்தில் உயிர் போய்விடும்.

நாம் இயற்கையை விட்டு விலகி விட்டோம். விலங்குகள் இயற்கையான சுழற்சியில் உள்ளன. நம்முடைய மூளையில் ஏற்பட்ட பரிணாம மாற்றம், நீண்ட காலத்துக்கு முன்னால் செயல்பட்ட விதங்கள், அப்போது கொடுத்த நன்மைகளை இப்போது கொடுப்பதில்லை. நம் வாழ்க்கையின் சூழல் ஒரு காரணமாக உள்ளது. விலங்குகள் குறுகிய கால கட்டாயத்தில் உள்ளன. மான் ஜங்க்புட் சாப்பிட நினைத்தால் சிங்கத்தின் சாப்பாடாக முடிந்துவிடும்.

மனிதனைப் பொறுத்தவரை செயலுக்கும் கிடைக்கும் பலனுக்கும் நீண்ட இடைவெளி உள்ளது. விலங்குகள் பயிரிட்டு, ஆறு மாதம் கழித்து அறுவடை செய்து, ஆறு மாதம் கிடங்கில் சேமித்து சாப்பிடுவதில்லை. இது நீண்ட காலம். நாம் குழந்தை பருவத்தில் பெறுகிற கல்வி, வாழ்நாள் மட்டுமே பலன் தருகிறது. குழந்தை கணக்கு எதற்கு, டிவி பார்க்கலாம் என்று நினைக்கிறது. இது மனத்தின் நல்லது, வேண்டாதது என்ற விருப்பத்தைக் காட்டுகிறது.

நீண்ட காலப் பிரச்சினையைத்தான் யோகா வலியுறுத்துகிறது. முழங்காலில் வாழ்க்கையின் அடி விழாவிட்டால், அல்லது பலன் உடனே கிடைக்காவிட்டால், நாம் குழந்தை போலவே நடந்து கொள்கிறோம். நமக்கு வேண்டியது, அந்த நேரத்தில் கிடைக்கிற சுக அனுபவம்.

உதாரணத்துக்கு நோயை எடுத்துக் கொள்ளுங்கள். சமீப காலம் வரை நமக்கு பேராபத்தைக் கொடுத்த நோய்கள் காலரா, டைபாய்ட் போன்றவை. சிறிய கால அளவில் செயல் புரிபவை. கெட்ட தண்ணீரைக் குடியுங்கள். நோய் செவ்வாயன்று வரும். மரணம் புதனன்று வரும். தண்ணீருக்கும் நோய்க்கும் உள்ள தொடர்பு அறிந்தபின் தண்ணீரை சுத்தப்படுத்தக் கற்றுக் கொண்டோம். வேகமான தொடர்புகள், துரிதமான தீர்வுகளைத் தருகிறது.

சுத்தியால் கையில் அடிபட்டால் வலி எங்கிருந்து வருகிறது என்று நன்றாகத் தெரியும். அடுத்த முறை மிகவும் கவனமாக இருப்போம். இப்போதுள்ள நோய்கள் எத்தகையவை? சிதைவும் விளைவும் நீண்ட காலத்தில் ஏற்படுகின்றன. நம்முடைய வாழ்க்கை முறைக்கும் கான்ஸர், இருதய நோய், ஆர்த்ரைடிஸ் ஆகிய நோய்களுக்கும் தொடர்பு உண்டு என்று தெரிய வந்துள்ளது.

நோய்கள் நீண்ட காலப்போக்கில் வருவதால் வாழ்க்கை முறையை மாற்றி அமைக்க வேண்டிய நிர்ப்பந்தம் குறை வாகவே உள்ளது. வாழ்க்கை முறையை மாற்றி அமைக்க விரும்புகிறோம். ஆனால், அதைச் செயல்படுத்த முடிவ தில்லை. உதாரணத்துக்கு எய்ட்ஸை எடுத்துக் கொள்வோம். வைரஸ் தாக்கினவுடன் மரணம் என்றால், எய்ட்ஸ் நோய் அறவே ஒழிந்து போயிருக்கும். விளைவு ஐந்து, பத்து, பதினைந்து வருடங்களுக்குப் பிறகு வருவதால் புலன்களின் சுகத்துக்கு அடிமையாகி விடுகிறோம். நடத்தையை மாற்றுவது கடினமாக உள்ளது. ஏனென்றால், மனம், புலன்கள், செயல் உறுப்புகள் வெளிச்சூழலின் செயல்பாடு, ஒட்டுமொத்தமாக இயங்கும் விதம், சீர்திருத்தம் நடை முறைக்கு வருவதற்கு எதிராக உள்ளது.

மேற்சொன்ன நடத்தைகளை மாற்றுவது கடினமானதாகவே தோன்றுகிறது. ஆனால், யோகா தருகிற பிரக்ஞை அறிவு, அது தருகிற சுய ஆளுமை, செயல் மூலம், பிடித்தமான சீர்திருத்தமும் மாற்றமும் சாத்தியமே.

இதை மனத்தின் அடிப்படைக் குறையாகக் கருத வேண்டாம். மனம் பரிணாம வளர்ச்சியின் அற்புதம். சீன அறிஞர் சொன்னார். ''உன்னை அறி, எது நல்லது என்று அறி,

எப்போது நிற்க வேண்டுமென்பதை உணர்''. யோகாவின் குறிக்கோள் லாவோட்சேயின் கொள்கைகளை அடைவது தான்.

அணுசக்தி , சூரிய சக்தியை பூமியில் ஏற்படுத்துவது. தேவையான வெப்பம் நல்லது. ஆனால், அணு ஆயுதங்கள் பரவும் வேகத்தைப் பார்த்தால் நமக்கு எங்கே நிறுத்த வேண்டும் என்ற ஞானமும் வராதுபோல தோன்றுகிறது. ஒரு தட்டு சாதம் அவசியம். வயிறு நிறைய வேண்டும். ஆனால், 24 மணி நேரமும் சாப்பிடலாமா? அதிகமே நல்லது என்பது மனித இனத்தின் மரண அறிக்கையாக வேண்டும். நம் முடைய வாழ்க்கையின் போராட்டம் இதுவே.

இன்பமானதை செய்தால் பிறகு துன்பம் வருகிறது. அதிக இன்பம், அதிக துன்பம். முதல் மப்பிலிருந்து சிர்ரோஸிஸ் வரை என்று சொல்லலாம். கடினமானதை செய்தால் (உதாரணம் கணிதம், யோகா) நல்ல பலன் பிறகு கிடைக்கிறது. விளைவு தாமதமாக வந்தால் தயங்கி, பொய் சொல்லி, அதல பாதாளம் போய் விழுகிறோம். நாணயம் அவசியம். இது இல்லாவிட்டால் நம்மை அறிய முடியாது. நல்லதை மறுத்து, எப்போது நிறுத்துவது என்று தெரியாமல் தவிக்கிறோம்.

இப்போது மனத்துக்கு அடுத்ததாக உள்ள அஹத்தைப் பார்க்கலாம்.

அஹம் - சின்ன சுயத்தின் வடிவம். இதுதான் நமது பிரக்ஞை. சுயத்தின் அடையாளம் என்னுடையது. நான்தான் இந்த உலகத்தின் மையம். நான் அல்லாதவை எல்லாம் மற்றவை. மற்றதும், அஹமும் நிலையானவையல்ல. அஹம் என்பது எப்போதும், விரிந்து கொண்டும், சுருங்கிக் கொண்டும் இருக்கிறது. பெரிய இரவும் வானமும், நம்மை சிறியதாக தனிமையாகக் காட்டுகிறது. நட்சத்திரங்களைப் பார்த்தவுடன் அதை உணர்கிறோம். நம்முடைய பயத்துக்கும் நம்பிக்கைக்கும் அது மூலமாக உள்ளது.

ஆகவே, சுயமல்லாதவற்றுடனான தொடர்பு மாறிக் கொண்டேயிருக்கும். சில சமயம், மற்றவரோடு நன்றாகக் கலந்துவிடுகிறோம். அதே சமயம், அவர்கள் எதிரிகளாகவும் மாறிவிடுகிறார்கள். ஒவ்வொரு முறையும் நான் என்று சொல்லும்போது தனித்த கடுமையான ஒன்று உள்ளே

தெரிகிறது. சாதாரணமாக நாம், மற்றவர் என்ற வேறுபாடு இருந்து கொண்டே இருக்கிறது. நாம் இயற்கையின் அழகை ரசிக்கிறோம். ஆனால், இயற்கையோடு கலப்பதில்லை. யோகிகள் சுயத்துக்கும் மற்றவைக்கும் இடையே ஒன்றை உள்ளதைக் கண்டார்கள். அதுதான் நம்முடைய உடல்.

யோகா உடலுக்கு முக்கியத்துவம் கொடுப்பதற்குக் காரணம் என்ன? இறப்பின் போது உடலை எடுத்துச் செல்ல முடியாது. வாழும்போது அதைவிட முடியாது. ஒரு பொருளை நம்மோடு எடுத்துச் செல்ல முடியாவிட்டால் அது நம்முடையதுதானா என்ற சந்தேகம் வருகிறது. சாகும் போது என்னை விடும் உடலை நான் கஷ்டப்பட்டுப் பார்த்துக் கொள்ள வேண்டுமா? அப்படி பார்த்துக் கொள்ளாவிட்டால் நான் சீக்கிரமே அழிந்து சாக வேண்டியதாகி விடுகிறது.

யோகா உடலை ஆத்மாவின் வாகனம் என்கிறது. ஆனால், யார்தான் வாடகைக் காரை சுத்தம் செய்வார்கள்? யோகா நம்முடைய வாகனத்தை நன்றாகப் பார்த்துக் கொண்டால் தான் நமக்கு நலம் என்று சொல்கிறது. உடலின் புதிர்தான், யோகாவின் மனித வாழ்வு பற்றிய புரிதல். அஹம் தேவை தானா? அப்படியானால் யோகா அது இல்லாமலேயே வாழ முடியாதா? விலங்குகளுக்கு பரிணாமம் கொடுத்த பரிசு இது. குறிப்பாக, மனிதனுக்கு. இதற்குப் பதில் என்னவென்றால் உடல்தனிமை, மனத்தனிமைக்கு அவசியமாகிறது.

ஒரு காரில் இரண்டு ஸ்டியரிங், இரண்டு டிரைவர் இருந்தால் என்னவாகும்? கார் இயங்காது. தனி இயக்கம் சுயத்தின் மூலம்தான் சாத்தியம். சுய இயக்கம் என்றாலே நான் உணர் வின் மூலம், மனம், புலன்கள், உடல் மூலம் சூழலிலிருந்து உணவு, காற்று நீர் ஆகியவையும் அவசியமாகிறது. அடிப் படையில் பாலியல் உற்பத்தியினால் ஆண் பெண் வித்தியாசம் அவசியமாகிறது. காற்று சேர்க்கைக்கு அது தேவையில்லை. மணல் பொருள்கள் வித்தியாசப்பட்டாலும் அவை தானாகவே உணவு தேடுவதில்லை. இன உற்பத்தி செய்வதில்லை. ஆகவே, அதற்கு சுயம் அவசியமிலலை.

சுயத்தின் வடிவம் மாறிக் கொண்டேயிருக்கும். நாம் ஒரு பெரிய இயக்கத்தில் ஈடுபடும்போது, ஒலிம்பிக்கில் நம் நாட்டை ஆதரிக்கும்போது பெரிய அடையாளத்தில் நம்மை

மறைத்துக் கொள்கிறோம். ஆனால், இந்தக் கூடுதல் நிரந்தர மானதல்ல. அப்போதும் நம் பிரக்ஞை இருந்து கொண்டுதான் உள்ளது. அடிப்படை ஒருமைக்கு முன்னால் சிறிய மாற்றுதல் தான் நம்முடைய நான் என்பது அடையாளம். இதன் மூலம் உயிரியல், மனவியல் சேர்தலை பாதுகாக்கிறோம்.

இதுவே நல்லதென்றாலும் ஈகோ என்பது எப்போதும் எதிர் மறையாகவே தெரிகிறது. இதற்குக் காரணம் என்ன வென்றால் நான் வடிவம், ஞாபகம், உடைமை, ஆசை, அனுபவம், ஒட்டுதல், சாதனை, கருத்து வேறுபாடு ஆகிய வற்றால் சூழப்படுகிறது. கப்பல் மேலே உள்ள பாசிபோல, நான் வடிவம் புற உலகை புலன்களால், மனத்தால் அறிகிறது. இதன் மூலம் வருகிற எல்லாமே ஈகோவுக்குச் செல்கிறது. இந்த முழுமை நானே என்று கூறுகிறது. என் வெற்றி, என் மனைவி, நான், நான், நான். இந்தச் சிறிய அடையாளம் இவ்வளவு சேர்க்கையினால் மிகப் பெரிதாகி, கடினமாகி, மோசமாகிவிடுகிறது.

இந்தியாவில் பெண்களுக்கு அஸ்மிதா என்ற பெயருள்ளது. அதன் பொருள் நான் தனம். அஹம் என்றால் நான். அஸ்மி என்றால் இருக்கிறேன். இந்த நான் தனம் அஸ்மிதா. அஹம் என்றால் நான். ஆகாரா என்றால் வடிவம். என்னுடைய பொருள்கள் குணங்களோடு சேர்ந்து கொள்ளும்போது அஹங்காரமாகிவிடுகிறது. இதிலிருந்து நான், எனது, என்னுடைய பிறக்கின்றன. நான், நான்தனத்தோடு சேரும் போது அஸ்மிதாவாக இருக்கிறேன். தனித்தன்மையின் அழகு எல்லோருக்கும் இருக்கிறது. அதன் பொருள் கர்வம் ஆகும். அளவுக்கு மீறிய கர்வம் சுயத்தின் நோயாகும்.

நம் உடல் நோய்வாய்ப்படுவதுபோல் மனமும் நோய்வாய்ப் படுகிறது. சுயமும் அது போலவே. மனித இனம் எதனால் எவ்வளவு பெரிய ஈகோவை சுமக்க வேண்டியுள்ளது. நமக்கு பேசும் சக்தியும், ஞாபகமும் இருப்பதால் எல்லாம் ஒன்று சேர்கிறது. பேச்சும் ஞாபகமும் நம்முடைய அனுபவங்களை சேர்த்து வைக்கின்றன. ஆகவே, பளு அதிகமாகி நோய் பிறக்கிறது.

பல காலம் முன்பு யோகி இதன் காரணம் என்னவென்று கண்டார். நம்முடைய ஆசை என்ன? இன்பம் நாடு, துன்பம்

தவிர் என்பதாகும். இதனாலேயே நமக்கு பிரச்சினை வருகிறது. நான் தனத்தின் பிரச்னை என்ன. லாபம் என்னவென்று தெரிகிறது. ஒரு உயிரியல் வடிவம் ஒரு பிரக்ஞைக்குள். ஆனால் தினத்தன்மையின் பிரக்ஞை உண்மை சுயமா? எனது எஸஸன்சா? நான், உண்மை சுயத்தை மறைத்து நாடகமாடி நம்மை துன்பத்தில் ஆழ்த்துகிறதா?

ஈகோவை பல்பில் உள்ள கம்பியோடு ஒப்பிடலாம். கம்பியிலிருந்து ஒளி வருவதால் கம்பி ஒளியின் மூலமான மின்சாரம் என்கிறது. நான் உணர்விலிருந்து வருகிறது; இன்னுமொரு ஆழமான மூலத்திலிருந்து வருகிறது. அதை நாம் சாதாரண வாழ்க்கையில் உணரமுடியாது. மனித குலம் அந்த மூலத்தை நம்பி வந்துள்ளது. அதை நாம் ஆரம்பத்தோடு இணைக்கிறோம்.

ஒன்றாக இருந்ததிலிருந்து நாம் வந்துள்ளோம். அதுவே நம் பயணத்தின் முடிவு என்றும் நம்புகிறோம். ஆகாயத்தோடு இணைக்கிறோம். அதுவே ஆனந்தத்தின் வாயிலாக நினைக்கிறோம். நம்முடைய வாழ்க்கையில் பல செயல்பாடுகள் நசுங்கிப் போய் நம் முன்னே உள்ள ஒருமையை உணராமல் இருக்கிறோம். மறந்துபோன காதலியின் முகம்போல அது மங்கலாகத் தெரிகிறது. அதன் பெயரென்ன? ஆத்மா. நாம் உணர்வோடு சேர்ந்தால் அஹங்காரம். நான் அழித்தால் ஆத்மா உணர்வோடு கலக்கிறது. அதுவே ஆத்மா உணர்தல் அல்ல.

ஆத்மா என்பது தனியாக இருந்தாலும் ஈகோ அமைதியானால், பிரக்ஞை ஆத்மாவை உணர்கிறது. ஆத்மாவின் வெளிச்சம் ஊடுருவுகின்ற பிரக்ஞையாக மாறுகிறது. ஓரளவுக்கு நாம் ஆத்மாவை மூலத்திலும் முடிவிலும் காண்கிறோம். உலகத்தை பார்க்கும்பொழுது ஆத்மா இதில் இல்லை என்கிறோம். ஆத்மா என்கிற ஒன்று இருந்தால் இதிலேதான் இருக்க வேண்டும் என்கிறோம். காலத்துக்கும் இடத்துக்கும் அப்பாற்பட்டது என்று அனுமானிக்கிறோம்.

ஆத்மாவின் வாழ்க்கை கட்டிலிலிருந்து சுடுகாடு வரை உள்ளதல்ல. இந்தக் குறுகிய காலம் நான் உருவத்தினுடையது. அது பிறக்கிறது, வளர்கிறது, செழிக்கிறது, தேய்கிறது, இறக்கிறது உடலோடு. அது ஜனநாயகமாக உள்ளது. நம்மில்

இருந்தால் எல்லாரிடமும் இருக்க வேண்டும். யாருக்கும் சொந்தமானதல்ல. நாம் தான் அதற்கு சொந்தமாகிறோம். இந்த தாற்காலிகமான, தனிமையான, அவசியமான நான் பிரக்ஞை உண்மையென்று நாம் நம்புகிறோம். அதை ஆத்மாவோடு ஒப்பிட்டால், நாம் சிக்கலில் மாட்டுகிறோம். நாம் வாழ ஆசைப்படுகிறோம். இறக்கப்போகிற ஒன்றோடு இணைத்துக் கொண்டால் நாம் சாவுக்கு அழைப்பு விடுக் கிறோம்.

தவறான அடையாளம் தழுவி, குழப்பத்தை ஏற்றுக் கொண்டு, மனிதன் ஓர் இறுக்கத்தில் மாட்டிக் கொள்கிறான். யோகா இதை அறியாமை என்கிறது. அதைத் துன்பமாக, தவறின் வட்டமாக, எல்லா தவறுக்கும் மூலமாக ஏற்கிறோம். சாகப்போகிற ஈகோவோடு இணைத்துக் கொண்டு நம் படைப்பு, அழிவு, கலாசாரம், வரலாற்றின் கொடுமை ஆகியவற்றை மூலமாக்கிவிடுகிறோம். பெரிய நினைவுச் சின்னங்களையெல்லாம் எழுப்புகிறோம். அதன் மூலம் ஈகோ அழியாது என்று நினைக்கிறோம்.

எகிப்தில் உள்ள பிரமிடுகள் சாவை ஏமாற்றவே கட்டப் பட்டன. அவை தொழில்நுட்ப திறமை, ஜியோமெட்ரி, வானவியல், அறிவை உள்ளடக்கியவை. ஆனால், அதன் பின்னே உள்ள ஆசை என்ன? அழியாமல் இருக்க வேண்டும், கல்லறையை ஏமாற்ற வேண்டும் என்பதுதான். நம்முள்ளே ஒரு குரல் அந்த நம்பிக்கைக்கு வாய்ப்பில்லை என்று சொல்கிறது. ஆனால், நம்மில் ஒரு பகுதிக்கு நாட்கள் எண்ணப்படுகின்றன என்று நமக்குத் தெரிகிறது. வரப் போகிற இழப்புக்கு ஒரு ஆறுதல் தேடுகிறோம்.

பெரிய சொகுசை நாம் ஏன் நாடுகிறோம்? நுகர்தல் இறவாமையின் வாயில் அல்ல. அது தாற்காலிகமான, பலன் இல்லாத ஒரு மருந்து- சாவுக்கு எதிராக. இது மாதிரியான போராட்டம் நமக்கு சோர்வைத் தருகிறது. அதே சமயத்தில் இதெல்லாம் வேண்டாமென்று ஒதுக்கிவிட்டு ஈகோவின் சுமையிலிருந்து விலகி ஆத்மாவுடன் கலந்து அமைதியாக வாழ விரும்புகிறோம்.

ஈகோ என்பவன் பயணத்தின் அழிக்கிற தோழனாவான். அதன் தேவையை பூர்த்தி செய்யவே முடியாது. அழகான அஸ்மிதா, உடம்பின் பிரக்ஞை எப்படி அரக்கத்தனமான,

திருப்தி இல்லாத, பயந்த உருவம் எடுக்கிறது என்பதை நாம் உணரலாம். இதை நாம் நம்மில் வருவதைவிட மற்றவரிடம் பார்க்கிறோம். இதற்கு காரணம் அறியாமை. சரியாக உணராதது. ஒரு பகுதியை முழுமை என்று உணர்வது. யோகா வின் தர்மமும் நடைமுறையும் ஈகோவை வெட்டுவதுதான். இதன் மூலம், ஈகோவை சூழ்ந்துள்ள அறியாமையை விலக்கி தெளிவு பெறச் செய்வது. இதற்கு பிரக்ஞையின் மூன்றாவது பகுதியைப் பயன்படுத்த வேண்டும்.

அறிவு, பகுத்தலின் மூலம். இதுதான் புத்தி அறிவு. யோகா புத்திக்கும் மனத்துக்கும் உள்ள வேறுபாட்டைக் காட்டுகிறது. மனத்தின் குணம் கெட்டிக்காரத்தனம். மற்ற வாழ்வோடு ஒப்பிட்டால் எல்லா மனிதர்களுமே கெட்டிக்காரர்கள். அறிவு இல்லாவிட்டால் முட்டாள்தனம் வருகிறது. முட்டாள்தனம் என்னவென்றால் தவறுகளின் பாடங்களைக் கற்காமல் இருப்பது. நாம் சில சமயங்களில் முட்டாள் ஆகிறோம். எல்லா நேரங்களிலும் கெட்டிக்காரத்தனமாக இருக்கிறோம். ராக்கெட் விஞ்ஞானியோ, மொழியியல் பேராசிரியரோ தொழிலாளியை விட, விவசாயியைவிட முட்டாளாக இருக்கலாம். அவர்கள் கெட்டிக்காரர்களாக இருக்கலாம். அதுவே அவர்களை புத்திசாலிகளாக ஆக்கிவிடாது.

விஞ்ஞானத்தில் முதிர்ச்சி பெற்ற நாடுகள் பலவிதமான ஆயுதங்கள் செய்கின்றன. உலகெங்கிலும் வியாபாரம் செய் கின்றன. பிறகு, அதுவே அவர்களின் எதிரிகளிடம் போய் சேர்கின்றன. இது கெட்டிக்காரத்தனமா, முட்டாள்தனமா? முட்டாள்தனமானால் கெட்டிக்காரத்தனம் குறைந்ததனாலா இல்லை புத்தி குறைந்ததானாலா?

மனம் எப்போதும் கண்டுபிடித்துக்கொண்டே இருக்கிறது. ஆனால், அதுவே புதுமையா? புதுமை என்றால் பழையதை மாற்றுவது. கண்டுபிடிப்புக்கும் புதுமைக்கும் ஒரு துல்லிய மான வித்தியாசம் உள்ளது. ஒருவர் கோபமூட்டினால் விதவிதமாகப் பதில் கொடுக்கலாம். முற்றிலும் கோபப் படாமல் இருப்பது புதுமை. யோகா அறிவை வளர்த்து நம்முடைய ஈகோவுக்கும் புற உலகுக்கும் ஒரு புதிய உறவை ஏற்படுத்திக் கொடுக்கிறது. இந்த உறவின் மூலம் உலகத்தை பொருளார்த்தமாகவும் உண்மையாகவும் புரிந்து இது சிறந்தது என்று தேர்ந்தெடுக்க உதவுகிறது.

அறிவுக்கு இரண்டு குணங்கள் உள்ளன. அது பிரதிபலிக்க வல்லது. சுயத்துக்கு வெளியே நின்று, பொருளார்த்தமாக உணர்ந்து, தனியாக அல்லாமல் நான் என் வேலையை வெறுக்கிறேன். பொருளார்த்தமாகப் பார்த்தால் எனக்கு வேறு வேலை கிடைக்க திறமை உள்ளது. முதல் குணம், இரண்டாவது குணத்துக்கு வழிவகை செய்கிறது. புதுமையைத் தேர்ந்தெடுக்க அறிவு உதவுகிறது. புதுமை, மாற்றம் ஏற்படுகிறது. ஒரே பாதையிலிருந்து விலகி பரிணாம வளர்ச்சிக்கான புதிய பாதையில் செல்ல உதவுகிறது.

அறிவு பேசாது. அமைதியாக, உறுதியாக, தெளிவான பார்வையுடன் நம் பிரக்ஞை இயங்க உதவுகிறது. அறிவு விழித்தால் பிரக்ஞையின் தலைவலி ஆகிறது. நாம் கொஞ்சம் திரும்பிப் பார்த்தால் மனமும் அஹங்காரமும் மாற்றத்துக்கு எதிராகவே இயங்குகின்றன. மனமும் புலன்களும் வலியை ஒதுக்கி இன்பத்தை நாடுகின்றன. கடந்த காலத்தில் முடங்கி நிறுத்தும் வடிவமாகவே இயங்குகின்றன. ஆகவே, புதுமையைத் தவிர்த்து பரிணாம வளர்ச்சிக்கும் தடையாக இருக்கின்றன.

ஈகோ, நம் கடந்த வாழ்க்கையின் ஒட்டு மொத்தமான சேர்க்கை. இளமை, வாங்கிய பட்டம், வங்கியில் உள்ள பணம். ஈகோ இதுவரை நடந்த எல்லாவற்றின் பட்டியல். அது கடந்த காலத்தை மிகவும் நேசிக்கிறது. எதிர்காலத்தில் நிச்சயமாக இறந்துவிடும். ஆகவே, கடந்ததையே மாற்றி மாற்றி வேடிக்கை பார்க்கிறது. பழைய நாற்காலியை மாற்றி மாற்றி வைத்து ரசிக்கிறது. ஈகோவுக்கு நாற்காலியை மாற்றி விட்டு அறையை விட்டு போக மனமில்லை. தெரியாததை நினைத்து பயப்படுகிறது.

ஐரோப்பிய பயணிகள் மத செயல்பாடுகளின் குறிக்கோள் ஈகோ என்றும் மாயையின் முடிவு என்றும் கண்டார்கள். அதுவே உயிருடன் தற்கொலை என்று முடிவு கட்டினார்கள். அதை மரியாதை செய்தார்கள். சமாதி அனுபவம் கிடைக்கும் போது ஈகோ என்பது சுயத்தின் மூலம் என்று கண்டார்கள். ஈகோவின் அடையாளத்திலிருந்து கடந்து செல்கிறோம். சமாதிக்குப் பிறகு ஈகோ வந்து அதை வாழ்க்கையின் கருவியாக, ஆத்மாவின் பதிலாகப் பயன்படுத்துகிறோம்.

ஈகோ நம்மை அதன் பயங்களால், பெட்டியில் ஆசைகளால் கட்டிப்போடவிடுவதில்லை. சமஸ்கிருத வார்த்தை தர்சன் என்பது. அதன் பொருள் பார்வை. சுயத்தில், கண்ணாடியில் பொருளார்த்தமாக நம்மைப் பார்க்கிறோம். இதுதான் அறிவின் பிரதிபலிக்கும் குணம். பிளாடோ சொன்னார்: தெரிந்தால் மட்டும் போதாது. நமக்குத் தெரியும் என்பது தெரிய வேண்டும். இதுதான் பொருளார்த்தம். மரங்களுக்கு பிரக்ஞை இருக்கின்றன. ஆனால், பிரக்ஞை பற்றிய பிரக்ஞை கிடையாது. இயற்கையின் பிரக்ஞைக்கு பிரக்ஞை கிடையாது.

மனித வரலாறு என்பது பிரக்ஞையற்ற பிரக்ஞையிலிருந்து பிரக்ஞையுள்ள பிரக்ஞைக்கு செல்வதுதான். அதாவது சுய பிரக்ஞை தனிமனிதன் மட்டத்தில் செயல்படுகிறது. மனித இனத்துக்கே இது பொருந்தும். ஏனென்றால், பிரக்ஞை ஊடுருவும் தன்மை கொண்டது.

அறிவு என்னும் கண்ணாடியின் பயன் என்ன? தூரத்திலிருந்து பார்ப்பதுபோல் பார்க்கலாம். ஈகோ பொருளாக மாறிவிடு கிறது. பொதுவாக, சுயமாக உள்ளது எதையும் தன் பார்வை யிலிருந்துதான் பார்க்கும். கண்ணாடி என்பது நம்மை வேறுபடுத்தி நம்மை நாமே பார்க்க உதவுகிறது. உதாரண மாக, ஆடை மீது உள்ள உணவுப் பொருள்கள். நாம் பார்க்கும் போது ஏதாவது குறையிருந்தால் அதை சரி செய்யலாம். பிரக்ஞை என்பது இரட்டைக் கண்ணாடி. வெளி உலகத்தை யும் உள்ளே உள்ள ஆத்மாவையும் காட்டும். நாம் ஆடையை கழற்றி சுத்தம் செய்யலாம். ஆசனப் பயிற்சி செய்து உடலை சுத்தம் செய்யலாம். தேர்வு செய்ய முடியும். இதுதான் அறிவின் இரண்டாவது குணம். பொருளார்ந்த தகவல் படி நாம் ஆடையை சுத்தம் செய்யலாம். செய்யாமலும் இருக்க லாம். ஆசனா செய்யலாம். இல்லாவிட்டால் இன்னும் கொஞ்ச நேரம் தூங்கலாம்.

லத்தீன் மொழியில் அறிவு என்றால் தேர்ந்தெடுத்தல். அறிவு என்றால் வெறும் சிந்தனை மட்டுமல்ல. ஏதாவது பிரச்னை வரும்போது என்ன செய்கிறோம்? அமைதி. நான் யோசிக்கிறேன். ஆனால், அதற்கு என்ன பொருள்? நான் சிந்தனையை நிறுத்துகிறேன். தெளிவு கிடைக்க வேண்டு மென்றால் அலை பாயும் சிந்தனை நிற்க வேண்டும். மனது

எப்போதும் சிந்தித்துக் கொண்டே இருக்கிறது. ஆப் ஸ்விட்ச் இல்லாத டிவி போல் சிந்தனை எப்போதும் வேகமாக ஓடிக் கொண்டே இருக்கிறது. அலை அலையாக வந்து கொண்டே இருக்கிறது.

ஒரு மெஷினை சரி செய்ய மெகானிசம் தேவைப்படுகிறது. அது போல சிந்தனையை சரி செய்ய சிந்தனைக்கு அப்பாற்பட்ட ஒன்று தேவைப்படுகிறது. அது தான் அறிவு. நிறுத்தி, பகுத்து, ஆராய்ந்து தலையிடுதல். அறிவு, அந்தக் காரியத்தை சிந்தனையை நிறுத்தி வைப்பதன் மூலம் செய்கிறது. இதை நாம் காக்னிஷன் என்கிறோம். காக்னிஷன் என்பது அறிதல். அறிதலில் பிரக்ஞையும் மதிப்பீடும் அடங்கியுள்ளது. நிகழ்காலத்தில் நாம் ஒன்று தேர்வு செய்ய வேண்டும். சிந்தனை வட்டம் நின்று விட்டதால் பொருளார்த்தமாக கேட்கலாம், இந்த காரியத்தை செய்யலாமா வேண்டாமா என்று.

காலம் பிரக்ஞையில் நிற்கிறது. பிரதிபலிப்பும் நிற்கிறது. விதியை நம் கையில் எடுத்து கொள்கிறோம். இரண்டாவது ஐஸ்கீரிம் சாப்பிடலாமா என்று கேட்கிறோம். தேர்ந் தெடுத்தல் கடமை. ஆனாலும் எளிது. ஒரு பிரியும் பாதையில் வருகிறோம். அது மிக முக்கியமானது. காலை எழுந்ததி லிருந்து கேள்வி எழுப்புங்கள். யோகா செய்யலாமா அல்லது இன்னும் ஒரு மணி தூங்கலாமா என்று. ஒருவிதத்தில் இரண்டையும் விரும்புகிறோம். அது சாத்தியமல்ல. இப்போது தேர்வு செய்ய வேண்டும். வழிகள் இரண்டிலுமே பலன்கள் உள்ளன. ஆனால், ஒன்று எளிது. இன்னொன்று கடினம்.

நீங்கள் இப்போது படுக்கையிலிருந்து எழுந்துவிட்டீர்கள். சண்டையில் வெற்றி, போரில் அல்ல. எழுந்து காபி குடித்துவிட்டு, பேப்பர் பார்த்துவிட்டு யோகா 6.30 மணிக்கு ஆரம்பிக்கிறது. இப்போது உங்கள் சுய சரித்திரம் ஆரம்பமா கிறது. அறிவின் கண்ணாடியால் கத்தரிக்கோலால் - பார்த்தல், தேர்தல், செயல்பாடு. பிறகு, வேலைக்குச் செல்லும் உடலின் தெம்பை உணர்கிறீர்கள். பிறகு, உடலுக்கு யோகா வால் என்ன பயன் வந்துள்ளது என்பது வேலைக்குச் செல்லும்போது தெரியும். பலம், திருப்தி, சுயகட்டுப்பாடு தெளிவாகிறது.

உடலின் பல பாகங்கள் மட்டுமல்லாமல் அறிவுக்கும் நல்ல பயிற்சி கிடைத்திருப்பது தெரியவரும். நாளை அலாரம் அடிக்கும்போது மறுபடியும் யோகா. உடல் மெருகு ஏறும் போது மனமும் மெருகேறுகிறது. உடலுக்கு அறிவார்ந்த முயற்சியால் ஆரோக்கியம் கிடைக்கிறது. இன்னுமொரு மட்டத்தில் சுய கட்டுப்பாடு கிடைக்கிறது. இது தான் முக்கியமான விஷயம்.

ஆரோக்கியம், சுயக்கட்டுப்பாடு மூலம் வாழ்க்கையை நாம் இயக்க ஆரம்பிக்கிறோம். அதனால், நமக்கு இன்பம் கிடைக் கிறது. சுதந்தரம் பிறக்கிறது. உலகத்தில் வாழ்க்கையின் சாத்தியக் கூறுகளை ஆராய ஆரம்பிக்கிறோம். எல்லோரும் சுதந்தரமாக இருக்க ஆசைப்படுகிறார்கள். இந்த ஆசை ஒருமை நோக்கி இட்டுச் செல்கிறது. நாம் மற்றவர்மேல் அன்பு செலுத்துகிறோம். அவர்கள் நம்மேல் அன்பு செலுத்துகிறார் கள். இதன் மூலம் ஆனந்தத்தோடு இணைய முடிகிறது. அதுவே யோகாவின் குறிக்கோளாகும். ஆனந்தம் தள்ளி இருந்தாலும் முயற்சியால் முதிர்ந்த அறிவோடு படுக்கை யிலிருந்து காலை தரையில் வைக்கும்போது முன்னேற்றத்தின் முதல் அடியை எடுத்து வைத்துவிட்டோம். இப்போது மனம், ஈகோ, அறிவு ஆகியவற்றைப் பார்த்துவிட்டோம். பிரக்ஞை அந்த மூன்றுக்கும் மேலானது. நம்முடைய முதல் வேலை அறிவை எழுப்பிவிடுவது. பிறகு அதன் குறைகளை அறிய லாம். பதஞ்சலி இதை சாத்வசுத்தி என்கிறார்.

மனம் கட்டுப்பாடாக இருக்க வேண்டும். ஈகோவும் அது மாதிரியே. அறிவு கூர்மையாக இருக்க வேண்டும். இதன் விளைவாக, ஒட்டுமொத்தமான பிரக்ஞை மென்மையான தாக இருக்கும். யோகா செய்வது பாசிடிவ். ஐஸ்கிரீம் தவிர்ப்பது நெகடிவ். இப்படி அறிவு ஒரு மாதிரியே இயங்கு கிறது.

கப்பலில் உள்ள ரட்டர் இரண்டு திசையிலும் கப்பலை இயக்க வேண்டும். இல்லாவிட்டால் கப்பல் நேரே போகாமல் சுற்றி சுற்றி வர ஆரம்பிக்கும். பழக்கமான நடத்தையை மாற்றும் போது பாஸிடிவ் இயல்போடு ஆரம்பிக்க வேண்டும். மார்பை சரியாக உயர்த்த முயற்சி செய்வேன் என்று சொல்ல வேண்டும். தவறு செய்யாமல் இருக்க வேண்டும் என்பது எதிர்மறை. இதை நாம் குழந்தைகளோடு பார்க்கிறோம்.

அங்கே நிற்காதே என்றால் தவறு வரும் என்ற நினைவு வந்துவிடும். பிரக்ஞையின் கீழே உள்ள நிலை, குழந்தைகளுக்குப் பலமாக இருக்கிறது. அதிலிருந்து எது சரியான நிலை என்று கண்டறிய முடியாது. அறிவு பூர்வமான பிரக்ஞையின் மனமே அதை செய்ய முடியும்.

இங்கே வந்து நில் என்றால் குழந்தைக்கு நன்றாக புரியும். இல்லாவிட்டால் தவறு செய்து விடுவோமோ என்று பயமே தலை தூக்கி நிற்கும். சரியாக செய்வோம் என்ற நம்பிக்கை வராது. பிரக்ஞையில் கீழே பழக்கங்கள் புதைந்து கிடப்பதால் நேரான நடத்தையை வலியுறுத்த வேண்டும். எதிர்மறையைத் தவிர்க்க வேண்டும். புதைந்துள்ள பழக்கங்களை நன்றாக தெரிந்து கொண்டால்தான் அவற்றை எவ்வாறு களைய முடியும் என்பதைக் காணலாம்.

பழக்கங்களிலிருந்து விடுபடுதல்

பிரக்ஞை ஒரு ஏரி போன்றது. முதன்மை அலைகள் ஏரியின் மேலே உள்ளன. அதைப் பார்க்க முடியும். உதாரணத்துக்கு உங்கள் நண்பர் விருந்துக்கு அழைக்கிறார். கடைசி நிமிடத்தில் கான்சல் செய்கிறார். உங்களுக்கு வருத்தமாக இருக்கிறது. இது ஏரியின் மேலுள்ள முதன்மையான அலை. உங்கள் வருத்தத்தை மேலேயிருந்து சமாளிக்கப் பார்க்கிறீர்கள். ஆனால், அமைதியாக வேண்டும். வருத்தத்தைக் கடந்து செல்ல வேண்டும். இது வெளிப்புறமான சவால். மேலே ஒரு அலையை ஏற்படுத்துகிறது.

இரண்டாவது அலைகள் வித்தியாசமானவை. இவை ஏரியின் அடிமட்டத்திலிருந்து வருகின்றன. மட்டத்தில் மணல் உள்ளது. அடிக்கடி வருத்தம் வந்தால் இதுவே ஒரு குன்றாகி விடுகிறது. இதனால், வருத்தம் ஏற்படும்போது இந்தக் குன்றிலிருந்து இரண்டாவது அலைகள் வந்து கொண்டே இருக்கும். யார் மீதாவது எரிச்சல் வந்தால் அதுவே நிரந்தரமாகி, நீங்கள் எரிச்சலான நபர் ஆகிவிடுகிறீர்கள்.

சிகரெட் பழக்கம் அப்படித்தான். சிகரெட் பார்க்கும் போது ஆழ் மனத்தில் உள்ள குன்று, இரண்டாவது அலையை மேலே அனுப்பிவைக்கும். மன ரீதியான ஆசைகளால் புகைபிடித்தல் பழக்கமாகிவிடுகிறது. பழக்கம் என்பது எல்லா நிலைமைகளிலும் புகுந்துவிடும். ஆதலால், சிகரெட் பழக்கம் விட்டு

பல வருடங்களுக்குப் பிறகும் அந்தக் குன்று மண் தரையாயிருப்பதால் சிகரெட் பிடிக்க வேண்டும் என்ற ஆசை மீண்டும் வருகிறது.

யார் மேலாவது வெறுப்பு இருந்தால் அவர்கள் என்ன செய்தாலும் வெறுப்பு வருகிறது. உங்கள் தாயார் மீது கோபம் என்றால் அவர்கள் சாப்பாடு ரெடி என்று சொன்னாலும் கோபம் வருகிறது. என்ன நடந்தாலும் எதிர்மறையாகவே நினைக்கத் தோன்றும். அந்த எதிர்மறைக்கு எந்தக் காரணமும் இருக்காது. காலத்தால் ஏற்பட்ட இந்தக் குன்று காலத்தால் தான் போகும்.

யோகா பயிற்சியின் மூலம் குன்றின் அளவைக் குறைக்க முடியும். எல்லோரும் சுதந்தரமாக இருக்க விரும்புகிறோம். ஆனால், இரண்டு சக்திகள் நம்மை அறியாமலேயே வேலை செய்து கொண்டே இருக்கின்றன. இதற்குக் காரணம், மனத்தின் ஆழத்தில் உள்ள கறைகள், மாசுகள், குன்றுகள். இதனால் இரண்டாம் செயல்கள் நிகழ்ந்த வண்ணம் உள்ளன. ஆகவே, நம் செயல்கள் முன் கூட்டியே நிர்ணயிக்கப்பட்டு சுதந்தரமற்று இருக்கின்றன. பழைய பழக்கங்களிலிருந்து விடுபட முடியாமல் சகதியாகிவிடுகிறோம். கடைசியாக, நாம் எப்போதுமே அப்படித்தான். வாழ்க்கை என்னை ஏமாற்றிக் கொண்டேயிருக்கிறது. கோபம் வந்து கொண்டே யிருக்கிறது. பழக்கத்துக்கு அடிமையாகிவிட்டேன். ஒரு நாள் புகைபிடிக்காவிட்டாலும் அந்தக் குன்றிலிருந்து ஒரு பகுதி நீக்கப்படுகிறது. இரண்டாவது புகை பிடிக்காவிட்டாலும் புகை ஆசை உள்ளது. சிகரெட் பிடிக்காது இன்று ஒரு நாள், புகைபிடிப்பது இன்று 24 வருடம். ஆகவே, தொடர்ச்சியாக சிகரெட் பிடிக்காமல் இருக்க வேண்டும்.

நேர்மறை மனநிலையை வலுப்படுத்தி எதிர்மறை மன நிலையைப் போக்க வேண்டும். இதுவே நாளடைவில் நல்ல பழக்கமாக மாறும். யோகா என்பது தேவையில்லாத ஊடுருவிப்போன படிவங்களை களையெடுக்கும் ஒரு கருவியாக உள்ளது. அதன் மூலம் அவற்றை அடையாளம் கண்டு முன்னேற்றமாக களைவதற்கு உதவும். யோகாவின் முக்கியம் என்னவென்றால், அது நம்மை ஒரு படிமேலே கொண்டு போய் நிபந்தனையில்லாத சுதந்தரத்தை தர வல்லது.

யோகா கெட்ட பழக்கத்தை எடுப்பது மட்டுமல்ல, நல்ல பழக்கத்தை கொண்டு வருவது என்பதை மறக்கவில்லை. முதலில் கெட்டதை எடுக்க வேண்டும். யோகாவின் குறிக்கோள் முழுமையான விடுதலையாகும். ஏரியின் தரையை மட்டமாக்கிவிட்டால் இரண்டாவது அலைகள் வந்த வண்ணம் இருக்காது. இதுவே விடுதலை. செயல் ரீதியில் கெட்ட பழக்கத்திலிருந்து ஒரே குதியில் விடுதலை பெற முடியாது. கெட்ட பழக்கத்திலிருந்து நல்ல பழக்கம் போய் அங்கிருந்து விடுதலை. லாஜிக்கலான முன்னேற்றம் தான் கிடைக்கும்.

கொள்கையளவில் கெட்ட பழக்கத்திலிருந்து விடுதலை செய்ய முடியும். ஆனால், அது மாதிரி நிகழ்வுகள் சுலபமல்ல. செயல் அளவில் நாம் கெட்ட பழக்கங்களை அமைத்துக் கொண்டுள்ளோம். முதலில், நல்ல பழக்கமாக மாற்றி பிறகு பழக்கமற்றுப் போக வேண்டும். கோச மட்டத்தில் செல்லும் போது கெட்டது வேண்டாமென்று விடுவதில்லை. தானாக, மறைய வேண்டும். சுதந்தரம் சுபாவமாக மாறவேண்டும். கோபமாக நடந்தாலும், சுமுகமாக நடந்தாலும் சுதந்தரமான இயக்கமாக இருக்க வேண்டும். சாக்லேட் ஆசை என்றால் அதற்கு அடிமையாகாமல் வேண்டிய அளவுக்குச் சாப்பிட்டு விட்டு விட வேண்டும். போதும் என்ற மனம் எந்த விதமான சங்கடமும் இல்லாமல் வரவேண்டும். விடுதலை அதுவே. தேவையான அளவு, எடையின்மை, நிலைமையை அதற்கேற்ப கையாள வேண்டும். கடந்த காலத்தில் நல்லதோ கெட்டதோ நம்மை கட்டுப்படுத்தக் கூடாது.

நல்ல பழக்கம் எல்லோருக்கும் வரவேண்டும் என்ற ஆசை இருக்கிறது. வாழ்க்கையின் இனிமை நல்ல வழக்கத்தி லிருந்து வருகிறது. யோகா என்ன சொல்கிறது? விளைவுகள் இல்லாத செயல் வேண்டும். காரணம், விளைவுக்கு அப்பால் அது இருக்க வேண்டும். நிகழ்காலத்தில் செயல்பட வேண்டும். செயல்களுக்கு எதிர் செயல் இல்லாமல் இருக்க வேண்டும். அப்போதுதான் சுதந்தரமான இயக்கம் நிரந்தர மாகும். கடந்த காலத்தின் மற்றும் எதிர்காலத்தின் நோக்கும் இல்லாமல் எல்லாமே நிகழ்காலத்தில் நடக்க வேண்டும். பழக்கத்துக்கும் கர்மாவுக்கும் உள்ள தொடர்பு புரிந்தால் காரண காரியத்தின் சங்கிலியை உடைக்கலாம். நீண்ட நாள்

பயிற்சி, நிரந்தரமான விளைவுகளைக் கொடுக்கும். இதுவே தவம்.

எவ்வளவு காலத்தில் கர்மாவை ஏற்படுத்தினோமோ அவ்வளவு காலம் தவம் செய்ய வேண்டும். விடுதலைக்கு ஒரே குதியில் போக முடியாது; கறையை, புனித ஆற்றில் ஒரே குளியலிலே போக்க முடியாது.அது வெறும் கனவு, மாயை. மேலே வந்து கொண்டிருக்கிற ஈகோ நம்மைக் கவ்விக் கொள்ளும். குளியல் ஒரு ஆரம்பம், ஒரு நல்ல எண்ணம். நம்முடைய காயங்கள் களைகள் போக பல வருடங்கள் ஆகும். மனத்தை செலுத்தினால் ஆரம்ப காலத்திலேயே கடனிலிருந்து வரவுக்குச் செல்லலாம். வாழ்க்கைத்தரம் உயரலாம்.

கர்மாவில் நம்பினாலும் நம்பாவிட்டாலும் முன்னேற்ற வகையில் அறிவைப் பெற்று பயனடைய விரும்புகிறோம். கர்மத்தின் ஏணியில் ஏற வேண்டும், இறங்கக்கூடாது என்கிற பயம் வருகிறது. முன்னேற்றம் என்றால் நாமே பார்க்க முடியாத ஒரு எதிர்காலத்தை கற்பனை செய்வது அல்ல. நாம் எதை விரும்புகிறோம் என்றால் நேரடியாக நிகழ்காலத்தில் இயங்குவது. நேரடி செயல் என்றால் நேரடி நோக்குதல்; யதார்த்தத்தை நேரடியாகப் பார்ப்பது, எந்த விதமான வெறுப்பும் இல்லாத செயல்பாடு. இது தான் நிகழ்காலத்தில் வாழ்வது.

நிகழ்வில் வாழ ஆரம்பித்தால் செயல்பாட்டில் கறையோ நிறமோ இருக்காது. செயல் ,பொதுவாக கருப்பானது, அதாவது சுய நலமானது. வெள்ளை நிறம் கொண்டது பற்றற்ற செயல்பாடு. பொதுவாக, செயல்களில் இரண்டும் கலந்து சாம்பல் நிறம் பெறுகிறது. இது சாதாரண நிலை.

யோக செயல்பாட்டில் பழமையின் சங்கிலி இல்லாமல் எதிர்காலத்தில் வரவேண்டும் என்ற ஆசையில்லாமல் இருக்க வேண்டும். சரியான தருணத்தில் சரியான செயல்பாடு எந்த வித மாசும் இல்லாதது. இதனால் பலன் என்ன? செயல்பாட்டுக்கு எதிர்மறை இல்லாமல் போகும். கர்மாவின் சுழற்சியிலிருந்து விடுபட்டு விடுதலை பெறலாம்.

யோகி, காரணம் - விளைவு என்கிற தட்டாமாலையிலிருந்து இறங்க விரும்புகிறார். இன்பம் துன்பத்தில் முடியும். அது

போல துன்பம் இன்பத்தில் முடியும். இந்தப் பயணம் பூரிப்பானது. மக்கள் துன்பத்தைத் தவிர்த்து இன்பம் மட்டும் வைத்துக் கொள்ள விரும்புகிறார்கள். யோகிக்குத் தெரியும், இது சாத்தியமில்லை என்று. முடிவில்லாத காரணியத்தைக் கடந்தால்தான் யோகாவின் பலன் கிடைக்கும். வாழ்க்கையை விடாமல் செயலில் மாசு இல்லாமல் இயங்க வேண்டும்.

ஈகோ, ஆத்மாவாக இயங்குவது நின்றால் நாம் இன்பம் துன்பம் என்கிற தட்டா மாலையிலிருந்து இறங்க முடியும். ஆத்மாவின் வாழ்க்கை விளையாட்டுக்கு வெளியில் உள்ளது. ஆத்மா பார்வையாளர். விளையாடுபவர் அல்ல. ஆகவே, மனித பிரக்ஞையிலிருந்து ஈகோவை எடுத்தால் ஆத்மாவின் வெளிச்சம் தெரிய ஆரம்பிக்கும். இன்பம் துன்பம் என்ற வலை நம்மைக் கட்டிப்போடாது. அப்போது ஆத்மாவின் முகமாக ஈகோ இயங்கும்.

இம்மாதிரி பற்றற்ற நிலை வருவது கடினம். நம் செயல்பாடு சாம்பல் நிறமுள்ளவை. நம் ஆசை, அவை வெள்ளை ஆக வேண்டும் என்பது. அடிமட்டத்திலிருந்து வரும் அலைகளை நாம் உணர்ந்தால் அங்கேயே தடுத்து நிறுத்தி தெளிவு பெறலாம். அதற்கு ஞாபகம் என்பதை நன்றாக அறிந்து அதைத் திறமையாக பயன்படுத்தி, பிரக்ஞையோடும், சுதந்தரத்தோடும் இயங்கலாம்.

பாவ்லாவ் மணி அடித்தபோது நாய்கள் சாப்பாட்டு நேரம் என்றுணர்ந்து, எச்சில்விட ஆரம்பித்தன. பெல் என்றால் சாப்பாடு என்ற ஞாபகத்தைத் தூண்டின. பெல் சாப்பாட்டு நேரம் என்றதை இணைத்து ஞாபகத்தைத் தூண்டின. நாய்கள் அதை இரண்டாம் அலையென நிதானிக்கவில்லை. பிரக்ஞையற்ற தளத்திலிருந்து வருகிற அலையைப் பிடிக்க முடியாது. செயல்பாட்டில் சிக்கி எச்சில் விடுவதுபோல், பௌதிக அளவிலும் புலன் அளவிலும், விளைவுகள் நம்மை விடுத்துவிடுகின்றன.

சினிமாவில் செக்ஸ் வன்முறை இது போல் இயங்குகிறது. பிற கலையல்லாத மட்டத்தில் இருந்து கொண்டு பிரக்ஞையைக் குழப்புகின்றன. காரணியத்துக்கு அப்பாற் பட்டவர்தான் மாசுவிலிருந்து தப்ப முடியும். விளம்பரம் முழுக்க முழுக்க பிரக்ஞையற்ற அடிமட்டத்தையே

நாடுகிறது. நம்முடைய பிரக்ஞை நாம் அதற்குப் போடுகிற தீனியை பொறுத்துள்ளது. இரண்டாவது பிரக்ஞை பற்றிய அறிவுடன் இருப்பது மிகக் கடினம்.

நாம் மேல்மட்டத்திலிருந்து வருகிற சிந்தனையின்படி நடப்பதாக நினைக்கிறோம். ஆனால், அடிமட்டத்தில் உள்ள குன்றுகள் மூலம் வருகிறது சிந்தனை. நம்மை ஆக்கிரமிக் கிறது. நுகர்பொருள் வாங்கும் போது எந்த பிரக்ஞையற்ற நிலையிலிருந்து வாங்குகிறோம் என்று தெரியாமல் வாங்கு கிறார்கள். நாம் சுதந்தரமாக செயல்படுவதாக நினைத்துக் கொள்கிறோம். ஆசையின் அடிமட்ட அளவுகளே நம் செயல்களை ஆட்சி செய்கின்றன.

யோகி எந்த அலையும் இல்லாத அடிமட்டத்திலிருந்து இயங்க விரும்புகிறான். முழுக்கவே வெளி உலகத் தூண்டுதலுக்குப் பதிலாக நேரடியாக நிகழ்காலத்தில் இயங்க வேண்டும் என்பது யோகாவின் குறிக்கோள். அடி மட்டத் திலிருந்து வருகிற இரண்டாம் அலைகளை எப்படிப் பிடிப்பது? நீங்கள் கார் ஓட்டும்போது மற்ற ஓட்டுனர் தவறு செய்தால் கோபம் வருகிறது. அதனால், ஒரு பயனும் இல்லை. அமைதியாக இருந்தால் மற்றவர் செய்தவற்றை நீங்கள் செய்யாமல் இருந்து அவருக்கு கோபம் வருவதைத் தவிர்க்கலாம். இரண்டாம் அலையைத்தடுக்க மனம் நிகழ் நிலையில் இருக்க வேண்டும்.

பிரத்யஹாரா மூலம், மனத்திலிருந்து புலன் என்கிற ஓட்டத்தை திருப்பி, மனம் சக்தியை உள்ளே செலுத்த உதவுவது தாரணா. அது அறிவை தத்தம் செய்கிறது. தியானம், ஈகோவின் களைகளை நீக்குகிறது. கான்சென்ட் ரேஷன் அறிவுக்கு சுத்தம் தருகிறது. அறிவிலேயும் குறைபாடுகள் உள்ளன. குறைபாடு அறவே இல்லாதது ஆத்மா ஒன்றுதான். அறிவைத் தீட்டி பண்படுத்தி சிறப்பு செய்தாகிவிட்டது. அதன் சக்தியின் மூலம் பகுத்தறிந்து மெதுவாக விடுதலை நோக்கிப் போகிறோம். அது நோக்கும் குணம் கொண்டது. அதை நாம் பார்க்க முடியும்.

கட்டுப்பாடில்லாத, சுத்தமான, உயர்ந்த அறிவு ஆத்மாவின் அருகில் உள்ளது. இங்கேயும் பல மாசுகள் உள்ளன. அவற்றைக் களைந்தால் முழுமையான வைரம் காணலாம்.

உயர் அறிவு சக்தி கொடுக்கிறது. சக்தி அறத்தோடு சேர்ந்து கெடுதல் தருகிறது. அறிவு கெட்டால் நமக்கும் உலகுக்கும் கெடுதல் வருகிறது. இதனால் கர்வம், சுயநலம், கேடு செய்தல் ஆகியவை பிறக்கின்றன. எதைப்பார்த்தாலும் எனக்கு என்ன லாபம்? நான் சரி, மற்றவர் தவறு என்ற மனோபாவம் ஏற்படுவது நல்லதல்ல.

அறிவு ஞாபகத்தை கலந்தால் பலன்களைக் கணிக்கலாம். ஈகோவிலிருந்து வருகிற எல்லா விருப்பங்களையும் தேர்ந்தெடுப்பது அறிவு அல்ல. ஒரே நாள் ஆறு தினசரி, ஆறு டிவி சேனல் பார்த்தால் ஒரே விஷயத்தை பல விதமாகப் போடுவதை பார்க்கலாம். தினசரி சொன்னபடி செய்தி காண்பிக்கப்படும். தினசரி உரிமையாளர்கள் பணக்காரர்கள். அவர்கள் எதைவிடுகிறார்கள் எதை சேர்க்கிறார்கள் என்பதைப் பாருங்கள். ஊடகத்தின் பொதுமை மேலேழுந்த வாரியானது, பொய்யானது. பத்திரிக்கையாளர்களுக்கு மூளை இருக்கிறது. அவர்களுக்கு அறிவின் தீர்ப்பு இருக் கிறது. அவையெல்லாம் மாசுகள்.

நம்மிடம் அதைக் கவனிப்பது கடினம். வெளிப்படையாக தர்ம வாழ்க்கை வாழ்ந்தால், நாம் தவறே செய்யவில்லை என்று தோன்றும். வாழ்க்கையின் உண்மையை மறைத்து பொய்யை குறியிடுகிறோம். ஈகோ அறிவின் எல்லா குறைகளையும் தூண்டிவிடுகிறது. இந்த மாசுகள் மனித குலத்தின் பெரும் குற்றங்கள். அதை நாம் மறுக்க முடியாது. ஆனால், அவற்றை ஆத்மாவின் அருகில் உள்ள மனசாட்சி மூலம் களையலாம். அறிவு என்பது தனக்கே காவலாக இருக்கலாம். அதற்கும் செயல்படுதலோடு அதன் பலன்களை எடை போட்டுப் பார்க்கத் தெரியும்.

பிரக்ஞையோடு குறைகளை நோக்குவது ஆதாயம் தரும். அதுவே சுய கருவியாகும். அதற்குப் பெயர் நியமா. இருந்தாலும் யோகக் கருவியும் தனியான மதிப்பீடும் வேண்டும். லென்சின் முகம் ஆத்மாவை நோக்குவது. இதில் மாசு குறைவு. லென்சின் மற்ற முகம் புலன்கள் உலகை சந்தித்து மாசு பெற்றுக் கொண்டே உள்ளது. இந்த முகம், மனசாட்சி குறையில்லாமல் இருந்தால் ஆத்மாவின் வெளிச்சத்தை முழுமையாக காட்டும். அதை சமஸ்கிருதத் தில் தர மேந்திரியை என்கிறார்கள்.

பிரபஞ்ச பிரக்ஞை, இயற்கையின் ஆத்மா எல்லாவற்றையும் இணைக்கிறது. நம் முன்னே இருப்பது தனி மனசாட்சி. இது பிரபஞ்ச பிரக்ஞையின் ஒரு பகுதி. இதுவே ஆத்மாவின் அருகில் உள்ளது. புரு என்று பெயர். இயற்கை - ஆத்மா உலகின் இடையே உள்ள தொடர்பு. மனசாட்சி என்பது பலன்களை ஆத்மாவின் மட்டத்திலிருந்து களைந்திடுவது. ஒருமையிலிருந்து ஆத்மா பொருளை ஊடுருவல் செய்கிறது. ஆகவே, மனசாட்சி ஒன்றையே சொல்லும் ஒன்றிலிருந்து வருவதால், மனசாட்சி பிரக்ஞை ஆத்மாவின் பேச்சை கேட்கிறது.

ஆலோசனை என்பது பாகுபாடு, சிந்தனை ஆகியவற்றால் ஆனது. மூளையின் வேலை உள்ளுணர்வு. உள் குரல் சுத்தம் செய்யப்பட்ட துல்லியமான அறிவு. ஒரு வேலை எடுக்க வேண்டாம்; பயணம் செய்ய வேண்டாம் என்று சொல்லும் உள்ளுணர்வு. அதை மதிக்க வேண்டும். அது ஞானமாகும் வரை. உள்ளுணர்வு பகுத்தறிவுக்கு அப்பால் இதயத்தி லிருந்து வருவது.

மனசாட்சி எவ்வாறு வேறு வலி ஏற்படுத்தும்? மனசாட்சி குத்துகிறது என்கிறோம். உள்ளுணர்வு உந்திவிடுகிறது; குழப்பத்தைத் தருகிறது. ஆனால், எங்கேயிருந்து வருகிறது என்பது தெரியாது. மனசாட்சி காயப்படுத்துகிறது. கவனம் என்பது மட்டுமல்ல. தாரண உண்மையான கான்சென்ட்ரேன் அறுந்து போகாத பிரக்ஞை. உந்துதல், அறிவு, சுய பிரக்ஞை எல்லாம் சேர்ந்து சலனமடைகிற மனத்தையும் புலன்களை யும் முடியாமையிலிருந்து காப்பாற்றுகிறது.

பேசுகிற மனம் சிறிய எண்ணிக்கை உடைய அலைகள். கான்சென்ரேஷன் ஒரு பெரிய அலை. பலதை ஒன்றாக்க வேண்டும். எல்லாவற்றையும் ஒன்றில் ஒன்றைச் சேர்த்து அமைதியாக தியானத்துக்குத் தயார் செய்ய வேண்டும். பல அலைகளை அமைதிப்படுத்த முடியாது. ஆசனாவில் கவனத்தை அதாவது அலையை வலது முழங்கால், கைகள், வலது உள் முழங்கால் ஆகியவற்றின் மீது செலுத்த வேண்டும்.

மெதுவாக பிரக்ஞை உடல் முழுவதும் பரவுகிறது. இப்போது பிரக்ஞை ஒருமைப்படுகிறது. பலவேறான

மூலக்கூறுகளை ஒரு அறிவின் ஓட்டத்தில் கொண்டு வருகிறோம். இது தான் கான்சென்ட்ரேஷன். ஒரு பெரிய அலை. மனம் இது போல கான்சென்ட்ரேஷன் செய்தால் பலதை ஒன்றாக்கி அமைதிக்கு விழைந்து, தியான நிலை வந்து பெரிய அமைதி அடைகிறது.

இந்தச் செயல்முறையை தவிர்க்க முடியாது. தொண்ணூற்று ஒன்பதில் இருந்து பூஜ்ஜியம் (தியானம்) வருவதற்கு முன்னால் ஒன்றைக் (கான்சென்ட்ரேஷன்) கடந்தாக வேண்டும். எல்லா மூலைகளையும் ஆராய்ந்த பின்னர் பிரக்ஞை எல்லா மூலைகளுக்கும் சென்று பிறகு, உடல் முழுவதும் பிரக்ஞை பற்றி ஊடுருவும். போர்வையாகிற பிரக்ஞை, அறிவு வெளிச்சத்தில் ஓட்டத்தால் பாதிக்கப்பட்டு மாறுகிற உடல், மனத்துக்கு சாட்சியாகிறது. இது தாரணா தேக்கப்பட்ட ஓட்டமாக கான்சென்ரேஷன் உயர்ந்த பிரக்ஞைக்கு இட்டுச் செல்கிறது. தொடர்ந்து அட்ஜஸ்ட் செய்து முழுமையான, தானாக சரி செய்துகொள்ளக்கூடிய எந்திரம் உருவாகிறது.

ஆசனப்பயிற்சி இருக்கையின் ஒவ்வொரு மூலக்கூறோடும் விழித்து, கூர்மையாகப் பண்படுத்தி புலன், மனம், ஞாபகம் சுயத்தோடு ஒன்று சேர்க்கிறது. சுயம் இயற்கையின் உருவம் பெறுகிறது. பெரிதுமில்லாது, சுருக்கம் இல்லாது சரியான ஆசனா செய்யும்போது தியானத்தோடும் கான்சென்ட்ரேஷன் சேர்ந்து சுயம் முழுமையான உருவம் பெற்று நாணயமாக எல்லாவிதமான வகைக்கும் அப்பாற்பட்டு நிற்கிறது.

இந்த சாத்வீக ஆசனாவில் வெளிச்சம் முழுமையாகப் பரவுகிறது. இது தியான மயமான ஆசனா. நாம் தியானம் செய்யவில்லை. ஆசனா பயிற்சியை தியான அளவுக்கு கொண்டு செல்கிறோம். முழுமையான இருக்கைக் கருவிலிருந்து தோல் வரை அனுபவிக்கப்படுகிறது. மனம் சலனமற்றது. ஆசனா யோகா எல்லா வாய்ப்புகளையும் திறந்து விடுகிறது. யோகா என்பது தியானம். தியானம் என்பது யோகா.

தியானம் என்றால் பிரக்ஞை இயக்கத்தை நிறுத்துவது. அலை பாய்கிற கடலை அமைதியான நிலைக்குக் கொண்டு வருவது. ஆன்மிக மனிதனின் பொருள் என்ன, பௌதிக

உடம்பில் வாழ்ந்து கொண்டு, பொருளான உலகத்தின் மனசாட்சி கடினமான விஷயமாக செய்ய சொல்கிறது. ஏனென்றால், அது நம்மை ஒருமை முழுமையை நோக்கி இழுக்கிறது. ஆசை, சுயநலம், அறிவார்ந்த குறைகள் நம்மை பலவிதப்பட்ட உலகத்துக்கு இழுத்து, பிரச்னைகளை மதிப்பிட்டு குழம்பிப்போய் கடைசியாக குறைந்த கெட்டதை தேர்வு செய்கிறோம்.

மனசாட்சியில் குறையில்லாதபோது ஆத்மாவின் குரல் காதில் ஒலிக்கிறது. வலி நிறைந்த மனசாட்சியும் நமக்குப் பெருமையே. கடவுள் நம்மோடு பேசுகிறார் என்பதற்கு அதுதான் ஆதாரம். யோகாவின் பயணம் முடியும் தருவாயில் உள்ளது. முயற்சியை இரட்டிப்பாக்குங்கள். வெளிச்ச மடையும் நேரத்தில் தேவதைகள் கூட ஆசை காட்டுவார்கள். தாரணா, தியானா, சமாதி- உச்சகட்ட கடைசியான ஒன்று சேர்த்தல்.

யோகாவின் முன் பகுதிகளெல்லாம் உங்களை டிப்டாப் நிலைக்கு கொண்டு வந்துள்ளன. தியானம் என்பது மந்த நிலை அல்ல. மாடு அசை போடுவது போல அல்ல. தியானம் சாத்வீகமானது. உள்ஒளி பொருந்தியது, பிரக்ஞையானது. மந்தம் வந்தால் தாம்சத்தின் மாசு என்று பொருள். பரிவான அலைகள், எந்திரமான தூண்டுதல் மனத்தைக் கட்டுப்படுத்த கடலின் அலைகள் மன அமைதிக்கு உதவும். அது போல இலைகளின் சலனம், இயற்கையின் அலைகள் மனத்தை அமைதிப்படுத்துகின்றன.

பல கடிகாரங்கள் ஒரே அறையில் இருந்தால் எல்லாம் சீராக ஆடும். ஊசல் வீசல் இருந்தாலும். யோகா சமூகத்தை தானாக அடைவது எப்படி என்று காட்டுகிறது. ஆதரவு அலை இல்லாவிட்டால் அழுத்தத்தை குறைக்க மலை அருவியின் பாட்டைப் போடுகிறார்கள்.

தியானத்தில் உடலின் பல பாகங்கள் மீது கவனம் செலுத்தலாம். மூச்சின் மேல் கவனம் செலுத்துவது நல்லது. உள் செல்லுதலிலும், பரவலிலும் இயங்குகிற மூச்சு, கடல் அலை போன்றது. மூச்சும் ஓடிக் கொண்டே இருக்கிறது. நிறுத்துதல் வாழ்வு தரும் விசை அமைதியானது. மூச்சு நகர்கிறது. நிறுத்துதல் அப்படி அல்ல. யோகா தியானத்தை

தனியாக செய்ய வேண்டும். கூட்டமாக அல்ல. தனியானது அல்ல. தனிமையானது - வெளிச்சம் தருகிற சந்திரன் மாதிரி. கடக்கின்ற கடைசியான தனிமை.

தனியானதை தனிமையோடு ஒப்பிடக்கூடாது. தனிமை என்பது பிரிதல். தனிமை என்பது பிரபஞ்சத்தின் அங்கம். நிறுத்தப்பட்ட மூச்சு, தாரணாவின் கண்ணால் பார்த்து, பிரக்ஞையை நடுவுக்கு கொண்டு செல்கிறது. எண்ணத்தின் இயக்கத்தை நிறுத்துகிறது.

யோகா என்பது மனத்தின் சலனத்தை நிறுத்துவது. தாரணா அறிவை சுத்தம் செய்கிறது. அமைதியான மனம் சுத்தமானது. இது தான் முடிவா இல்லை. ஈகோ இதைக் கொண்டிருக் கிறது. தெரிந்த சுயம், ஆத்மா போல வேஷம் போடுகிறது. அது கடைசியாக மேடையைவிட்டு நீங்கும் நடிகன். கடைசி கைத்தட்டலுக்காக காத்திருக்கிறது. அதை மேடையைவிட்டு நீக்குவார்கள்.

இரண்டு வகையான நிறுத்துதல் உள்ளன. உள் மூச்சுக்குப் பிறகு, வெளி மூச்சுக்கு பிறகு, இழுக்கும்போது சுயம் மேலே வருகிறது. மூச்சு உள்ளே போகும்போது, நிறுத்தலின் போது, சுயம் உடலின் எல்லையில் சுயத்தோடு சேர்கிறது. இந்த நிலையில் ஈகோ இல்லை. மூச்சுவிட்ட பிறகு உறைகள் சுயத்தின் சுயத்தை நோக்கி நகர்கின்றன. காற்று வெளியே வரும்போது உள்ளே போகின்றன. சுயத்தோடு இணைந்து ஈகோ இல்லாமல் சுயநலம் இல்லாமல் இழுப்பது இருக்கை யின் முழுமையை அறிதல். நடுவிலிருந்து வெளியே வருதல். நாம் உலகில் பிறந்ததன் பலன்கள். தனியான ஆத்மா கண்டுபிடிக்கப்படுகிறது. ஒவ்வொரு செயலின் பிரக்ஞையும் தெரிகிறது. இருக்கையின் நடுவிலிருந்து ஆத்மா பிறந்ததன் பலனை உணர்கிறது.

ஒரு மாளிகையின் பல அறைகள் இருந்தாலும் நாம் ஒரு அறையில் இருக்கிறோம். மனத்திலோ, ஞாபகத்திலோ, வயிற்றிலோ, யோசனையிலோ அதாவது தலையிலோ, ஏதாவது ஒரு மூலையில்தான் இருக்கிறோம்.

முழுமையை உணர்தல் எங்ஙனம்? மாளிகையில் ஒரு நேரத்தில் , எல்லா ஜன்னலிலிருந்தும் வெளிச்சம் பாய

வேண்டும். நிறுத்துதல் போது என்ன ஆகிறது? சிந்தனை நின்று விடுகிறது. நிறுத்துதல் தானாக காலமற்று வருகிறது. மூச்சை நிறுத்த ஆணை எங்கிருந்து வருகிறது? உந்துதல் தேவை. மூச்சை நிறுத்த, உந்துதல் இயற்கையாக வர வேண்டும். அதாவது, ஆத்மாவில் ஈகோ ஒளிந்து கொண்டிருக்கிறது. தியானம் என்பது ஈகோவை மாசுகளை நீக்குகிறது. அதை அழிக்கவில்லை. சிந்தனையின் சலனம் என்றால் அறிவின் மாசுகள் நீங்குகின்றன. அது போல நிறுத்தல் ஈகோவை அழிக்கிறது.

மூச்சு நிற்பது முக்கியமல்ல. பொருளாக இல்லாமல் போகிறான். ஆட்டுவிப்பதும் அல்ல. மூச்சு அவனை மூச்சுவிடுகிறது. தியானத்தின் உச்ச நிலையில் பிரபஞ்சம் உங்களை மூச்சுவிடுகிறது. நீங்கள் செயலற்றுவிட்டீர்கள். தனியான உந்துதல் இருக்கிறது. ஈகோ அல்ல, சுயம் அல்ல. பிரம்மன் உங்கள் மூலம் வெளிப்பாடு செய்கிறான். அவனுடைய வடிவின் வெளிப்பாடு. ஓவியம் கலைஞனின் படைப்பு போல மூச்சுக்கு பிறகு நிறுத்துதல், காலத்தின் திரையில் தாளம் போடுகிறது. கடந்தகாலம், எதிர்காலம் இல்லை. நிகழ்காலம் மட்டுமே. கப் முழுமை பற்றி சொன்னோம். இப்போது கப் காலியாகிவிட்டது. சுயம், ஈகோ ஒன்றுமல்ல, தெய்வீகமான காலி குடம். எல்லை அற்றதோடு கலந்து அமைதி வருகிறது.

5

அறிவு

இந்த அத்தியாயம் நாலாவது உறையான அறிவு, உடல் பற்றியது. இதன் வெளி எல்லை, மன உடலோடு கலக்கிறது. மனம் எண்ணங்கள் பற்றியது. அறிவு, ஞானத்தின் மூலம் பகுத்தறிவைத் தருகிறது. யோகா, பிரக்ஞையின் பல பகுதிகளை அடையாளம் காட்டி, அதோடு சேர்ந்த அசைவு களையும் பற்றி சொல்லி நம்முடைய மாற்றத்துக்கு வகை செய்கிறது. இதன் வழியாக ஐஸ்கிரீம் சாப்பிடுவதையும் சாப்பிடாமல் இருப்பதையும் நமது கட்டுப்பாட்டில் வைக்கலாம். பகுத்தறியும் பண்பின் மூலம் சுய கட்டுப்பாடு பெற்று நமக்கு தெரியாத கடலில் பயணிக்க பலம் தருகிறது.

நாலாவது உறையின் உள் பகுதியில் ஆத்மாவைக் கண்டுபிடிக்கிறோம். இதுவே தெய்வீகத்தின் பொறியாகும். இந்த இரண்டு உறைக்கிடையில் ஆழமாகிற சுய அறிவு, உயர் அறிவின் கலாசாரம். இது சுத்தமான உள் பார்வை உள்ளது. இதுவே நமது தேடலின் முடிவாகும்.

அறிவின் மாசுகளைக் களைந்து ஈகோவைக் கட்டுப் படுத்துவது அவசியமாகிறது. இதற்குத் தேவை

யான யோக கருவிகள், யோகாவின் ஆறாவது, ஏழாவது இதழ்களான தாரணா, தியானாவாகும். இதற்கு முந்தைய அத்தியாயத்தில் பார்த்த இதழ்கள், ஆசனாவிலிருந்து பிரத்யஹாரா வரை இருந்து கொண்டு மேல் நிலை சாதனைக்குத் துணையாக இருக்கும். உதாரணமாக தியானம் செய்ய வேண்டுமென்றாலே ஒரு ஆசனாவில் அமர வேண்டும். அது போல புலன்களை உள்ளே செலுத்த வேண்டும்.

பிரத்யஹாரா என்கிற அடித்தளத்தை புறக்கணித்தால் கிளையில் அமர்ந்து மரத்தை வெட்டுவதற்கு சமமாகும். அறிவு பற்றி சொல்வது கடினமானது. ஆனால், சாத்தியமானது. ஆசனா, பிராணாயாமாவை விளங்குவது கடினம், உள்பார்வை, ஈகோ, இருமை ஆகியவற்றோடு ஒப்பிட்டால். பிரச்சினை என்னவென்றால், இவை அன்றாட வாழ்க்கைக்கு அப்பாற்பட்டு இருக்கிறது. யதார்த்தமற்றதாகத் தோன்றுகிறது. அப்படி கால அளவும் யதார்த்தமும் இருந்தாலும் கற்பனையின் மூலம் அவற்றைத் தேடி எதிர்நோக்க வேண்டும்.

காற்று, அறிவு கோசத்தை சேர்ந்தது. தொடல், காற்றின் துல்லியமான எதிர்முகம். நாம் நாள்தோறும் காற்றில் மூழ்கி இருக்கிறோம். நம்முடையே தோல் காற்றோடு உராய்ந்து கொண்டே உள்ளது. ஒவ்வொரு மூச்சிலும் காற்று நம்மை ஊடுருவுகிறது. எப்படி மிளா தண்ணீரை உறிகிறதோ அது போல காற்று நம்மை உள்ளேயும் வெளியேயும் தொட்டுக் கொண்டே உள்ளது.

தொடல் என்பது துல்லியமாக அந்தரங்கமானது. ஏதாவது ஒன்று நம்மை தீவிரமாகப் பாதித்தால், அப்போது அது என் இதயத்தைத் தொட்டுவிட்டது என்கிறோம். காற்றும் தொடலும் ஆழமாகச் செல்கின்றன. அது போலவே அறிவும் நம்மைத் தொடுகிறது. நமக்கென்று தனி அறிவு உள்ளது. பிரக்ஞை மூலமாக, அர்த்தமுள்ள, விடுதலை தருகிற அறிவு உருவாகிறது. புத்தக அறிவு வெளி உலகம் சார்ந்தது. ஆனால், நம் அனுபவம் மூலம் வருகிற அறிவு நமக்கு மட்டுமே உரியது. உள்ளார்ந்தது. முடிவுகள் எடுக்கக்கூடியது.

நம்முடைய சொந்த அறிவு என்பது பிரபஞ்சத்தின் அறிவின் ஒரு சிறிய பகுதிதான். இந்த அறிவு எல்லா இடத்திலும் உள்ளது. ஆனால், நாம் அதற்கு தடைகள் போட்டுக் கொண்டே

இருக்கிறோம். இதன் மூலம் பிரபஞ்ச அறிவினால் கிடைக்கும் பெரிய பலன்களை இழக்கிறோம், சரியான மூச்சு இல்லாமல் அதன் பலன்களை இழப்பது போல. மூச்சும் பிரக்ஞையும் எப்படி சேர்ந்தே இருக்கின்றன என்பதை பார்த்தோம்.

அறிவு என்பது பிரபஞ்ச பிரக்ஞையின் ஆபரேடிங் சிஸ்டம். கீரையை சாப்பிடும்போது ஒவ்வொரு இலையும் பிரபஞ்சத்தால் செய்யப்பட்டது என்பதை உணர்கிறோம். அது போலவே அரிசி, பழம் ஆகியவற்றை உண்ணும் போதும் உயிரியல் மட்டத்தில் உண்ணுதலை மட்டுமே உணர முடியும். பிரக்ஞையின் மட்டத்தில் அரிசியை, பழத்தை சமைத்த இயற்கையே நம்மையும் படைத்திருக்கிறது என்பதை உணர்கிறோம். தனிமையைக் களைவது எப்படி என்பது நமக்கு இப்போது தெரியவருகிறது. அறிவு விரியும் போது நான், எனது என்பது போய்விடும். பிரபஞ்சத்தின் வளங்களோடு நாம் சேர்ந்து எல்லையற்ற வளமாகிறோம். சாதாரண அறிவு, உள்ளறிவாக மாறுகிறது. குறிப்பிடத்தக்கது போல அனைத்துலகும் பிறக்கிறது. தியானம் இரண்டு நிலைகளை ஒன்றாக்குகிறது. இது-அது, நான் - அவன் ஆகியவை போய்விடுகின்றன. இப்போது பர்சனாலிட்டி முழுமையடையத் தொடங்குகிறது.

ஒரு செல்லில் தொடங்கி கடைசி வரை ஒன்றே ஒன்றுதான். அதுதான் ஆத்மா. என்னுள்ளே என்ன உள்ளது என்று தெரி கிறது. அதன் கூட்டலான பிரக்ஞையில் நாம் வாழ்கிறோம். நம்முடைய மனம் அமைதியாக இருந்தால் என்ன யதார்த்தத்தைக் காண்போம்? பிரக்ஞையல்லாமல் போகுமா? முழுமையான சுயப் பிரக்ஞை வருமா? இதை யாருக்கும் கற்றுத்தர முடியாது. நாமாகவே அனுபவிக்க வேண்டும். அதுவரைக்கும் எல்லாம் செய்யலாம். ஆனால், அது நடக்கும் போதுதான் நடக்கும்.

பியானோவை மூன்று மாடி ஏற்றிவிடலாம். ஆனால், பதட்டப்பட்ட மனசை அமைதியாக்க முடியாது. நாம் என்ன செய்யலாம் என்றால், கவனமாக இருந்து மனம் கெடாமல் பார்த்துக் கொள்ளலாம். இதனால்தான், யோகா எதிர்மறை செயல்களில் கவனம் செலுத்துகிறது. பிரக்ஞையை அறிவின் கண்ணோட்டத்தில் பார்க்க வேண்டும். ஹாயோகா. ஹா

என்றால் சூரியன், ஆத்மா என்றால் சந்திரன். சூரியன் ஆத்மா; சந்திரன் பிரக்ஞை.

பிரக்ஞை லென்ஸ் போன்றது. உள் பகுதி ஆத்மாவை நோக்கு கிறது. வெளிப்பகுதி உலகத்தோடு தொடர்பு கொள்கிறது. அதனால், வெளிப்பகுதியில் நிறைய மாசுபடிகிறது. இதனால், நம் பார்வை மங்கலாகிறது. வெளியில் இருப்பது தெரியாமல் போகிறது. உள்ளே உள்ள ஆத்மாவின் பிரகாசம் வெளியே வரமுடியாமல் போகிறது. வீடு இருட்டாக இருப்பதற்கு காரணம் ஜன்னலில் உள்ள தூசு. சூரிய ஒளி மங்கிப் போகவில்லை. ஜன்னலைச் சுத்தப்படுத்த வேண்டும். ஆகவேதான், யோகா பிரக்ஞை என்ற ஜன்னலை சுத்தம் செய்கிறது. சுத்தமே குறிக்கோள் அல்ல.

பெண்கள் சமையலுக்கு முன்னால் சாமி கும்பிடுகிறார்கள். காரணம் என்ன? குறிக்கோள் வெற்றி அடையவேண்டுகிறார் கள். சமையல் செய்வது மற்றவர்களின் போஷாக்குக்காக. இது வெற்றி அடைய, தெளிவான பிரக்ஞை வேண்டும். சுத்த மான உடல், சுத்தமான மனம், சுத்தமான கைகள், சுத்தமான பாத்திரங்கள் என்றால், சந்தோஷமான, ஆரோக்கியமான, அன்பு நிறைந்த குடும்பம் என்று பொருள்.

மனம் நம்மோடு இறந்துவிடுகிறது. பிரக்ஞை என்பது வாழ்க்கைக்குப் பிறகும் தொடர்கிறது. ஞாபகம், கடந்த காலம். கற்பனை, எதிர்காலம். இந்த இரண்டுக்கு நடுவில் நிகழை நாம் இழந்துவிடுகிறோம். பிரக்ஞை எவ்வாறு மாறுகிறது என்பதைப் புரிந்து கொள்ள வேண்டும். மனம் அவற்றைப் புரிந்து கொண்டால் யதார்த்தத்தை அறிய நேரடி யாக வாய்ப்புள்ளது. இதனால்தான் பதஞ்சலி, யோகாவின் குறிக்கோள் மனப் பதட்டத்தை குறைப்பது என்றார்.

யோகா என்பது தியானம். தியானம் என்பது யோகா. பதட்டப் பட்ட மனம் தியானிக்க முடியாது. ஆகவே, பதட்டத்தின் வடிவுகளைக் காண வேண்டும். மனம் சோர்ந்து உட்காரா மல், கவனமாக, அமைதியாக, காட்டு மான் போல இருக்க வேண்டும். யோகாவில் மனம் உள்ளே செல்கிறது. மான் வெளியே பார்க்கிறது. அறிவு, பிரக்ஞையில் அமர்ந்து தெரியாத புதிரின் விடைக்கு காத்திருக்கிறது. எப்போதும் நம்

பிரக்ஞை கவனமாக இருப்பதில்லை. பிரக்ஞைக்கு மூன்று வேலைகள் உள்ளன. முதலாவது அறிதல், பார்த்தல், அடையாளம் காணல். இரண்டாவது வாழ்வின் செயலில் இறங்குதல், மூன்றாவது இயக்கம். இதன் மூலம் அறிவு பெற்று மனித இனத்தின் உண்மை அறியலாம்.

மனம் என்பது தீ போல. நடனமாடிக் கொண்டேயிருக்கும். மாறிக்கொண்டே இருப்பதால் குழப்பமும் அதிகமாகிறது. இது இயற்கையே. நம்முடைய எல்லா செயல்பாடுகளும் இந்த நடனத்தை பொருத்தே உள்ளது. மனம், நம்மை ஆனந்த நடனத்துக்கு இட்டுச் செல்கிறது. மனத்தின் பலன் அடைய வேண்டுமென்றால் அதை அடக்கி ஆள வேண்டும். மனம் புலன்களுக்கு அடிமையாகி உள்ளதால் நம்மை அடிக்கடி சிக்கல்களில் மாட்டிவிடும். மனத்தின் மாற்றங்களால் இன்பமும் துன்பமும் தரும். வலி தரும்; வலியில்லாமலும் போகும். பரீட்சைக்குப் படிப்பது கடினம். அதன் பலன் பின்னால் கிடைக்கிறது. அது போல டைனிங் டேபிள் சுகம் கிடைக்கும் முன்னே. அதனால் வரும் துன்பம் பின்னே. நோய் வருகிறது. கஷ்டப்பட்டு குணம் அடைகிறோம். காசுக்கு இரண்டு பக்கம் போல, இன்பம் கிடைத்தால் செய் என்பது நாளடைவில் நம்பத்தக்கது அல்ல. எல்லாத் தத்துவங்களும் சொல்கின்றன, இன்பம் தேடுபவன் துன்பத்தில் வீழ்கிறான் என்று. கிரேக்கர்கள் எல்லாம் அளவோடு இருக்க வேண்டும் என்றார்கள். யோகா சொல்வது பயிற்சி. துறத்தல் மூலம் இன்பத்திலிருந்து துன்பத்துக்கு பாயாமல் நிலையாக இருக்கலாம்.

பிரக்ஞை, ஐந்து விதமான மாறுதல்களை அடைகிறது. சரியான அறிவு, தவறான அறிவு, கற்பனை, மாயம், தூக்கம், ஞாபகம். இயற்கையாக எல்லோருக்கும் உள்ள மன நிலைகள் இவை. இவை மூளையைப் பொருத்துள்ளன. இறக்கும் போது மறைந்து விடுகின்றன. இந்த ஐந்து மாற்றங்களையும் புரிந்து கொள்வது நல்லது. இவற்றைத் தவறாகப் பயன்படுத்தினால் விளைவுகளை அனுபவிக்க வேண்டி வரும். சிக்கல்களில் மாட்டிக் கொள்வோம். நாம் நட்டதை நாமே அறுக்கப்போகிறோம்.

பலன்களை யோகா இந்த ஜென்மத்தோடு நிறுத்தவில்லை. தவறான ஒருவன் கடைசி வரை தவறான பாதையிலே

செல்கிறான். ஹிட்லர், யூதர்களைக் கொன்று குவிப்பதில் கொஞ்சம்கூட தயக்கம் காட்டவில்லை. இது தவறான அறிவு, பதற்றம். பலன் என்ன? அவனே இறந்தான். அவனுடைய நாட்டை அழித்தான். உலகத்தையே அழித் தான். காரணச் சங்கிலி தொடர்ந்தால் யாராவது தங்கள் இடத்தை ஹிட்லரோடு மாற்றிக் கொள்வார்களா?

ஐந்து பிரக்ஞை

ஐந்து பிரக்ஞை வடிவங்களைப் பார்க்க வேண்டும். நல்லது-கெட்டது இரண்டுமாகச் சேர்த்து அந்த ஆய்வு, ஒரு வழியைத் தேர்ந்து எடுக்க, சரியான முறையில் சிந்திக்க உதவும். அவை நமக்கு ஒரு திசையைக் காட்டுகின்றன. சிந்தனையை வழிப்படுத்த உதவுகின்றன. நம்முடைய சிந்தனையுள்ளம் தடைப்படுத்த வல்லது. மெதுவாக அவற்றை மாற்ற வேண்டும். அவை தனியாக இல்லை. துணியில் உள்ள நூல் போல் பின்னியுள்ளன. ஒன்று மற்றொன்றைப் பாதிக்கிறது. தூக்கம் சரியில்லாவிட்டால் மற்ற நிலைகளையும் பாதிக்கிறது. சரியான அறிவுக்கு வேண்டிய ஆய்வு செய்ய முடியாது. சோர்வடைந்தால் ஞாபகம் வைத்துக் கொள்வது கடினம். மற்ற நிலைகளை நினைவுகூர நமக்கு ஞாபகம் தேவைப்படுகிறது.

ஞாபகம் ஒரு பார்வையில் நல்லது. மற்றொன்றில் கெடுதல் செய்கிறது. வலி தருகிற ஞாபகம், மனவியல் நேரத்தில் கட்டிப்போட்டு கடந்த காலத்தையே திருப்பி போட்டு பார்க்கிறது. மழையில், சேற்றில் வண்டி சிக்காமல் சிக்கிக் கொள்வது போல, வலியில்லாத ஞாபகமே ஆய்வுக்கு உதவி வளர்ச்சிக்கு அவசியமாகிறது.

பாகுபாடு என்பது அறிவின் கத்தி. ஞாபகத்தைப் பயன்படுத்தி உண்மையிலிருந்து பொய்யை பாகுபடுத்த வேண்டும். யதார்த்தத்திலிருந்து மாயை பிறந்து, கடந்த காலத்தை நம் முடிவுகளிலும் தேர்வுகளிலும் காரணமாக்குகிறது. பலன்களை நோக்கினால், வலியும் இன்பமும் மாறி மாறி வராமல் நம்மை காக்கும். பாகுபாடு என்பது அர்த்தமுள்ள ஒப்பீடு. நேற்று ஆசனா எப்படி இருந்தது? இன்று எப்படி இருக்கிறது? வலது, இடது கால்கள் சீராக இருக்கின்றனவா? வலது தூங்கிக் கொண்டிருக்கும். சோதனை தவறு என்கிற செயல்பாட்டில் சரியான நிலை தெரியவரும்.

சிரசாசனாவில் கையின் மேல் பகுதி குறைய ஆரம்பிக்கும். ஞாபகம் நமக்கு எச்சரிக்கை தரும். இதன் மூலம் கெட்ட பழக்கங்களை மாற்றலாம். இந்தப் பயனுள்ள பாகுபாடு பிரக்ஞையை உசுப்பிவிடுகிறது. பிரக்ஞை - பாகுபாடு, ஞாபகம் ஆகியவற்றோடு சேர்ந்து எந்திரமான மனத்தை படைப்பான மனதாக மாற்றுகிறது.

எந்திரமானது வெளி உலகத்தை கேள்வி கேட்டு, உலகத்தை எந்திரமாகப் பாவித்துப் பொருளான அறிவைத் தருகிறது. பொருளான அறிவு, வெளி உலகம் பற்றியது. இது நல்லதாக வும் இருக்கும். தீயதாகவும் இருக்கும். உங்கள் நண்பரின் காரைப் பார்த்து பொறாமை, பேராசை அடையலாம். அல்லது அவருடைய கார் பாதுகாப்பானது, மாசு குறைவாக வெளியிடுகிறது என்பதை அறிந்து முடிவெடுக்கலாம். படைப்பான மூளை, வெளி உள் விவரங்களை புரிந்து உள்ளார்ந்த ஆன்மிக அறிவைத் தரும்.

உள் அறிவு, தேடலில் தொடங்கி உள்ளே செல்வது. நண்பர் கார் பார்த்து காரை மாற்றினால் மாசு குறைந்து உள் மாசு, வெளி மாசு இரண்டுமே குறையும். ஆகவே, புதிய கார் வாங்குவது நல்லது. பிரக்ஞை அறிவோடு சேரும் போது நாணயமாகப் பார்க்கிறோம். மூளையும் உடம்பும் ஒன்றாக இயங்கும் போது ஒருமை ஏற்படுகிறது. ஞாபகம் இதை ஆதரிக்கிறது. ஞாபகம் முழுமையாக வேலை செய்தால் அறிவோடு ஒன்றாகிறது. ஆதரவை, இன்பத்தைத் தேடும் மனத்திலிருந்து பாகுபாடு செய்யும் அறிவுக்கும் மாற்றுகிறது. இதனால், ஞாபகம் நம்மை பழைய குட்டையிலேயே அளைய விடாமல் நமக்கு ஆசானாக மாறி முழுமையான அறிவையும் நல்ல நடத்தையையும் தருகிறது. ஞாபகத்தை சுத்தம் செய்து மனத்தை சுத்தம் செய்கிறோம்.

சாதாரண மனிதனுக்கு ஞாபகம் கடந்த காலம். யோகிக்கு நிகழ்காலம். ஞாபகம் எல்லாவற்றையும் பதிவு செய்கிறது. கடந்த காலத்தை பற்றி மட்டும் நினைவு கூர்ந்து பரிணாமத்துக்குத் தடையாக ஞாபகம் இருக்கக்கூடாது. எதிர்காலத்துக்குத் தயார் செய்தால் வளர்ச்சிக்கு உதவும். ஞாபகம் என்பது லாப நஷ்டக் கணக்கு. முன்னேறுகிறோமா அல்லது பின்னே போகிறோமோ என்பது தெரியும். தேவை

உள்ளதை எடுத்து தேவை இல்லாததை நீக்கி புதிய அனுபவம் பிறக்க வழி செய்கிறோம்.

ஞாபகம் தனியாக இயங்காமல் பிரக்ஞையோடு சேர்ந்து விடுகிறது. சுத்தமானால் மனம் பழுத்த பழமாகி விழுகிறது. பிரக்ஞை பிரகாசிக்கிறது. ஞாபகம், நிகழ்கால செயல் பாட்டுக்கு உதவினால் அதன் உண்மையான வடிவை எடுக் கிறது. சுத்தம் செய்யப்பட்ட ஞாபகம், ஜீரணிக்கப்படாத உணர்ச்சிகளை, பிரக்ஞையற்ற மட்டத்திலிருந்து கொண்டு வராமல், நிகழ்கால உணர்ச்சிகளை நேரடியாகக் கொண்டு வருகிறது.

கற்பனை என்பது நல்லதற்கும் கெட்டதற்கும் பயன்படும். சந்தேகமில்லாமல் கற்பனை என்பது மனிதனின் மிகப்பெரிய வரப்பிரசாதம்தான். சமஸ்கிருத வார்த்தை விகல்பா என்றால் டெலூஷன். தொடர்ந்த ஊக்கம் இல்லாவிட்டால் சிலிர்க்க வைக்கும் கற்பனையும் ஊட்டமில்லாமல் போய்விடும். யதார்த்தமில்லாமல் ஒரு விஞ்ஞானிக்கு ஒரு Idea கிடைத்தால் பல வருஷங்கள் உழைத்து அதற்கு உருக்கொடுத்து வெளியே கொண்டு வரவேண்டும். ஒரு எழுத்தாளர் நாளை பற்றி கனவு காணலாம். ஆனால், பேனாவை வைத்து எழுதினால் ஒழிய நாவல் வெளிவராது. ஒரு இளைஞன், கவிஞரிடம் பொய் சொன்னான், நான் ஒரு கவிதை ஐடியா வைத்திருக்கிறேன் என்று. அதற்கு கவிஞர் ஒரு போடுபோட்டார், கவிதை என்பது வார்த்தைகள் பற்றியது என்று. உண்மையான கவிஞர் தரையில் கால் வைத்திருக்க வேண்டும். ஐடியா இருக்கட்டும். எழுதிவிட வேண்டும்.

ஐந்து மாற்றங்கள் நமக்கு எதிராகவே உழைக்கின்றன. பகல் கனவு காணும் போது, கடந்த கால ஞாபகத்தை சேர்க்கிறோம். கடந்த காலம் இனிப்பாக இருந்தாலும் நம்மை எங்கேயும் இட்டுச் செல்லப் போவதில்லை. யதார்த்தத்துடன் ஒப்பிட்டுப் பார்த்தால் நிலைமை மோசமாக இருக்கும். வலியில்லாத நிலையிலிருந்து வலியான நிலைக்கு வருவதாக கற்பனை.

பெரிய மரியாதைப் பார்வையை யதார்த்தமாக்குவோர்க்கு தவம் என்பது திறவுகோல். அதன் பொருள், பெரிய உஷ்ணம் கொடுத்து சாதாரண உலோகத்தை தங்கமாக்குவது. கற்பனை பார்க்கும். தீ நடனமாடும். ஒளி உருவத்தைக் காட்டும்.

யோகாவின் பொருளில் நெருப்பின் துல்லியமான பகுதி. ஐடியா என்றால் மனத்தில் உள்ள வடிவம். நம்முடைய துணிவு என்னவென்றால் அதை தீயில் எரித்து மனத்தின் வடிவங்களை யதார்த்தமாக்குவது.

ஆசனப் பயிற்சியில் மனமும் உடலும் சுமுகமாக்கப்பட்டு இந்தப் பணிக்கு தயார் செய்யப்படுகிறது. மனம், உடலுக்கு முன்னால் போய்க் கொண்டேயிருக்கும். மனம், எதிர்காலத் தில்; உடல், கடந்த காலத்தில்; சுயம், நிகழ் காலத்தில். ஆசனாவில் அவற்றின் ஒருங்கிணைப்பைக் கற்கிறோம். அந்தப் பாடம் மனத்தின் வடிவை பொருளாக மாற்ற உதவும். தூக்கம் தூக்கம்தான். அது நமக்கு எதை கற்றுத்தரப் போகிறது? நாம் செயலற்று பிரக்ஞையற்று இருக்கிறோம். அதனைப் பற்றிய ஞாபகம் சாத்தியமில்லை. ஆழ்ந்த கனவில்லாத தூக்கம் எல்லோரும் விரும்புவது. யோகிகள் கனவு காண்பதில்லை. தூக்கம் அல்லது விழிப்பு. அவர் களுக்கு இரண்டே நிலைகள்தான்.

தூக்கம் மூன்று வகைப்பட்டது. கனமாக இருந்தால் தாமதிக, பதட்டமாக இருந்தால் ராஜரிக, சாத்விக. தூக்கமென்றால் பிரகாசம், புதுமை, தக்கை. தூக்கம் என்பது திறந்த ரோஜா மொட்டாவது போல. புலன்கள் மனத்தில், மனம் பிரக்ஞை யில், பிரக்ஞை இருப்பில். இதுதான் யோகாவின் பலன் என்பது தெரிகிறது. ஆகவே, கற்பதற்கு ஒன்று இருக்கிறது. நாம் வெகுளி ஆகிவிடுகிறோம். தூங்குபவன் பாவியாக முடியாது. மனமும் புலனும் ஓய்வில் இருப்பதால் எதிர்மறை வெற்றி ஏற்படுகிறது. காலியிடம் எதிர்மறை. ஏனென்றால், நிகழ் பிரக்ஞையில்லை. யோகாவின் மூலம் எதிர்மறையை நேர்மறையாக மாற்ற வேண்டும், புலன்களும் மனமும் மூடி. ஆனால், ஒரு சாட்சி விழிப்போடு இருக்கிறது. இந்தச் சுத்த மான நிலையில் சுயம் அனுபவத்தின் கூடுதல் இல்லாமல் உள்ளது. பிரக்ஞையில் ஆட்டம் அமைதியாகிறது. அமைதி யான ஆழ்ந்த தூக்கம் விழிப்போடு கிடைத்தால் அது சமாதி.

மனம் அமைதி ஆகிவிட்டால் அங்கே இருப்பது ஆத்மா. தூக்கத்தில் ஈகோ இல்லை. ஆனால், அங்கே பிரக்ஞை இல்லை. சமாதி தூக்கம் போல ஈகோ இல்லை. அதே சமயம் அறிவின் துடிப்புடன் உள்ளது. தூக்கத்தில் நான் என்பது போகிறது. எண்ணத்தை மறந்து பிரபஞ்சத்துக்கு சென்று

விடுகிறோம். முழிப்பதற்கு முன் அமைதியான ஈகோ இல்லாத நிலை. அதுவே நமக்கு வழிகாட்டி. அந்த இயற்கை யான ஜன்னல் மூலம் தியானத்தைப் பார்த்து நாம் ஒன்றென்பதை உணர்ந்து ஒப்புக்கொள்கிறோம்.

ஈகோ குறைந்தால் கர்வம் குறைகிறது. புரிதல் ஏற்றுக் கொள்ள வருகிறது. வாழ்க்கையின் மோதல்கள் நம்மைப் பாதிப்பதில்லை. உள்ளேயும் வெளியேயும் கவலை, வருத்தத்துக்கு அப்பாற்பட்டு இருக்கிறோம். யோகாவின் மூலம் அன்றாட வேலையை சரியாகக் கவனிக்கிறோம். எடுத்த வேலையை முடித்து கீழே வைக்கலாம். கடிதம் எழுதுதல், தோய்த்தல், கோபத்தை விடல்.

ஒரு நாளின் தீமை அந்த நாளோடு போய்விட வேண்டும். விரும்பத்தகாதவற்றையும் வைக்க வேண்டிய இடத்தில் வைத்து அவற்றை அழுக விடாமல் பார்த்துக் கொள்ள வேண்டும். இதை செய்தால் அவை நச்சாகி மாறி நம் தூக்கத்தை குலைக்காது. அது போல அளவுக்கு மீறி சாப்பிடக்கூடாது. அது தூக்கத்தைப் பாதித்து விழிக்கும் போது சோர்வைக் கொடுக்கும். கெட்ட உருவங்களை மனத்தில் போட்டால் அதுவே கெட்ட கனவுகளாகக் கொப்பளிக்கும். நல்ல கற்பனை போல நல்ல தூக்கமும் மனதுக்கு ஊக்கம் தருகிறது. ஒவ்வொரு நாளையும் நிகழ்விலும் முழுமையாகவும் செய்தால் நல்ல மனசாட்சி கிடைக்கும். அதுவே அமைதியான, ஓய்வான தூக்கத்துக்கு அடிப்படை.

பார்ப்பதற்கு சோம்பேறியும் ஞானியும் ஒன்றுபோல் இருப்பார்கள். ஞானி ,சோம்பேறி இரண்டு பேர். பிரக்ஞையிலும் சலனம் இருப்பதில்லை. வித்தியாசம் என்னவென்றால், ஒன்று நேர்மறை; மற்றொன்று எதிர்மறை. சோம்பேறி, கோமா என்கிற உணர்ச்சியற்ற நிலையில் இருப் பான். ஞானி நேர்மறையாக அறிவாகவும் தீவிரமாகவும் இருப்பார். ஆரம்பத்தில், தியான நிலையே மந்தமாகத் தெரியும். சவாசனாவிலிருந்து தூக்கத்துக்குப் போய்விடுவார் கள். அது சமமாகாது. தூக்கத்தின் மந்தம் விழி நிலையில் நல்லதல்ல. அதே போல் பதட்ட நிலையும் கெட்ட தூக்கத் தில் வருவது நல்லதல்ல. புரண்டு புரண்டு படுத்தால் பகலிலும் புரள வேண்டிவரும். கவனமான, தன்னடங்கிய ஈகோ இல்லாத நிலை புதுமை தரும்.

நல்ல ஓய்வுக்குப் பிறகு இரவின் தூக்கம், தியான நிலைக்கு ஒப்பிடத்தக்கது. நல்ல தூக்கம் பிரக்ஞையை பிரகாசமாக்கும். கெட்ட தூக்கம் அதைக் குறைத்துவிடும். கெட்ட இரவு எல்லாவற்றையும் கோணலாக பார்க்கும். தவறான சிந்தனை, வார்த்தை, செயல் மூலம் வருகிறது. அவை கெட்டவை. தவறை சரி செய்தபின் நாம் அதை செய்திருக்கக்கூடாது என் கிறோம். வருந்துகிறோம். குற்ற உணர்ச்சி பெறுகிறோம். நிஜ உலகில் அவற்றைத் தவிர்க்க முயலுகிறோம்.

ஒரு வீடு வாங்க, பல நபர்களை அணுகி பல விஷயங்களை சரிபார்க்க வேண்டியுள்ளது. தவறு நடக்காமல் இருக்க வேண்டும். பலர் பின்னால் திரும்பிப் பார்த்து, பல தவறுகள் செய்துவிட்டோம் என்கிறார்கள். அப்போது எனக்குத் தெரிந்து இருந்தால் தவறுகள் செய்திருக்க மாட்டேன் என்கிறார்கள். ஆனால், அப்போதுள்ள அறிவை வைத்தும் பல தவறுகள் செய் கிறோம். யோகா சரியான அறிவு, தவறான அறிவு ஆகிய வற்றை இரண்டு மாற்றங்கள் என்கிறது. யோகா பயிற்சியின் முலம் தவறுகளைக் குறைத்து சரியான வழியைப் பலப்படுத்து கிறோம்.

கருத்து மாறுவது மட்டுமல்ல கருத்து என்பது நேற்றைய தவறு இன்றைய சூழ்நிலைக்குப் பொருந்தப்பார்ப்பது. கருத்துகள் கடந்த காலத்தில் முடக்கப்பட்டவை. கடந்த காலம் என்பது குழிப்படுகை. யோகா, நிகழ்காலத்தில் யதார்த்தத்தை புரிந்து, நிகழ் பிரக்ஞையுடன் இருப்பது லட்சியம். இதை ஒரே ஓட்டத்தில் பெற முடியாது. நம் உள் பயணத்தில் தவறான கருத்துகள் களையப்படுகின்றன. கெட்ட பழக்கம் போய் நல்ல பழக்கம் வந்தால் கட்டு பாடில்லாத சுதந்தரமும் வரும்.

முன்பெல்லாம் பெண்கள் எந்தப் பொறுப்புக்கும் தகுதியற்ற வர் என்ற கருத்து இருந்தது. பார்ப்பதற்கு முன்னால் முடிவு செய்து பெண்களுக்கு வாய்ப்பில்லாமல் போனது. ஆனால், இப்போது எந்த வேலையாக இருந்தாலும் ஆண் பெண் தகுதிப்படி வேலை தர வேண்டும் என்ற மாற்றம் வந்துள்ளது. ஒரு பழக்கத்தை மாற்றி சரியான செயலைத் தொடங்கி யுள்ளோம். நேர்முகம் முன்பாகவே, எல்லோர் திறமையை யும் பாலுக்கு அப்பாற்பட்டு ஆய்வு செய்து தகுதியுள்ள நபரை

ஆணானாலும், பெண்ணானாலும் தேர்ந்தெடுக்க உதவும். இது வெளிப்படையானது. யோகா உள்ளார்ந்தது.

நாம் எதைப் பார்க்க வேண்டுமென்றால் சுயத்தின் கலாசாரத்தைத்தான். நேரடியான, சரியான அறிவுக்கு இட்டுச் சென்று வெளி உலகின் உறவுகளை சரி செய்து உள் தேடலின் குறிக்கோளையும் நிறைவேற்றுகிறது. சரியான அறிவுச் சான்று மூன்று வகையானவை. நேரடி பார்வை, சரியான உணர்வு, வல்லுனர்களின் பரிந்துரை. ஆரம்பத்தில் காரணத்தை சரிபார்க்க வேண்டும். பரம்பரை ஞானத்தோடு ஒப்பிட்டுப் பார்க்க வேண்டும். இது நமக்கு நன்றாகத் தெரியும்.

வீடு வாங்க வேண்டுமென்றால் பல விதமான வல்லுனர்கள் கருத்து கூறுகிறார்கள். சர்வேயர், சிவில் என்ஜினியர், வங்கியாளர் ஆகியோர் இதில் கலக்கிறார்கள். இதற்கு நாம் பயன்படுத்துவது புத்தி. மனம் விவரம், காரணம் பற்றி ஆய்கிறது. இது எப்போதும் முடங்கிக் கிடக்கிறது. அதை முதலில் எழுப்ப வேண்டும். ஆசனா, செல் உடலின் மேற்பகுதிக்கு அறிவைக் கொண்டு வருகிறது. நீட்டிப்பதன் மூலம் நிலைப்படும் போது இயக்க உடலுக்கு அறிவைக் கொண்டு வருகிறது. விழித்துக் கொண்ட பிறகு உண்மையை உடல் காட்டும். மனம் கற்பனை மூலம் ஐடியா தரும்.

பயிற்சியின் போது அட்ஜஸ்ட் செய்தல், அளத்தல், நீட்டுதல் ஆகியவை பாகுபாடு செய்யும் குணம் தருகிறது. இருமை உலகத்தில் பாகுபாடு எடைபோடும் செயல். தவறை விட்டால் எஞ்சி நிற்பது சரியானது. அறிவு அதிகமாக அதிக/மாக, ஈகோவும் மனமும் குறைகின்றன. ஆள்வதில்லை. அந்த அளவுக்கு இடம் பெறுகிறது. ஞாபகம், விடுதலை நாடும் அறிவுக்கு உதவுகிறது, அடித்தளத்தை தேடுகின்ற மனதுக்கு அல்ல.

இதற்கு அடுத்தது ஆன்மிக ஞானம். பாகுபாடு நிற்கும் போது ஞானம் இருமையில் செயல்படுவதில்லை. ஒன்றையே பார்க்கும். வீடு வாங்கும் போது பாகுபாட்டை, லாஜிக்கைப் பயன்படுத்துகிறோம். அரசியல்வாதி யதார்த்த உலகில் பல விதமான தேர்வுகளை செய்ய வேண்டும். ஆன்மிக ஞானம், மாறாக முடிவு செய்வதில்லை. அறிகிறது. அது எப்போதும் நிகழ்வில் இருக்கும் காலத்தைக் கடந்தது. ஆத்மாவை

நோக்கி செல்லும்போது தெரியவரும். தற்போது ஆகாயத்தை தெளிவாகப் பார்த்து, சூரியன் பிரகாசிக்கும் போது அது நீல நிறம் என்று சொல்ல வேண்டும். விஞ்ஞானப்படி தண்ணீர் போல நிறமில்லாதது. புலன் உணர்வில் குறைகள் இருந்தாலும் தெளிவான ஆரோக்கியமான புலன்கள் பலவிதமான வண்ணங் களை காட்டி மகிழ்விக்கும்.

இந்த அறிவு முழுமையானதல்ல. ஆனால், சரியானது. நல்ல நரம்பு மண்டலம் நம்முடைய செயல்களை உடனுக்குடன் நிச்சயமுள்ளதாக ஆக்கும். ஆரோக்கியமான உடல், செயலுக்கு உதவுகிறது. மேகமில்லாத மனது, ஸ்திரமாக உணர்ச்சிகளின் தன்னிலிருந்து காப்பாற்றும். அறிவு விழிக்கும்போது தேர்ந்தெடுத்து முடிவு செய்து செயலில் இறங்க வைக்கும். நாம் பல கோசங்கள் ஒன்று சேர்வதை பார்க்கிறோம். சுமுகமாக இயங்கி மூலம் நடுவை நோக்கி செல்ல வைக்கும். சதா பேசும் மூளையிலிருந்து சுத்தமான உணர்வு, தெளிவான உள் உணர்வுக்கு அழைத்துச் செல்லும்.

ஆசனா, பிராணாயாமா பிறகு மனத்திலிருந்து உள்ளே சென்று உடலை, புலன்களை, உறுப்புகளை சுத்தம் செய்கிறோம். உணர்வு பலம் ஆகிறது. புதிதாக விழித்துக் கொண்ட உடல், என்ன சாப்பிட வேண்டும், தேகப் பயிற்சி எப்படி செய்ய வேண்டும், எப்படி தூங்குவது என்று சொல்லும். ஆத்மா வுக்கு போவதற்கு முன்னால் உணர்வுகளைப் பலப்படுத்த வேண்டும். அதற்கு ஜீவன் அளிக்க வேண்டும். அதே சமயம் உணர்வு, உள் உணர்வாகிறது. அறிவு, காரணம், ஆய்வு மூலம் தசை பெறுகிறது. மெதுவாக உள்ளுணர்வு உதிக்க ஆரம்பிக்கிறது, ஆகாயத்தில் சூரியன் உதிப்பது போல்.

உணர்வு என்பது செல்களின் பிரக்ஞையற்ற அறிவு. உள் உணர்வு தீவிர பிரக்ஞை. துளையில் சதுரமான கட்டையை நுழைப்பது போல, ரேஸ் விஷயத்தில் தவறான குதிரையை தேர்ந்தெடுப்பது போல, குழப்பம் குளறுபடி ஒன்றை மற்றொன்றாகப் புரிந்து கொள்ளுதல் பாகுபாட்டுக்கு நேரானது.

தவறான புரிதல், யதார்த்தத்தை திருகிவிட்டு தவறான உணர்ச்சிகளை எழுப்புகிறது. அறிவு பண் செய்து, தவறு மூலம் கற்று, தவறுகளைத் தடுக்கிறோம். தோட்டக்காரன்

சொல்வான், களைகள் முளைத்துக் கொண்டேயிருக்கும். வளர்வதற்கு முன்னால் களை பிடுங்குவது சுலபம். நம்முடைய தனி அறிவை வளர்ப்பது பற்றிப் பார்த்தோம். சோகத்தின் ஆழம் சென்றால் அறிவு, ஞானமாக பதப்படுத்தப் படுகின்றது. கவனம், தியானம் மனத்தை பண்படுத்த உதவு கிறது. ஈகோவின் மட்டத்திலிருந்து உள் செல்லும் போது அறிவின் மூலம், மனம் இதயத்திலிருந்து ஆத்மாவாகிறது.

நம்முடைய ஆத்மா பிரபஞ்ச ஆத்மா. நம் அறிவும் பிரபஞ்ச அறிவின் பகுதி என்றறிகிறோம். இந்த அறிவோடு கலக்கும் போது சிந்தனை தெளிவது மட்டுமல்ல, வாழ்க்கை ஞானம் கிடைக்கிறது. சரியான பார்வை மூலம் ஞானத்தை அடைய முடிகிறது. நம்முடைய பதறுகிற, பேசுகிற, மனத்தை சரி செய்யும் போது கட்டுப்பாடான யோக மனம் கிடைக்கிறது.

யோகா, நம் மனமென்கிற கடலில் அவற்றை அறிய வைக்க ஐந்து அளவுகளைத் தருகிறது. மந்த நிலை, அலை பாய்கிற குரங்கு நிலை, மாறுகிற நிலை, கவனமான நிலை, கடைசி யில் சமாதி நிலை. இந்த அளவுகள் நம்முடைய முன்னேற்றத் துக்காகவே. யாரையும் தவிர்ப்பதற்காக இல்லை. சிலர் சொல்கிறர்கள், யோகா என்பது கான்சென்ட்ரேஷன் உள்ளவர்க்கு மட்டுமே. எல்லோருக்கும் கான்சென்ட்ரேஷன் இருப்பது கிடையாது. யார் வேண்டுமானாலும் யோகா செய்யலாம். பயிற்சியின் மூலம் சிதறுகிற மனது ஒன்றாக முடியும். இந்தப் பயிற்சி மூலம் நேரடியாக உணரலாம். நகைச்சுவையும் துண்டிலிருந்து முழுமைக்குச் செல்ல உதவும். மனத்தை லேசாக்கி ஒரு நிலைப்படுத்த உதவுகிறது.

நிலையான மனம், ஹப் போன்றது. உலகம் சுற்றிக் கொண்டே யிருக்கும். மனம் உறுதியாக இருக்கும். நகைச்சுவையாளர்கள் மாறிக் கொண்டிருக்கிற பிரக்ஞையை நன்றாக நோக்குவார்கள். அவர்களுடைய சப்ஜெக்ட் என்னவென்றால், மந்தமான சில்லி மனிதர்கள்தான். அவர்கள் உலவிக் கொண்டிருக்கிற மனத்தை உடையவர்கள், லாஜிக்கை எப்போதும் தாண்டிக் கொண்டே யிருப்பார்கள். நகைச்சுவையாளர்கள் இது எவ்வளவு நகையாடத்தக்கது என்பார்கள். எப்போதும் மற்றவர்களை கிண்டல் செய்து தாம் கவனமாக இருப்பார்கள். நாம் சிரித்துக் கொண்டே அவர் சொல்லும் ஒவ்வொரு வார்த்தையிலும்

கவனம் செலுத்துகிறோம். திறமையாளர்கள், மறதியை, விளையாட்டைப் புரிந்து கொண்டு பிரபலமடைகிறார்கள்.

வாசகர்களை நான்கு வகையாகப் பிரிக்கலாம். முதல் வகை ஹவர் கிளாஸ் போல். உள்ளே போனது வெளியே வந்து விடும். இரண்டாவது ஸ்பான்ச் போல. எல்லாவற்றையும் வாங்கிக் கொண்டே போட்டதை அழுக்காகக் கொடுக்கும். மூன்றாவது ஜெல்லியைப் போல. நல்லதை விட்டு விட்டு கெட்டதைத் தேக்கி வைக்கும். நான்காவது கோல்கொண்டா தங்கச்சுரங்கத்தில் வேலை செய்பவர்கள் போல. மாசு மண் எல்லாம் விட்டு விட்டு வைரத்தை மட்டும் வைத்துக் கொள்வார்கள்.

வைரம் கடுமையானது. பிரகாசமானது. விலை மதிப்பற்றது. அதன் தெளிவு, ஞானத்தைப் போன்றது. வைரம் கிடைக்க சுரங்கத்தில் உழைக்க வேண்டும். மாசு, பொய் எல்லாம் உதறிவிட்டு வைரத்தை மட்டும் வைத்துக் கொள்ள வேண்டும். யோகப் பயிற்சியும் இதையே செய்கிறது.

யோகா வகுப்பில் செய்வது யோகா பயிற்சி அல்ல. யோகா வகுப்பில் செய்கிறீர்கள். கற்கிறீர்கள். இயக்கம் ஆசிரியரிடமிருந்து வருகிறது. தனியாக வீட்டில் செய்யும்போது உண்மையான பயிற்சி கிடைக்கிறது. மேலும், உந்து சக்தி உங்களுடையது மட்டும். வேறு யாரும் இல்லாததால், உங்களிடமிருந்து முழு உந்துதல் வருவதால், விளைவும் ஆழமாக இருக்கும். இந்தப் பயிற்சி உடலால் உடலுக்கு அல்ல. உடலால் அறிவுக்கு, மனதுக்கு. வெறும் பயிற்சி வேறு, சாதனை வேறு.

சாதனை என்றால் செய்து முடித்தல். யதார்த்தமான வேலை முடித்தல். யதார்த்தமென்பது உண்மையானது. சுத்தம் விடுதலைக்கு இட்டுச் செல்லக்கூடியது. இது யோக சாதனை. யோகப் பயிற்சி அல்ல. யோக சாதனாவின் முடிவில் கிடைப்பது ஞானம். யோக சாதனா என்பது புனிதமான பயணம். பயணத்தின் முடிவில் ஓர் இடம் போய் சேர்கிறோம். யோகப் பயிற்சி என்பது விளையாட்டுச் சக்கரம். அறிவு என்றால் உடல் உணர்ச்சி பிரக்ஞையில் அறியப்படுவது. மனசாட்சி என்பது ஆத்மாவுக்கு அருகில் உள்ளது.

ஆசனப் பயிற்சியால் வரும் உணர்ச்சி மூலம், உணர்ச்சி எங்கே இல்லை என்பது தெரியவரும். இதுதான் அறிவின் பணி. மாசை நீக்கிவிட்டு வைரத்தை எடுத்தல். உணர்ச்சி இல்லாத இடத்துக்கு உணர்ச்சியைக் கொண்டுவருவது. உணர்ச்சி பரவிவிட்டால் நீங்கள் உணர்ச்சி வடிவான மனிதர். அதன் பிறகு, உணர்ச்சி சமமாகப் பரவி உள்ளதா என்று பார்க்க வேண்டும். அறிவு என்றால் குறைகளை நீக்கும் உந்துதல். துரிதமான, திறமையான மனம், சிதறிய சிந்தனையைச் சேகரித்து முழுமையின் நலனை நாடுகிறது. மனத்தின் மூலம் நாம் சிந்தனைகளை மொழி மூலம் வெளியிட முடியும். இந்தப் பயிற்சி மட்டத்தில் முழு கவனம் கிடைக்கும் தருவாயில், முழு ஊடுருவல் கிடைக்கும் நேரத்தில், எது சுதந்தர உந்துதல் என்பது ஆய்வு செய்யப்பட வேண்டும். உந்துதல் என்றால் நாம் நினைத்ததைப் பெறுவது. விரும்பாததைத் தவிர்ப்பது. பயிற்சி மூலம் இந்த கலைகள் நமக்குக் கிடைக்கின்றன. வளர்கின்ற ஆரோக்கியம், வலிமை, பிரகாசம், சுயக் கட்டுப்பாடு ஆகியவை அதிகமான செயல்பாடுகளை மேற்கொள்ள உதவுகின்றன. இதெல்லாம் சேர்ந்து சுய உணர்தல் என்கிறோம்.

வாழ்க்கைக்கு இன்பம் தரும் விஷயம் - சுதந்தர உந்துதலுக்குப் பின்னால் இன்னொரு விஷயம் உள்ளது. உந்திப் பார்த்து சுதந்தரமடைதல். சாதாரண மனிதர்களுக்கு சுதந்தரம் என்றாலே பயன். அது தெரியாத ஓரிடம். அதற்குத் தேவை, பற்றைவிடுதல், கடைசியாக பகுத்து அறிகிற சுய அறிவில் முடித்தல் ஆகியவை. இதற்கு அசாத்தியமான தைரியம் தேவை. உந்துதலில் மூலத்துக்கே போக வேண்டும். உந்துதல், இதயத்தின் அறிவில் பிறக்கிறது. ஆகவே, அளவில்லாத பிரபஞ்ச அறிவில் கலக்கிறது. இந்தக் கிணறு எப்போதும் வற்றாதது. இதை யோகா பிரோணா என்கிறது.

கெட்ட பழக்கத்தை நீக்க முழங்கால் அடி உபயோகிக்கப் படுகிறது. இது ஈகோவில் பிறப்பதால் ஒரு நாள் கவிழ்ந்து விடும். மாறாக, உந்துதல் மேல் சக்திக்கு விட்டால் எப்போதும் அழியாமல் இருக்கும். பிராணா என்பது இயற்கையின் சக்தி நம் மூலமாக வெளிவருவது. இதயத்தின் மூலம், தலையின் மூலம் அல்ல. எல்லையற்ற மூலத்தைத் தொட்டு தைரியமாக இருக்கையின் உள்ளே ஊடுருவ

முனைகிறோம். நாம் பெறும் அறிவு, உணர்ச்சியின் பக்குவம், உண்மையை மதிக்கும் தன்மை, தார்மீக நடத்தையை மதித்தல், அன்பை அனைத்துலக அறிவில் உணர்தல். சாக்ரடீஸ் உன்னை அறி என்றார். அதனால் என்ன பயன்?

சுய அறிவின் மூலம் நிதானித்து சுதந்தரமாக வாழலாம். நிதானம் என்றால் குழந்தை போல் ஆடாமல் நேராக நடத்தல். இதிலிருந்து நேரான நடை வரவேண்டும். அதில் சமன், திசை, நோக்கு, சுதந்தரம், கடைசி சுதந்தரம் ஆகியன இருக்கும். மனிதன், கௌரவமாக மனத்தோடும் மானத் தோடும் வாழவேண்டும். கேள்வி என்னவென்றால் சுதந்தரம் பெற முடியுமா? பெரிய ஞானியா சுதந்தரம் பெற முடியும் என்று நாம் நினைக்கிறோம். நம்முடைய அன்றாட வாழ்வில் தோல்விகள் துயரங்கள் அதுசரியென்றே தோன்ற வைக் கிறது. ஞானிகளும் பலவிதமான சோதனைகளைச் சந்தித்தார் கள். இந்தப் புதிருக்கு பதில் என்ன? இயற்கை ஆத்மாவின் உறவு என்ன? இயற்கையை மாற்ற முடியாதா? இயற்கை யிலேயே பரிணாமத்துக்காக ஏற்படுத்தப்பட்டிருக்கும் உயிரியல் அளவில் மாற்ற முடியாத நிலை என்று தோன்று கிறது. தவிர்க்க முடியாதது அல்ல. மைதானம் சீராக இல்லை. யோகா என்பது உந்துதலை பிரக்ஞை மூலமாகப் பலப்படுத்தி தவிர்க்க முடியாத நிலையை மாற்றுகிறது. இதன் மூலம் நிதானித்து கடைசி விடுதலை நோக்கி சீராக நடக்க, யோகா ஒருமையில் வாழலாம் என்று சொல்கிறது.

நாம் பயணத்தின் நடுவில் மாட்டியுள்ளோம். தனி மனிதத் தன்மை பெற்ற பிறகு ஏற்பட்ட குழப்பத்தை யோகப் பயணத்தின் முடிவில்தான் பார்க்க முடியும். முழு பிரக்ஞை பெற்று ஒருமையை அடைந்தால் மீண்ட சொர்க்கம் காணலாம். அந்த நீண்ட பயணத்துக்கு தேவைப்படுவது சக்தி. யோகாவின் மூலம் வலுவான உடம்பை பெற்றோம். பிறகு, மூச்சு சக்தியை பிராணாயாமம் மூலம் பெற்றோம். கடைசியாக, பிரக்ஞை சக்தி கிட்டுகிறது.

பிரக்ஞை என்றால் தன்னை உணர்தல். சுய பிரக்ஞைதான் பிரக்ஞையின் சக்தி. பிரக்ஞை என்றால் ஞானத்தின் அறிவு. இந்த மூன்றும் ஒரே கோட்டில் வந்து ஆத்மாவின் கோட்டோடு சேர்க்க வேண்டும். சரீர சக்தியும் பிராண

சக்தியும் கலந்தால் பெரிய எரி பொருள் உண்டாகிறது. அதைக் கட்டுப்படுத்த பிரக்ஞையை சேர்க்க வேண்டும்.

ஆசனா செய்யும் போது எலும்பு, தசை, உறுப்புகள் ஆகிய வற்றின் இடையே உள்ள இடுக்குகள் பிரக்ஞை இல்லாமல் இருக்கும். யோகப் பயிற்சி மூலம் மனிதத்திலுள்ள எல்லாக் குறைகளும் நீங்குகின்றன. யோகப் பயிற்சி மூலம் தோலில் தொடங்கி எல்லாவற்றையும் சேர்த்து ஆத்மாவோடு இணைக்க முயல்கிறோம். அப்படி சால சக்தியின் ஒருமை மூலமாக நம்மை சுற்றியுள்ள பிரபஞ்ச சக்தியோடு சேர்க்க முடியும். இல்லாவிட்டால் பிரிவுகூட இருந்து கொண்டே யிருக்கும். பிரக்ஞை சக்தி மூலம் நம்முடைய இருமை பகுதி களுக்கெல்லாம் வெளிச்சம் அளிக்க முடியும். பிரக்ஞை தெளிவோடு பிரகாசத்தோடு, அமைதியோடு அமர வேண்டும். இதனால் மனசாட்சிக்கு திருப்தி ஏற்படுகிறது. மனசாட்சிக்கு ஈகோ கிடையாது. ஆத்மாவுக்கு மிக அருகில் உள்ளது. யதார்த்தமாக இது எப்படி வேலை செய்கிறது? பிரபஞ்ச சக்தி நமக்குள்ளே மூச்சின் மூலமாக வருகிறது. நமக்கு பிரபஞ்ச பிரக்ஞை செலுத்தப்படுகிறதா? அதை மூட்டுவது யார்?

நாம் இப்போது கான்சென்ட்ரேஷன் பக்கத்தில் போய்க் கொண்டிருக்கிறோம். உந்து சக்திக்கு எரி பொருள் எது? அது எப்படி காற்றிலிருந்தா வரும்? ஆமாம் காற்றிலிருந்துதான். காற்று என்பது பிராணா. உந்தும் சக்தி எரிபொருளைக் கொளுத்துகிறது. இதன் மூலம் பிரக்ஞை உடல் முழுவதும் பரவுகிறது. பிரபஞ்ச உருப்படிகளான சக்தி, பிரக்ஞையின் உந்து சக்தியால் அறிவு இருண்ட பகுதிகளுக்கெல்லாம் சென்றடைகிறது. இதுவே ஞானத்தில் உள்பார்வையால், பார்த்தல், அறிதல், செயல் நடைபெறும். உடல், சக்தி, பிரக்ஞை ஒன்றாகிவிட்டதால் ஆத்மாவின் வெளிச்சத்தோடு இணைகிறது.

அறிவுக்கு உள் பார்வை இருக்கிறது என்கிறோம். ஆத்மா வுக்கு வெளிப்பார்வை இருக்கிறது. விளக்கு வெளியே வெளிச்சம் தருவது போல், உள் பயணத்தின் போது உந்துதல் உள்ளே செல்கிறது. ஆத்மா நம்மை சந்திக்க வெளியே வருகிறது. விடுதலை பற்றி நிறைய ஆராய்ந்தோம்.

விடுதலை என்றாலே இடம். பழைய மேற்கின் இடம். சுதந்தரம் பற்றி அமெரிக்கர்கள் நிறைய பேசுகிறார்கள்.

இடம் என்றால் விடுதலை. பெரிய வெடிப்பு போல் ஆசனா, பிராணாயாமா முலம் இடம் ஏற்படுத்துகிறோம். இருண்ட இடம் அறியாமை. சக்தி மூலம், பிரக்ஞை மூலம் சேர்ந்து ஒளி பிறந்து இருட்டை அகற்றுகிறது. பிரக்ஞைக்காக முன்னே செல்லும்போது நாம் இதைப் பார்க்கிறோம். தனியான இந்த உணர்வை நாம் காண அறிய முடியும். பல் வலியை நாம் அறிவது போல உள் பயணம் பற்றி பேசி இருக்கிறோம். இப்போது உள் வெளியே வர முயற்சி செய்கிறது. நாம் ஏற்படுத்தும் இடம் மூலம் உடலே வெளிச்சமாக வருகிறது. உடல் அளவில் பயிற்சி இருந்தால், உள் உந்துதலை விடுவிக்க வேண்டிய இடம் ஏற்படாது. மேட்டரின் அடர்த்தியோ பூட்டப்பட்டு, உள்ளொளி வெளியே வராமல் போய்விடும். யோகா பயிற்சி, ஈகோவால் கட்டுண்டு கிடக்கக் கூடாது. இயற்கையாக குழந்தை போல் சந்தோஷ மாக இருக்க வேண்டும். ஆத்மாவின் குறிக்கோள் என்ன வென்றால் நம் இருக்கை முழுவதும் பரவ வேண்டும். அதை விட்டு அகம்பாவம் கொண்டு, பாவம், பொய்யில் வாழ் கிறோம். இது அறிவில் உள்ள குறையாகும்.

யோகக் கல்வியின் குறிக்கோள், வாழ்க்கை சரியான பாதையில் செல்ல வேண்டும் என்பதுதான். நமக்குத் தெரியும், வெளியில் நன்றாக உள்ள ஆப்பிள் உள்ளே புழு இருக்கிறது. யோகா தோற்றம் பற்றியது அல்ல. உள்ளே இருக்கிற புழுவை நீக்கி ஆப்பிளை நல்லதாக்குவது. ஆதலால்தான், யோகா எதிர்மறையான குணங்கள், ஆசை, பலவீனம், குறைகள், சமநிலை இல்லாமை பற்றி கவனம் செலவிடாமல் தடுக்க வேண்டும். நல்லது கெட்டது பற்றிய போராட்டமில்லை.

ஆப்பிளைப் புழு தின்பது இயற்கை. யோகா என்பது உள்ளே ஆப்பிள் கெட்டுப்போவதைத் தடுப்பதுதான். யோகா, அங்கே தவறு நடக்க வாய்ப்பிருப்பதைக் கண்டுபிடித்து அதை நிறுத்துவதுதான். சுயத்தை பயிரிடும் முயற்சி வேண்டும். நாம் எப்போது வெளித்தோற்றம் பற்றியே சிந்தித்து கொண்டிருப்பதும், நாம் எப்படி காட்சி அளிக்கிறோம் என்பதில் குறியாக இருப்பதும் சரியல்ல; சந்தோஷமும்

அல்ல. நான் சொல்வது என்ன என்பதை விட்டு நான் எப்படி ஒலிக்கிறேன் என்பது சரியாகுமா?

யோகப் பயிற்சி நன்றாக செய்பவர்கள் அதை ஒரு காட்சி யாகக் காட்ட ஆசைப்படுகிறார்கள். யோகா என்பது உள்ளே செல்ல பயின்று, சவால்விட்டு, உள்ளதை மாற்ற வேண்டும். இந்த ஊடுருவல் மூலம் இருக்கை, புலன்கள், மூச்சு, மனம், அறிவு, பிரக்ஞை எல்லாவற்றையும் ஒன்று சேர்க்க வேண்டும். இது உள் பயணம். உள் பயணம் மூலம் பரிணாமம், ஆத்மாவை நோக்கி செல்ல வேண்டும். ஆத்மா வெளிவந்து உங்களை அணைக்க ஆவலாக உள்ளது. யோகாவை வெளியே காட்டினால் அது யோகா அல்ல.

கர்வம், பயம் ஆகியவற்றைப் பார்த்து அதை வேண்டாதது என்று துரத்திவிட வேண்டும். இன்பமும், திருப்தியும் வாழ்க்கைக்கு அவசியம். இன்பம் மோட்சத்துக்கு வழி என்கிறார் பதஞ்சலி. தோற்றத்தின் மூலம் வருகிற இன்பம் நிலைக்காது. மேலே மேம்போக்கான குறிக்கோள் கொண்டிருப்பது சரியான வழியல்ல.

இன்பத்தை நாடினால் துன்பத்தையும் நாட வேண்டிவரும். பொருளைவிட தோற்றம் முக்கியமானது என்றால் தவறான பாதையில் திரும்பிவிட்டோம் என்று பொருள். அறிவின் சாதனைகளிலும் பள்ளங்கள் உள்ளன. புலன்களின் பள்ளங்களை அடையாளம் காண முடியாது. ஆஹா என்னால் சாக்லேட் சாப்பிடுவதைத் தவிர்க்க முடியவில்லை என்பார். ஆனால், ஒரு நண்பரை பிரமோஷன் பெற முதுகில் குத்த தயாராக உள்ளோம் என்பதை ஒப்புக்கொள்வார்களா? அம்மாதிரியான சுய அறிவின் அசிங்கங்கள் ஆத்மாவின் பக்கத்தில் உள்ளது என்பதை உணர்வோம்.

ஆசனா, சுத்தம் செய்வது. பிராணாயாமா, பிரக்ஞையை உள் இழுக்கும். உங்கள் ஏரி குழம்பியிருந்தால், நச்சுகள் உங்கள் பார்வையை களங்கப்படுத்தினால் தெளிவு சாத்தியமில்லை. உங்கள் லிவர் மந்தமாக இருந்தால், ரத்தம் சுத்தமாகாது. இதனால், மூளைக்குப் பாதிப்பு வருகிறது. நரம்பு மண்டலம் ஆபத்துக்குப் பதிலடி கொடுக்க முடியாமல் போய்விடும். ஆரோக்கியம் பெற பிரக்ஞையற்ற மனத்தை அறிய வேண்டும். நரம்புகள் தொந்தரவுபட்டால் மன வீக்கத்தை

உணர்வீர்கள். நரம்புகள் பலமாக இருந்தால் மனம் பலமாக இருக்கும். மனம் நிலையாக இருந்தால் மண்டி கீழே இறங்கி விடும். பிரக்ஞை தெளிவாகிவிடும்.

சுத்தமும் திருப்தியும் சேர்ந்தே உள்ளன. அது நியமத்தின் இரண்டு கோட்பாடுகள் ஆகும். யோகப்பயிற்சி உடலை சுத்தம் செய்து, நரம்பை ஆசுவாசப்படுத்தி, அமைதியைத் தருகிறது. திருப்தி என்றால் மனத்தின் அலைகள் மௌனமா கின்றன. இதுவே பதஞ்சலியின் யோகக் கொள்கையாகும். யோகா என்பது பிரக்ஞையில் பதற்றத்தைத் தணிப்பதாகும். பதற்ற நிலையில் உள்ளவர்க்கு திருப்தி கிடையாது. அவர்களால் இரண்டாம் அலையைப் பிடிக்க முடியாது. பார்ப்பதற்கு முன்பே தாக்கிவிடும். ஆசனா, பிராணாயாமா மூலம் வருகிற பிரக்ஞை, செயல் வேகத்தின் மூலம் நம்மை சீர்திருத்திக் கொள்ளலாம். செயல் முன்னால் மூச்சு விடுவதன் மூலம் நம் வேகத்தைக் குறைத்து தெய்வீகத்தை இழுத்து, ஈகோவை வெளிவிடுகிறோம். இந்த நிறுத்தத்தில், பிரதிபலிப்பு, திருத்தம் ஆய்வு செய்யலாம்.

செயலில் ஏற்படுகிற நிறுத்தம் விடுதலையின் ஆரம்பமாகும். மூச்சு, பிரதிபலிப்பு, திருத்தம், ஆய்வு, செயல் இதெல்லாம் சேரும்போது நிகழ்வை அடைகிறோம். கடந்தது, எதிர்காலம் என்றில்லாமல் செய்தலும் சரியாக உணர்தலும் இணை கின்றன. காலம் வெள்ளம் போல அடித்துச் செல்லாமல் நிகழ்வைத் தருகிறது. எண்ண அலைகள் பார்வையிலிருந்து தப்ப முடியாது. அதுவே நிகழ்மை. பெரும் விளையாட்டு வீரர்கள் அதை உடல் அறிவு என்கிறார்கள். மற்றவர்கள் செயலுக்கு அதிக நேரம் பெறுகிறார்கள். காலம் மெதுவாகி அதையே அவர்கள் ஆளுகிறார்கள். ஆசனா, பிராணாயாமா அழைக்காத சிந்தனைகள் நம்மை எப்படி கவிழ்க்கின்றன என்பதைக் காட்டும்.

அர்த்த சந்திராசனாவில் நன்றாக நிற்கிறோம் என்று நினைத்தால் சமனிலை போய்விடுகிறது. மனம் சலனமற்று இருந்தால்தான் சமநிலை கிடைக்கும். பிராணாயாமத்தில் மூச்சும் பிரக்ஞையும் எதிர் நோக்குகின்றன. ஒன்றில் உள்ள பதட்டம் இன்னொன்றுக்கு போகிறது. மூச்சு அமைதியாக இருந்தால் பிரக்ஞை அமைதியாக இருக்கிறது. அது போல பிரக்ஞை சமமாக இருந்தால் மூச்சு சீராகிறது. இரண்டு

விதத்திலும் வரவேற்கும் நிலையின் செயலற்று பொழுது போக்கை நாடாமல் நிலை பெறுகிறது. இதனால் கவனம் ஆழ்நிலைக்குச் செல்கிறது. இந்த மட்டம் நமக்கு பிரக்ஞை யற்ற நிலை. எண்ணங்கள் அங்கே உணர்வு செல்வதில்லை.

ஏரி அமைதியாக இருந்தால் எழுகின்ற அலை நம்மைத் தாக்க முடியாது. இதில் ஆச்சரியம் ஒன்றும் இல்லை. பயிற்சி சுய கல்வியின் பலன். சமநிலையில் எந்த அதிர்வு வந்தாலும் அதன் மூலம் தெரிந்து உணர்வு பெற்று சுய அறிவு ஞானம் பெறலாம்.

இப்போது நாம் சிந்தனையை ஒரு யோகமான கருவியாகப் பயன்படுத்தலாம். மற்றபடி சிந்தனையென்றாலே ஓயாத ஓசையாக, உளைச்சலாக, ஸ்விட்ச் இல்லாத ரேடியோவாக, கடந்த காலத்தின் அபாயமாகவே இருந்து வருகிறது. எதிர் மறை பழக்கத்திலிருந்து நேர்மறையாக மாற்றி நிரந்தரமான விடுதலைக்கு வழியை ஆராய்ந்து வருகிறோம்.

ஒரு பெரிய எதிர்மறை மண்டி ஏரியில் இருந்து விட்டால் அது மறுபடி மறுபடி பழைய காயங்களையே மேலே கொண்டு வரும். நேர்மறை மண்டி எழுப்புவது இயலாத காரியம். ஆகவே, நாம் இறந்த கால ஞாபகத்தின் கைதிகள் ஆகி விட்டோமோ என்ற கேள்வி எழும்புகிறது. இல்லை. நரம்பு மண்டலத்தைப் பலப்படுத்தி அதன் மூலம் மனத்தைப் பலப்படுத்தினால் மண்டியின் அளவைக் குறைக்க முடியும். காலம், காலத்தை ஆற்றும் என்ற பொய் மொழி இருக்கிறது. நாம் அதற்கு வாய்ப்பை கொடுத்தால்தான் பிரச்னை.

பிரச்னை மூலம் சிந்தித்தால் பிரச்னை தீராது. காயத்தை கிளறினால் காயம் ஆறாது. ஞாபகத்தின் ரணங்களை ஆறவிட வேண்டும். மண்டிக்குத் தீனி போடக்கூடாது. அது தானாகக் குறைய வேண்டும். ஆசனாப் பயிற்சியின் மூலம் ஞாபக அலை வரும்போது அதைத் துண்டிக்கும் பலம் வருகிறது. அலையை தடுத்து நிறுத்துவதே பெரிய சுமை குறைப்பு. மேலே வருவதைத் தடுத்து நிறுத்தினால் அது கீழே உள்ள மண்டியின் அளவைக் குறைக்கும். எதை நாம் வளர்க்காமல் விடுகிறோமோ அது நாளடைவில் தேய்ந்து போகும்.

ஆசனாவின்போது மனத்தை உள்ளே செலுத்துகிறோம். இதன்மூலம் நிகழ்கால செயல்பாடு வருகிறது. யோகா ஆசையிலிருந்து மனத்தை உள்ளே உள்ள கரு நோக்கி

செலுத்துகிறது. இதயத்தை அறிய வழிவகுக்கிறது. தியான மயமான மனத்தை ஏற்படுத்துகிறது. உலகத்தின் பல துயர்களை களைய யோகா உதவுகிறது. ஞாபகம், உலகத்தை பார்வையிடும் மேடை அல்ல. படிப்படியாக ஏற உதவும் ஏணி. அறிவு வளரவும் ஞாபகம் உதவுகிறது. மாற்றத்துக்கு வேண்டிய தகவல் ஞாபகத்தில் உள்ளது. மனம் ஞாபகத்துக்கு செயல்படுகிறது. அறிவு அதை ஆய்வு செய்கிறது. கடினமான விஷயம் என்று மனம் ஒதுக்குகிற எல்லாவற்றையும் அறிவு ஆய்வு செய்து நல்ல வழி காட்டுகிறது.

அறிவுதான் உண்மையை வெளியே கொண்டுவர முடியும். ஈகோவையும் எதிர்த்து புதிய பாதையில் இட்டுச் செல்ல முடியும். ஞாபகம், அறிவைக் கலக்கும் போது கிடைக்கிற விடை மனத்தை கலக்கிறபோது கிடைக்கிற விடையைவிட வித்தியாசமானது. ஞாபகம், மனத்தையும் ஈகோவையும் கலக்கும்போது கிடைக்கிற விடை எனக்குப் பிடிக்க வேண்டும். விளைவு என்னவாக இருந்தாலும், எனக்குப் பிடிக்காதது வேண்டாம். விளைவு என்னவாக இருந்தாலும் மனமும் ஞாபகமும் இனபம் துன்பம் பற்றிய கடந்த கால அனுபவத்தையே நாடும்.

நிகழ்காலத்துக்கு அவை பொருந்தாவிட்டாலும் அறிவு படைப்பின் ஒப்பீடுகளை செய்கிறது. மனத்தில் உள்ள அழிவானவை நம்மை தண்டவாளத்தில் அடைக்கின்றன. சிறையிலிடுகின்றன. ஞாபகத்தை வைத்து முன்னேற்றப் பாதையில் செல்கிறோம் என்பதைக் கணிக்க வேண்டும். வளர்ச்சிக்குப் பயன்படுத்த வேண்டும். பழையதையே கொண்டு வந்தால் ஞாபகம் பயனற்றது. திரும்பத் திரும்ப செய்வது ஞாபகம். அதன் மூலம் ஞாபகம் பரிணாமத்தைத் தடுக்கிறது. உணர்தல், பரிணாமம் இவை இரண்டுக்கும் ஞாபகம் உதவ வேண்டும். நேற்று பற்றிய நினைவு வேண்டாம். சரியாகப் போகவில்லை. நேற்று பற்றி ஆராயுங்கள். நேற்றைய அனுபவத்தை குதிக்கும் பலகை போன்று உபயோகம் செய்ய வேண்டும்.

கடந்த காலத்தில் வாழ்வது, அனுபவத்தை திருப்பி செய்வது. அது அறிவை தேக்க நிலைக்கு கொண்டு செல்லும். உடலுக்கு ஞாபகம் இருக்கிறதா? மனத்தைப் போலவே அதுவும் நம்மைக் கட்டிப் போடவும் விடுதலை செய்யவும் முடியுமா?

ஆமாம், அறிவின் விழிப்பு மிகவும் முக்கியம். பிரக்ஞை உடலின் ஒவ்வொரு செல்லிலும் உள்ளது. நாமெல்லோரும் கோமாவில்தான் இருக்கிறோம். நரம்பு மண்டலம் எல்லா இடமும் போகிறது. நரம்பு உள்ள இடத்தில் ஞாபகம். ஞாபகம் மனம். திரும்ப திரும்ப செய்யும் காரியத்துக்கு ஞாபகம் அவசியம். பானை செய்பவனுக்கு கையில் ஞாபகம். தெரிந்த பாதையில் எல்லா வளைவுகளும் நமக்குத் தெரியும். புதிய வீட்டில் ஸ்விட்ச் எங்கு இருக்கிறது என்று தெரியாது. நம் வீட்டில் இருட்டிலும் தானாக கை போகிறது. வாசனை நமக்கு குழந்தைப் பருவத்தை ஞாபகப்படுத்துகிறது.

மனத்தின் உதவி இல்லாமலே செல் ஞாபகம் எதிர்மறையாக வும் இயங்கும். இது எனக்குப் பிடிக்காது. என்னுடைய பாஸை எனக்குப் பிடிக்காது. பயிற்சிதான் அறிவை செல்லுக்கும் கொண்டு வருகிறது. எதிர்மறையைப் போக்க, நீட்டுதல் குழாய்களை நடுவிலிருந்து வெளிக்குக் கொண்டுவருகிறது, பலப்படுத்துகிறது. ரிலாக்ஸ் செய்கிறது. குழாய் மூலம் அறிவு பரவுகிறது. அதுவே பிரக்ஞை. அறிவு பிரக்ஞையின் பகுதி. செல்லுக்கு செல்லும்போது மந்த நிலை போகிறது.

ஆத்மாவின் வெளிச்சம் பற்றி நிறைய கேட்கிறோம். இது உடலின் வெளிச்சம். நம்முடைய செல்கள் மில்லியன் கணக்கில் இறக்கின்றன. அவற்றுக்கு வாழ்க்கையை எடுத்துச் சென்றால் சாவதற்கு முன்னால் நன்றாக வாழும். அறிவு செல்களுக்கு ஒளி பாய்ச்சினால், உள்ளுணர்வு உள் பார்வை யாக மாறும். உள்ளுணர்வு என்பது மனமும் ஞாபகமும் நல்லதற்கோ கெட்டதற்கோ கடந்த கால குறிப்போடு வாழ்வு தருவதும் இறப்பு தருவதும் கலந்து கொடுக்கிறது.

செல்களில் அறிவு விழித்துக் கொண்டால் உள்ளுணர்வு உள்பார்வையாக மாறி கடந்த காலத்தின் உடும்புப் பிடியை விடுவிக்கிறது. உள் அறிவு எதிர்காலத்துக்கு நாம் என்ன செய்ய வேண்டும் என்பதை சொல்லிவிடும். செல் மட்டத்தில் உள்ள ஞாபகம், அறிவுக்கு சேவகனாக உள்பார்வையின் மூலம் உள்ளது. பிரக்ஞை மட்டத்தில் அறிவுக்கு குறியிட்டு நூலகமாக இயங்குகிறது. கவனமாகவும் புலமையாகவும் கலக்கும் நூலகமாக அறிவு. தானாக ஞாபகத்தைக் கலந்தால் பிரக்ஞையின் உள்ளுணர்வு எழுகிறது. அதற்குத்தான் நாம் ஞானம் என்ற பேரைக் கொடுக்கிறோம்.

இன்னொரு வழியிலும் நாம் உணராமலேயே ஞாபகம் நம் வாழ்க்கையைப் பாதிக்கிறது. பிரக்ஞையற்ற நிலையில் நம் பார்வைக்கு ஒரு தடுப்பாக அமைகிறது. அறிவு யதார்த்தத்தை நேரடியாகப் பார்க்கிறது. மனம், ஞாபகம் கடந்த காலத்தின் தொடர்போடு பார்க்கிறது. இதனால் வெறுப்பு என்கிற மண்டி அடிமட்டத்தில் உண்டாகிறது. ஒன்றை பார்த்தபின் அதன் மீது தவறான மதிப்பைப் போடுகிறோம். வெறுப்பு எதிர்காலத்தில் பார்வையையும் பாதிக்கிறது. நாம் எதை சரி என்று நினனக்கிறோமோ அதுவே கண்ணில்படும். நம் கொள்கைகளுக்கு சவால் விடுவதை எதிர்நோக்காமல் பிடித்ததையே எடுத்துக் கொள்கிறோம்.

வெளிநாட்டவர் நம்பத்தகாதவர் என்று எண்ணினால் அதுவே நம் கண்ணில் படும். மற்றவர்களை பார்க்க மாட்டோம். யோகா இதை தவறான பார்வை என்கிறது. கண்ணாடி இல்லா விட்டால் பஸ் நம்பர் தெரியாது, கண்ணாடி போட்டால் தெரியும். இம்மாதிரியான பார்வையால் தவறைப் போக்குவது கடினம். பிரக்ஞையை ஆய்ந்து, யோகப்பயிற்சி செய்தால் ஞானமுள்ள வாழ்க்கையும், சவால்கள் வந்தால் அதை சமாளிக்கும் பலமும் நமக்கு கிடைக்கும். இந்த அமைதி செயலற்றதல்ல. ஆழ்ந்த அமைதி - படைப்பின் வருகையான ஆக்கம்.

பைபிள் சொல்கிறது- கடவுளின் மூச்சு நீர்மேல் இயங்கியது. தண்ணீரைத் தட்டினால் படைப்பு. உலகில் மோசார்ட் ஸிம்போனி முதல் அணு யுத்தம் வரை யோகி எதிர்த்திசையில் பயணிக்கிறான். உலகத்தின் சுகம் துக்கம், வலி, குழப்பம் எல்லாவற்றிலிருந்து அமைதிக்கு செல்கிறான்.

நான் யார் என்ற கேள்விக்கு பதில் அறிய வேண்டும். என் னுடைய மூலம் என்ன? கடவுளை அறிய முடியுமா? ஆத்மா வின் அளவற்றதென்ன என்பதை உணர வேண்டும். யோகா என்னும் ஏணியில் ஒவ்வொரு படியிலும் எடை விழுகிறது. யோகாவின் எல்லாப் படிகளிலும் எடை சமமாக விழுகிறது. ஒன்று உடைந்தால் கூட கீழே விழுந்துவிடுவீர்கள். தியானம் மிக சுத்தமாக இருக்க வேண்டும். உடல் வலிமை இல்லாமல் தியானம் செய்ய முடியாது. தியானம் என்பது யோகாவின் ஒலிம்பிக்ஸ். அரைகுறை தகுதியோடு தியானம் செய்ய முடியாது.

6

தெய்வீகம்

உள் பயணம், நம்மை கடைசியாக உள்ளின் கருவுக்கு இட்டுச் சென்றுள்ளது. அங்கேதான் நம்முடைய ஆத்மா வாழ்கிறது. நம்மை எல்லாம் அணைத்துக் கொள்கிற, உலகமயமான ஒருமையை அங்கே காணலாம். இந்தத் தெய்வீகப் பார்வை மூலம் நம்முடைய மனிதத்தின் தன்மை என்ன என்பதை அறிய விரும்புகிறோம்.

உலகமயமான ஆத்மாவைப் புரிந்து கொள்வதற்கு முன்னால் நம்முடைய ஆத்மாவை ஆராய வேண்டும். எது நம் உண்மை சுயத்தை மறைக்கிறது என்பதை அறிய வேண்டும். நான் என்பது பல முகங்கள் கொண்டு நம்மை திசை திருப்புகிறது. நான் யார் என்ற கேள்விக்கு என்ன விடை சொல்வீர்கள்? நாம் என்ன செய்கிறோம் என்பதை வைத்து இதற்கு விடை தரலாம். நான் பாதிரி, வணிகன், தச்சு வேலை செய் பவன், மனைவி, தாயார் என்றெல்லாம் சொல்லிக் கொள்ளலாம். இதன் ஆழ்ந்த பொருளென்ன?

யாரும் மனைவியாகவோ, வியாபாரியாகவோ வாழ்க்கை முழுவதும் இருக்க முடியாது. அவை

தாற்காலிகமானவை. பெண், ஆண் என்றாலும் முழுமையான தல்ல. முன்பு நீங்கள் குழந்தையாக இருந்தீர்கள். தூங்கும் போது பால் அடையாளம் முக்கியமானதா? நான், நானே என்கிறோம். இதனால், எந்தப் பயனும் இல்லை.

நான் என்பதற்கு நம்முடைய மையமான பார்வையை, செயல்களை, உணர்வுகளை, எண்ணங்களை, ஞாபகங் களைக் காட்டுகிறோம். இது ஈகோவான சுயம். எல்லாரும் இது போன்று, நான் என்பதை சுட்டிக்காட்ட குணங்களைச் சேர்க்கிறோம். பணக்காரன் நான்- எனது பொருள்கள், அரசியல்வாதி நான்- எனது அதிகாரம், நோயாளி நான் - எனது நோய், விளையாட்டுவீரன் நான் - எனது உடல், நடிகை நான் - எனது அழகு, பேராசிரியர் நான் - எனது மூளை, திருப்தி இல்லாதவன் நான் - எனது கோபம் என நான் என்பதை விளக்க குணங்களைச் சொல்கிறோம். இம்மாதிரியான குணங்கள் மூலம் நம்மை விவரிப்பதோடு மற்றவரையும் அதே கண்ணோட்டத்தில் பார்க்கிறோம். இந்த எல்லாக் குணங்களும் 'நான்' என்பதற்காக வெளிப்பட்டவை. சூழலோடு சேர்ந்துதான் நான் என்பதை அடையாளம் காட்ட முடிகிறது. ஆனால், நான் என்பது நான் யார் என்பதைக் கடந்து சென்றுவிட்டது.

நான் மனிதன். மனிதன் என்றால் என்ன? அதைத்தான் யோகா செய்கிறது. நாம் யார் என்பது யோகாவின் அடிப்படைக் கேள்வி. ஆசனாவும் ஒரு கேள்வி. ஆசனாவில் வெளிப் பொருளை ஒதுக்கிவிட்டு ஆத்மாவை மட்டும் விட்டு வைக்கிறோம். கடைசியான ஆசனா வடிவம். நான் அது, அது கடவுள். சக்தி, யுக்தி, பக்தி, உடல் பலம், அறிவு, திறமை, வழிபாடு சேர்ந்தால் ஆசனா இறைவடிவமாகிறது. ஆகவே, யோகா சொல்கிறது. எல்லாவற்றையும் சலித்துப் பார்க்க வேண்டும்.

உடல், மூச்சு, நோய், ஆரோக்கியம், மூளை, கோபம், கர்வம், உடைமைகள் எல்லாவற்றும் மேலாக நான் என்பதைப் பார்க்க வேண்டும். அதை கண்ணாடியில் பார்க்க முடியாது. போட்டோவில் பார்க்க முடியாது. நான் என்பது கவலையின் மூலம். நான் உடம்பில் உள்ளது. உயிர் போகும்போது உடல் இறக்கிறது. மூளை இறக்கிறது. இதயம் நிற்கிறது. மூச்சு நின்றுவிடுகிறது. உணர்ச்சி இல்லை. ஆகவே, நான் இறந்து

விடுகிறது. அது கலக்கத்தைத் தருகிறது. என் அடையாளமே போய்விடும் என்றால் எதுதான் நிலையானது?

நிலையான பூமி இல்லை என்பதாகிவிடுகிறது. நிச்சயம் இல்லாத தன்மை யோகாவை பொறுத்தவரை நச்சுத்தன்மை கொண்டது. நமக்கு வருகிற துயரத்தின் காரணம், உலக மயமான ஆத்மாவை அறியாமல் இருப்பது. உண்மையான சுயம் தெரியாமல் இயற்கை உலகின் மாறுகிற பொருள் களோடு இணைகிறோம். நம்மை அடையாளம் காண உள்ளே உடலோடு இருக்கிற ஈகோவை இணைத்துக் கொள் கிறோம். ஈகோவை அடையாளத்துக்காக ஒப்புக்கொள்வது அவசியம். அதையே உண்மையான சுயமாக ஏற்றுக் கொள்ளக்கூடாது. அப்படி ஒப்புக்கொள்ளாமல் அதன் சலனத்தில் சிக்க வேண்டும்.

ஆசை, பாவம், கேடுகள், நோய்கள், தடங்கல்கள் ஆகியவை தவிர்க்க முடியாதது. ஈகோ பிரக்ஞை என்றாலே பேராசை, திருப்தியின்மை, பரபரப்பு எல்லாம். சரியான அஸ்திவாரம் இல்லை. எது அழியுமோ, போகுமோ அதோடு இணைத்துக் கொண்டு இறவாமையை தூக்கி எறிகிறோம்.

முதலில், நான் யார் என்று கேட்ட போது நம்முடைய நிரந்தர மான அடையாளம் காண விரும்புகிறோம். அது ரத்தம், சதையால் கெடுக்க முடியாதது. ஆகவே, யோகாவின் மூலம் உடலின் ஒவ்வொரு உறையையும் பிரித்து, ஆராய்ந்து, பார்த்து அனுபவித்து, கடைசிவரை, வரைபடம் கிடைக்கும் வரை பாகுபாடு செய்ய வேண்டும். யோகிகள் அதைச் செய்து கடைசியாக வெளிச்சத்தின் மூலம் நான் யார் என்பதற்கான விடை அறிந்தார்கள்.

அவர்கள் விட்டுச் சென்ற கருவிகள், யுக்திகள், வரைபடம் மூலம் நாமும் அந்தக் கேள்விக்கு விடை காணலாம். மாறாத சுயம் என்ன என்பதைக் காணுவதற்கு அதை கெடுக்கிற மாசுகள் எவை என்பதை அறிய வேண்டும். அந்த மாசுகள், புரிதலை மறைத்து நமக்கு மிகுந்த கஷ்டம் கொடுக்கின்றன. யோகியின் திட்டத்தின் மூலம் தனி மனிதனும் சமுதாயமும் பரிணாம வளர்ச்சி பெறலாம். நாம் பதில் கொடுக்க வேண்டிய கேள்வி, எதனால் தவறுகள் நடக்கின்றன என்பது

தான். நாம் எவ்வளவுதான் விருப்பப்பட்டாலும் விஷயங்கள் தாறுமாறாகின்றன.

எப்போதுமே ஆசைகள் கெட்டுப்போகுமா? அந்த ஆய்வுக்கு பதிலால ஐந்து குறைகளைச் சுட்டிக் காட்டலாம். குறைகள் மனித பிரக்ஞைக்கு தொந்தரவு தருபவை. எப்படி ஆப்பிளுக்கு புழு வருகிறதோ? மனம் ஒரு அலை வடிவம். மிகவும் சிக்கலானது. வெளியிலிருந்து வரும் தூண்டுதலால் அடிக்கடி மாறக்கூடியது. நம்மை பாழாக்கி மனிதனாக வளரவிடாமல் தடுப்பவை.

ஐந்து குறைகள் உள்ளன. முதலாவது மற்ற நான்குக்கும் தந்தை. இந்தக் குறைகளைக் களைந்தால் நீங்கள் இரவைப் பகலாக மாற்றலாம். மேற்கில் இதை ஈவில் என்கிறார்கள். அதற்கு அறிவும் சேர்க்கிறார்கள். டெவில். அறிவுள்ள டெவில். இது மனிதனுக்கும் கடவுளுக்கும் எதிரானது. ஆகவே, நல்லதுக்கும் கெட்டதுக்கும் எப்போதும் போராட்டம். யோகாவில் அதற்குப் பெயர் அறியாமை. அல்பேனியாவின் தலைநகர் தெரியவில்லை என்றால் அறியாமை இல்லை. தெரியாமல் இருப்பது விஞ்ஞானம் இல்லாமல் இருப்பது. அறியாமையில் நாம் எதை அறியாமல் இருக்கிறோம்? அறியாமை என்றால் எது யதார்த்தம் என்று தெரியாமல் இருப்பது; எது நிலையானது, எது அழியக் கூடியது. நீங்கள் யார்- யார் இல்லை என்று தெரியாமல் இருப்பது. செயற்கைப் பொருளை நிஜமென்று நம்பி உலகம் தலைகீழாய் பார்ப்பது. உலகத்தை இணைக்கிற ஒருமை தெரியாமல் செயற்கையை நிஜமெனக் கொள்வது. இதுவே அறியாமை.

யோகாவின் அறிவு மூலமே பிரபஞ்சமே ஒன்றாக இணைந்தவை என்பதை அறிய முடியும். இந்தத் தலைகீழ் நிலை தான் சாதாரண மனிதனுக்கு எது பகலோ அது ஞானிக்கு இரவு என்றாகிறது. பார்வை முழுமையாகத் தவறானால் முட்டாள், ஞானியாக பிறக்கிறான். மற்றவர்களைவிட அறிவாளி. இதற்கு என்ன பொருள்? நம் பார்வையை அட்ஜஸ்ட் செய்ய வேண்டும்.

மணல் மேல் வீடு கட்டினால் விழுந்துவிடும். பாறை மேல் கட்டினால் கெட்டியாக இருக்கும். வாழ்க்கையை கெட்டியான

யதார்த்தத்தின் மேலே எழுப்பினால் விழாது. நாம் விரும்புகிற உடைமைகள், நம்பிக்கை, பதவி, அதிகாரம், வெறுமை ஆகியவை பொருளற்றவை. கனமில்லாதவை. தெரியாத வற்றோடு வாழ்வது ஒரு பெரிய கலை.

ஆன்மிக லட்சியங்கள் அடிப்படையில் உண்மையில் கொடுக்கப்பட்டவை. வாழ்க்கையின் அதிர்வுகளைத் தாங்கக் கூடியவை. யோகா என்பது ஒன்று. நாம் பயிரிட்டதை நாம் அறுக்கிறோம். இருந்தாலும் பார்வையின் முழுமையை மறுக்கிறோம். யதார்த்தத்தை கூறுபோட்டு நமக்கு பொருந்து வதை எடுத்து மற்றதை விட்டு யதார்த்தத்தை தவறாகப் புரிந்து கொள்கிறோம். முழுமை என்பதே உண்மை. உண்மையான பக்தன் சரணடைந்து, உலகத்தை, உள்ளை புறமாக்கி புறத்தை உள்ளாக்கி புரிந்து கொள்கிறார்.

செயின்ட் பிரான்ஸிஸ் அச்சி, குஷ்டரோகியை அணைத்தார். தன்னை அவனில் பார்த்தார். நாம் அது மாதிரி செய்ய முடியாது. நாம் சட்டையைத் திருப்பி போட்டுவிட்டோம். சட்டையைக் கழற்றி சரியாக்கி மறுபடியும் சரியாக போட்டுக் கொள்ள வேண்டும். இதற்காக யோகாவின் ஒவ்வொரு இதழையும் ஆய்ந்து அது தனியென்று புரிந்து கொள்கிறோம். சட்டை பல. டிசைன் ஒன்றுதான். அது போல் யோகாவும் ஒன்று.

ஆன்மிக லட்சியங்கள் பௌதிகத்தின் சாஸ் அல்ல. அவைதான் நிரந்தரம். பௌதிகம் சாஸ், ஆன்மிகம் சாப்பாடு என்றுணர வேண்டும். பொருள்களை சரியான அளவில் அனுபவித்தால் இன்பமாக இருக்கும். ஆனால், அவை நிரந்தரமற்றவை. அறியாமை உண்மையை உணர முடியாமல் தடுக்கிறது. ஈகோ நிலையானதல்ல. ஈகோ, ஆத்மா போல நடித்து மனிதனின் எல்லா கஷ்டங்களுக்கும் காரணமாகிறது.

அன்றாட வாழ்க்கையை நிரந்தரமான சுயமாகக் கொள்ளக் கூடாது. சாவின் பயம், அறியாமை இரண்டையும் கலந்து, ஈகோவை இறுக்கமாகப் பிடித்துக் கொள்கிறோம். உடல் போல ஈகோவும் இறக்கிறது. ஆத்மா இறப்பதில்லை. மனிதத்தின் இக்கட்டான பிரச்னை என்னவென்றால், ஈகோ அழியக் கூடியது. ஆனால், நாம் உணர்கிற, லேசாகக் கடந்த பிரக்ஞை, ஆத்மா நிலையாகிறது.

தெரிந்ததை விட நமக்கு பிடிப்பதில்லை. தெரியாததில் நம்பிக்கை இல்லை. தெரியாததைக் கண்டுபிடியுங்கள். நிரந்தர வாழ்வின் மூலம் அது சாத்தியம் என்று யோகா சொல்கிறது. தெரியாததைக் கண்டுபிடித்துவிட்டால் மரணம் இல்லை. ஐந்து குறைகளும் நம்முடைய இருக்கையின் நரம்புகளில் கோர்க்கப்பட்டுள்ளன. சோம்பேறித்தனம், பேராசை போன்ற குறைகள் இல்லை அவை. நம்முடைய உயிரியல், மனவியல், ஆன்மிகமான தனித்தளத்திலிருந்து அவை வருகின்றன. நமக்கும் முழுமைக்கும் உள்ள உறவென்ன என்பதை சரியாகப் புரிந்து கொள்ளாததினால் வருபவை அவை.

முழுமை நமக்கு என்ன கொடுத்திருக்கிறது? முழுமைக்கு நாம் என்ன கொடுக்கிறோம்? இதை அறியாவிட்டால், பொட்டலில் கூச்சல் போடுவது போலாகிவிடும். காதல், வேலைக்காரர், கார், பணம், செல்வாக்கு, செயலற்ற உறவு நம் மூலத்தோடு ஏற்பட்டால் பிரயோஜனம் இல்லாதவை. அவை காயத்தைத்தான் ஏற்படுத்தும். மற்ற குறைகள் அறியாமையிலிருந்து வருகின்றன.

முதல் குறை கர்வம். கர்வம் அகம்பாவத்தைத் தரும். கடவுளோடு போட்டி போடும் ஆணவம் வரும். அழிவுதான் அதன் விளைவு. நம் முன்னே உள்ள தனிமை வெளியில் உள்ள பொருட்களைச் சந்திக்கும் போது - துணிமணி, பெண்கள், கார், பணம், அதிகாரம் - ஆகியவை தனிமையை வர்ணமிடுகின்றன. அஸ்மிதா சுத்தமானது; வர்ணமில்லாதது - அதன் மூலத்தில் ஞானம் செயல்படும்போது சுத்தம் வரும்.

தனிமைக்குக் குணங்கள் கிடையாது. உலகத்தை பார்க்கும் போது வர்ணங்கள், மாசுகள் படிகின்றன. கர்வமாக மாறு கிறது. சுற்றியுள்ளவற்றின் குணங்களை ஏற்று அதன் பரிசுத்த மான அழகை இழக்கிறது. இதே அழகை குழந்தையிடம் பார்க்கிறோம்- அதை மாசுபடுத்துவதற்கு முன்னால். அஸ்மிதா அப்பழுக்கல்லாத தனிமை, வாழ்க்கையின் துயரங் களால் இறுகிப் போய் சுயநலம், கர்வம் என்கிற ஓடாக மாறுகிறது. அது வித்தியாசத்தை காட்டிக் கொண்டே யிருக்கும். நான் அழகு, நீங்கள் அசிங்கம், நான் வீட்டுக்கு சொந்தக்காரன், நீங்கள் பிச்சைக்காரர், நான் சரி நீங்கள் தவறு என்று பட்டியல் இடும்.

கர்வத்தால் மற்றவர் குணம் தெரிவதில்லை. வெளி விஷயங்கள் வைத்து ஒருவரை மதிப்பீடு செய்கிறோம். மற்றவர் வாழ்வின் மூலம் வருகிற இன்பத்தை இழந்துவிடுகிறோம். மற்றவர் நாம் ஆசைப்படி நடக்க வேண்டும் என்று விரும்புகிறோம். திருப்தியே இல்லை. பந்தை அந்த இடத்தில் விளையாட விருப்பமில்லை. அறியாமையும், கர்வமும் அறிவின் மட்டத்தில் இயங்குகின்றன.

அடுத்த இரண்டு, பற்றுதல், வெறுப்பு உணர்ச்சி மட்டத்தில் உள்ளது. பற்று என்றால் விடாமல் கெட்டியாகப் பிடித்துக் கொள்வது. இது உண்மையான அன்பல்ல. ஈகோ பொருளாக மாறிவிடுகிறது. காரில் அடிபட்டால் ஒருவன் வெறி பிடித்தவன் போல் கூச்சல் போடுவான். ஈகோவும் பொருளும் இணைந்தால் அத்தகைய வெறி பிறக்கிறது. சாவைப் பற்றி நமக்குத் தெரியும். உங்களோடு எடுத்துச் செல்ல முடியாது, ஈகோவையும், கார், நிலம், வங்கிக் கணக்கு ஆகியவற்றையும். எனது என்பதுதான் மேலோங்கி நிற்கிறது. இது அறியாமையின் குழந்தை. நிரந்தரமற்ற ஒன்று நிரந்தரமல்லாத இன்னொன்றோடு சேர்கிறது. இது பைத்தியக்காரத்தனம். அறியாமை என்ற சட்டையைக் கழற்றி விட்டு அதை உள்புறமாக மாற்ற வேண்டும். போட்டுக்கொண்டே மாற்ற முடியாது. பற்றுதல் என்பது ஈகோவுக்கு பிடித்தமானது. இதன் பிடி உடும்புப்பிடி.

நம்முடைய உடைமைகள் பற்றிய சரியான நோக்கம் என்னவாக இருக்க வேண்டும்? கார் நமக்கு போக்குவரத்துக்கு பயன்படுகிறது. மேஜையின் மீது புத்தகம் எழுதலாம். யாருடைய மேஜையாக இருந்தால் என்ன? நமக்கு உதவுகிற பொருள்களுக்கு நன்றி தெரிவித்து ஆயுத பூஜை கொண்டாடுகிறோம். நாம் போன பிறகு மேஜை இருக்கும். நிரந்தரமாக அல்ல.

உங்களுக்கு வேண்டப்பட்டவர் இறந்துவிட்டால் நொறுங்கிப் போய் விடுகிறீர்கள். பற்று வேறு, அன்பு வேறு. உங்கள் ஆத்மா இறந்தவரின் ஆத்மாவை நேசித்தது. இறப்பால் ஏற்படும் பிரிவைக் கடந்து இருப்பவர்கள் மீது பரிவு வைக்க வேண்டும். சென்றவர் மீது அல்ல. இறப்பு நம்மை ஆளக்கூடாது. வெறுப்பு பற்றுக்கு எதிரானது. தூக்கி அடித்தல் மூலம் வெறுப்பு, பகை வளர்கிறது. காந்தத்தின்

ஒரு துருவம் விலகிப் போவது போல, விலகிப் போக நேரிடுகிறது.

மேலாட்டமாக பார்ப்பதால் ஏற்படும் விளைவு, என்னுடைய சாரமும் உங்கள் சாரமும் ஒன்றே. உங்கள் நடத்தை பிடிக்காவிட்டாலும் நான் உங்களை வெறுக்கமாட்டேன். என்னுடைய நடத்தையை நான் மாற்றிக் கொள்ள வேண்டும். அறியாமை பப்பெட் மாஸ்டர் ஆகி, குழப்பத்தை ஏற்படுத்து கிறது. ஒருவர் செய்வதை வைத்து அவர்கள் யார் என்பதை கணித்தால், ஆழ்ந்த மூலத்தில் பார்த்தால், எப்போதும் சண்டைதான் நடக்கும். இதன் மூலம் நல்லதற்கும் கெட்டதற்கும் போர் ஏற்படுத்துகிறோம். அந்தப் போரை யாரும் வெல்ல முடியாது.

கெட்டவர்கள் தாமாகவே தம்மைத் திருத்திக் கொள்ள வேண்டும். நம்மை நாம் திருத்திக் கொண்டால், பொதுமை யான சாரம் ஒன்றென்பது தெரிய வரும். அறியாமை மூல மாக, மூலமான ஒருமையை, அனைத்துலக சமாதானத்தை மறுக்கிறோம். கடைசியான குறை, மரண பயம். நாம் உடலோடு அடையாளம் காண்கிறோம். இது மறுக்க முடியாதது. யானை பார்த்தவுடன் என் ஈகோ போய்விடும் என்று கத்துவதில்லை. அப்போது உடல்தான் முக்கியம். ஆகவே, யானையின் வழியிலிருந்து விலகுகிறோம். நோயுற்ற போது உடலே முக்கியமாகிறது. உடல் தேறி விட்டால் உடலை மறந்து விடலாம். நாளடைவில் நம் உடல் இறந்துபோகிறது. நாம் நம்பலாம் நாம் இறக்கமாட்டோ மென்று. ஆனால், வலிக்கு அதைச் சொல்லமுடியாது. நிரந்தரமான விஷயம் உடலல்ல.

ஆரோக்கியத்தால் உடலை மறக்கலாம். நோய் வரும் போது மறக்க முடியாது. இதுவே, நேர்மாறாக இருந்தால் நல்லது. உடலைப் பொறுத்தமட்டில் அது நிரந்தரமல்லாதது. யதார்த்த நீதியில் நாம் உடலைப் புறக்கணிக்க முடியாது. அதன் மூலம் பார்க்க முடியாது. ஆனால், அறியமுடிகிறது. ஆகவேதான், யோகா உடலில் தொடங்குகிறது. ஆனால், ஒரு நாள் உடல் அழியும் என்பது நமக்குத் தெரியும். ஈகோ அழிந்துவிடும். ஈகோ இறந்துவிட்டால் எல்லாம் போய் விடும். ஆகவே, புகழ் கட்டிடங்கள், இறவாமை திட்டங்கள் எல்லாம் காலனை விரட்டுவதற்காக, ஏமாற்றுவதற்காக.

யோகா, ஈகோ எவ்வளவு அவசியமானாலும் நிரந்தரமல்ல என்கிறது. பிரக்ஞை ஈகோவுக்கு அப்பாற்பட்டது; மனத்தை விட பெரியது. மனம் எப்படி பிரக்ஞையை பிறப்பிக்கிறது? அது ஆரம்பம். ஆனால், மனம் பௌதிகத்துக்கு உட்பட்ட தல்ல. பிரக்ஞை, மைக்ரோ காஸ்மிக் மட்டத்தில் அணுவை விட சிறியதாக உள்ளது. விஞ்ஞானிகளைப் பொறுத்த மட்டில் பிரக்ஞை குவாண்டம் மட்டத்தில் உள்ளது.

மனம், பிரக்ஞையின் வெளியான பௌதிகமானது. பொருளாகவும் உருவமாகவும் இருப்பதால் நல்லதற்கோ கெட்டதற்கோ உடலோடு சேர்ந்துள்ளது. ஆகவேதான், கார் விபத்தில் மூளை இறக்கிறது. பிரக்ஞை இறப்பதில்லை. இறப்பதற்கு சற்று முன்னால் பிரக்ஞை உறுப்புகளிலெல்லாம் இருக்கிறது. நரம்பு ஞாபகம் அழிந்துவிட்ட பிறகும் பிரக்ஞை போலுள்ள காட்சி இருக்கிறது. விஞ்ஞானமயமாக உணர முடியாவிட்டாலும் புத்தி உலகமயமாக நம்முன்னே இருக்கும்போது, அதை மறைக்க முடியாது. பௌதிக உடல் கெட்டுவிட்டாலும் அது போல ஆத்மாவை அழிக்க முடியாது. அதன் வாகனத்தை மட்டும்தான் அழிக்க முடியும். ஈகோ ஒளி மூலமல்ல. பிரக்ஞை, மூலமான தெய்வீக ஒளியை, ஆத்மாவை வெளியிடுகிறது. அது சந்திரன் போன்றது. சூரியனின் ஒளியை பிரதிபலிக்கிறது.

சூரியனைக் கண்டுபிடியுங்கள் என்று யோகா சொல்கிறது. அதுவே ஹாதா யோகா. ஹா - சூரியன், தா - சந்திரன். பிரக்ஞை என்னும் லென்ஸ் தெளிவாக இருந்தால், ஆத்மாவின் வெளிச்சத்தை வெளியே காட்டும். ஆத்மா, தெய்வீகமான, பௌதிகமான, முழுமையான, சாகாத விஷயம். அதற்கு இறப்பு கிடையாது. இறக்காத தன்மையைக் கண்டுபிடியுங்கள். சாவின் மாயையை விலக்கலாம். அது சாவை வெல்வது.

இறப்பு பற்றிய குறைபாட்டை அறிவளவில் நீக்குவது கடினமாக உள்ளது. உயிரியல் மட்டத்தில் குறையை நீக்க வேண்டாம். உணர்ச்சி மட்டத்தில் உடலின் வாழும் தன்மை அவசியம். அதற்குப் பிறகு என்ன? நம்முடைய உயிரணுவின் தொடர்ச்சியை விரும்புகிறோம். பல தலைமுறைகளாக இருந்த வீட்டில் குழந்தைகளை வாழவிடுகிறோம். நம்முடைய தொழில் தொடர வேண்டும். கலைஞர்கள்,

வருங்கால சந்ததியர் பாராட்டைப் பெற விரும்புகிறார்கள். அதையே நாம் ஈகோவின் மட்டத்துக்கு எடுத்துச் சென்றால் அழிவைத்தான் தரும்.

ஐந்து குறைகளுக்கும் அறியாமைதான் அடிப்படையானது. உடல், ஆன்மாவை விட முக்கியம் என்பது அறியாமை. எல்லா பௌதிகப் பொருள்களும் வளர்ந்து கெட்டுப் போய் அழிய வேண்டிவரும். நாம் அதையே நம்பினால் பிரச்னை. உடலின் தனித்தன்மை, வாழ்க்கையின் எல்லா அனுபவங் களையும் பொருள்களையும் காட்டுகிறது.

பற்று என்பது ஒன்றை கெட்டியாகப் பிடித்துக் கொள்வது. ஏதாவது இன்பம் தந்தால் அதையே மறுபடி நாடுவது. வாழ்க்கையில் மேஜை நாற்காலியை, இன்பத்தை விட பெரிதாக நினைப்பது. வெறுப்பு மூலம் வாழ்க்கையின் தவறுகளிலிருந்து பாடங்களைக் கற்காமல் இருப்பது. மரண பயம் மூலம் உயிரைக் கெட்டியாகப் பிடித்துக் கொள்வது. இதே பயம், உயிரியல் அல்லாத மற்ற துறைகளுக்கு வந்தால் தவறாகும். யதார்த்தத்தை அறியாத இந்த முட்டாள்தனம் மற்ற குறைகளோடு சேர்ந்து கொள்கிறது.

ஒரு நாள் டிவி செய்தியை பார்த்தால் போதும், அழிவு சக்தி களைப் பார்க்கலாம். அது சுலபம். அதையே உங்களுக்குப் பொருத்திப் பாருங்கள்.

தியானம் என்பது ஐந்து குறைகளை நீக்க உதவுகிறது. தியானம் மூலம் குழப்பமான மனத்தை இனிமையாக்க முடியும். அறியாமை ஒழிந்து ஈகோ இல்லாத போது தியானம் வருகிறது. அது எட்டாவது இதழ். ஏழு இதழ்களைத் தாண்டிய பிறகு வருகிறது. எட்டாவது இதழ் சமாதி. தியானத்தின் பலன். அது கடவுளின் அருளால் மட்டுமே வருகிறது. கட்டாயப்படுத்த முடியாது.

சமாதியில் தியானிப்பவன் ஆத்மாவோடு கலந்து விவரிக்க முடியாத ஆனந்தம் பெறுகிறான். முழு இருக்கை கருவிலிருந்து வெளி வர, பரந்த படைப்பான ஓட்டம் சுயத்தில் தெரிகிறது. ஆனந்த கோசத்தில் சரணடைந்து சேர்ந்து சுயம், இருக்கையின் சமுத்திரத்தில் கலக்கிறது. சுயம் (அமைதியான மனம்) என்பது அனுபவத்தின் அடையாளம்.

அதுவே உண்மை; உண்மையான வடிவம். இயற்கைக்கும் அனைத்துலக ஆத்மாவுக்குமான திருமணம். வாழ்வு; வாழ்வு தாண்டிய ஆனந்தம்.

வரலாற்றிலும் இப்போதும் நமக்கெல்லாம் சமாதி என்பது சித்தாந்த அறிவில் மட்டும். ஆனால், அந்த சிகரத்துக்கு யோகா வழி காட்டுகிறது. பெரும்பாலானோர் அதை கற்பனை செய்ய வேண்டிய பேரானந்தம் என்று நினைக்கிறார்கள். ஆனால், அது யதார்த்தமாக சாதிக்கக் கூடியது. கடைசியான விடுதலை உங்கள் பிடியில் உள்ளது. உங்கள் கற்பனையை சோதனை செய்வதா, பகல் கனவா அல்லது மறந்துவிட்ட ஒன்றை நினைவுகூர விரும்புகிறீர்களா? காலப்போக்கில் அழிந்து விட்ட நினைவுகள். மீண்டும் பார்க்க வேண்டும் என்ற ஆசை அடிமட்டத்திலிருந்து வரவில்லையா?

இருமையைப் போக்கி ஒருமையை அடைய வேண்டும் என்ற ஆசை. ஒருமை மற்றொன்றோடு சேராமல் ஒருமையே ஒருமை. மற்றது இல்லவே இல்லை. ஆத்மாவை கண்டறிய உற்சாகம் தேவை. படைப்பின் விசையான உள் மூச்சு தேவை. உலக ஆத்மாவைக் காண தைரியமாக மூச்சை விட வேண்டும். கடைசியான சரணுக்கு துவண்டு போக வேண்டாம். தெய்வீக உந்துதல் மனிதத்தை இந்தக் குறிக்கோள் நோக்கி தள்ளுகிறது. ஆத்மாவை நிறுத்துங்கள், மூச்சை அல்ல. சரணுக்கும் ஒப்புதலுக்கும் இடையில் இடைவெளி இருக்கிறது. இறையிடம் சரணடைகிறீர்கள். இறை ஒப்புக்கொள்கிறது. ஒப்புக்கொள்ள கர்வமும் இடமும் தேவைப்படுகிறது. அதுவே நிறுத்தல். உச்ச கட்டத்தின் வடிவு தெரிகிறது. கற்க வேண்டியது, ஆத்மாவின் தேடல் பணி உள்ளது.

நம்முன்னே குறைகள் உள்ளதா என்பதை அறிய வேண்டும். அதற்கு ஒரு கண்ணாடி தேவை. யோகாவை தொடர்ந்து செய்ய வேண்டும். தெரிந்ததை ஆழமாக்க, துல்லியமாக்க வேண்டும். மர்மத்தின் இதயத்தை அடைய அதுவே வழி. நமக்கு நாம் கேள்வி கேட்டுக் கொண்டேயிருக்க வேண்டும். இல்லாவிட்டால் மாற்றம் வராது. நம்பிக்கையோடு முன்னேறுங்கள். ஆனால், கேள்விகளை எழுப்பிக் கொண்டேயிருக்க வேண்டும்.

கர்வம் இருக்கிற இடத்தில் அறியாமையும் இருக்கும். நம்முடைய பயிற்சி சுயத்தை நோக்கிப் போய், சுயம் எல்லை யற்றதை நோக்கிப் போய் நம்முடைய பயிற்சிக்கு சன்னமான நூல்களைக் கோக்க வேண்டும். சுயநலமில்லாத தியானத்தை, பரிசுத்தமானதை, நாடகமாடும் ஈகோ போகும் வரை இது தொடர வேண்டும். ஈகோ சென்றுவிட்டால் அதோடு குறை பாடும் போய்விடும். இன்னுமொரு நூல், எப்படி இயற்கையின் அணுக்கள் சேர்கின்றன என்பது பற்றி. பூமி, ஆகாயம், தண்ணீர், காற்று ஆகியவை கோசங்களுக்கு சமமானவை. உடல், சக்தி, மனம், கடைசியாக ஆனந்தம் இருப்பது இடம். இதில் ஓட்டமும் விடுதலையும் கிடைக்கிறது.

இடம் என்பது முக்கியமான மூலக்கூறு. இடத்தை ஈதல் என்று மொழி பெயர்க்கிறார்கள். இது வேதியியலால் வருவ தல்ல. இந்த இடம் பௌதிக துகள்கள் மத்தியிலுள்ளது. அணுவில் மேட்டர் சர்ச்சில் பந்து அடைக்கும் இடத்தையே அடைக்கிறது. ஆகவே, அணு என்பது இடமே; மேலே வான் இடம்; நம்முள்ள மன இடம். ஒன்று உள் இடம். மற்றது வெளி இடம். சுயம் என்பது வெளியிடத்தைவிட பரப்பில் அதிகமாகிறது. இடம் என்றாலே விடுதலை. இடத்தில்தானே ஓட்டம் இருக்க முடியும். விண்வெளியிலிருந்து பார்த்தால் எந்த எல்லையும் கிடையாது. அமைதியான ஒத்துழைப்பில் மனிதனின் குறிக்கோளை அடைய வேண்டுமென்றுணர்ந் தார்கள். நாம் விண்வெளியில் பறக்க முடியாது. ஆனால், உள் இடம் இருக்கிறது. உள்ளே செல்வது விண்வெளியில் செல் வதற்கு சமம். நம் முன்னேதான் பிரபஞ்சம் அடங்கியுள்ளது. இது தவிர, எல்லாமே புத்தர், கிறிஸ்து, யோகா, எல்லாமே தவறு. யோக பயிற்சி மூலம் கிடைக்கும் ஞானம் புனித வேதங்களில் உள்ளதுவே. இதெல்லாமுமாக சேர்ந்து கடைசியில் கலக்கிறது.

வேதத்தை எழுதியவர்கள் ஞானிகள் மட்டுமல்ல, கவிஞர்க ளும் கூட. அவர்கள் எல்லாவற்றிலும் தெய்வத்தைக் கண்டார் கள். அந்தக் கலையை நாம் இழந்துவிட்டோம். தேங்கலால் உணர்ச்சி மழுங்கிவிட்டது. இருந்தாலும் ஞானத்தில் தடங்கல்கள் உள்ளன. கௌடி என்ற கட்டிடக் கலைஞர் சொன்னார். கட்டிடக் கலை இயற்கைக்கும் ஜியோமிதிக்கும் உள்ள உறவு என்றார். கட்டிடக் கலை போல இடம்

அடிப்படையானது. உள்ளே அணைக்கப்படுவது. வெளியே நீக்கப்படுவது.

ஆசனா செய்யும் போது நீக்கப்படும் இடைவெளி தெரிகிறது. உள்ளே சேர்க்கப்படும் இடைவெளியும் முக்கியம். அந்த இடைவெளியில் ஆசனாவுக்கு ஜீவன், அழகு கிடைக்கிறது. அது யோகஸ்வரூபம். சுயம் ஆசனாவின் வடிவத்தில் வருவது. உள்ள இடைவெளியை சமனிட்டால் அந்த வடிவம் கிடைக்கிறது. எல்லையற்றதை அடைய எல்லை யுள்ளதை பயன்படுத்த வேண்டும். உள் வெளி உடல்களை நேர் செய்ய வேண்டும். இணையாகிப் பேச ஆரம்பிக்கும் நேரில்லாவிடம் கட்டிடம் விழுகிறது.

கௌடி புனிதமானதை பௌதிகமாக வெளியிட வேண்டு மென்றார். யோகப் பயிற்சியாளருக்கு அப்படியே நேராகுதல் தொடர்பு கொள்ளும் அமைப்பை ஏற்படுத்தி சர்ச் போல் இறைவனுக்கு அர்ப்பணிக்கிறது. நேராகுதல் என்பது தத்துவார்த்தமான வார்த்தை. சரியாக நேராகுதல், சரியான இடம் ஏற்படுத்தி நல்ல கட்டிடம் தருகிறது. இடம் இல்லா விட்டால் கட்டிடம் என்பது வெறும் கல்லே. உடல் அம்மாதிரி இருந்தால் செயலற்றதாக வாசத்தின் தகுதியற்ற தாக இருக்கும்.

கலை என்பது இரண்டு வகைப்படும். ஒன்று இன்பத்துக்கான அனுபவக் கலை. மற்றொன்று யோகக் கலை. புனிதமான கலை ஆத்மாவை திருப்திபடுத்தும். எல்லாக் கலைகளிலும் விஞ்ஞானமும் கலையும் இருக்கிறது. குறிக்கோள் என்ன வென்றால் ஒழுங்கு சிதறலில் இருந்து, அறியாமையிலிருந்து ஞானம், அழகிலிருந்து தெய்வீகம் போக யோகாவில் நல்ல காட்சி உள்ளது. உணர்ச்சி நல்ல யோகாவின் வேலை. இயற்கை இடத்தை நிரப்ப விரும்புகிறது. இயற்கைக்கு வெற்றிடம் பிடிக்காது என்பது பொன்மொழி. இயற்கை பலவிதமாக வெளியீட்டை செய்கிறது. பல விதங்களில் அழகின் உள் அல்ல, இயற்கை நம்மை ஆட்சி செய்யக்கூடும்.

யோகிகள் ஏன் இமயம் செல்கிறார்கள்? வெளி உலகத்தின் மூலம் உள் உலகத்துக்கான தொடுதல் அறிவோடு சம்பந்தப் பட்டது. சுவாசிக்கிறோம்; அதிலே குளிக்கிறோம். இடம் என்பது விடுதலை. ஏனென்றால், அணுவே இடம்தான். ஒலி

அதிர்வு இடத்தில் பயணம் செய்கிறது. ரேடியோ அலை போல் ஒலி என்பது காற்றைவிட நெருக்கமானது. திமிங்கலத்தின் ஒலி பல மைல்கள் கடலுக்குள் பயணிக்கிறது. கடவுளின் ஒலி பிம்பத்தைவிட புனிதமானது.

இசை என்பது சிகரமான கலை. அதிர்வு என்பது அலை. மூன்று மூலைகளிலிருந்து சென்ற விளைவு. உருவமாதலின் முதல் படி. இயற்கைக்கு நெருக்கமானது. அதன் காரணமாக சக்தி வாய்ந்தது. உடலின் நிலையை சிதைத்தால் ஆத்மாவே அழிகிறது. அது போல இடத்தை சிதைத்தால் ஆத்மா அழிகிறது. காது மூளைக்குக் குறியீடு. காது என்பது பிரக்ஞையின் குறியீடு; கண்கள் மன அமைதிக்கு சேர்ந்தது. காதுகள் பிரக்ஞையோடும் இடத்தோடும் தியானம் செய்தால் முன்மூளை அமைதியாகிறது. தடங்கல் எதுவும் இல்லாமல் பிரச்னை பற்றிச் சிந்திக்கும்போது தலை முன் சாய்கிறது.

தியானத்தில் தலை கவிழ்ந்தால், மூளைக்கு வலி வருகிறது. கண்ணும் காதும் சுமுகமானால், பிரக்ஞையின் கவனிப்பு சுமுகமாகிறது. கண்கள் மூளையின் ஜன்னல்; காதுகளும் மூளையின் ஜன்னல். பிரத்யஹாராவில் இதை அனுபவிக்கலாம். காதுகள் மூலம் அதிர்வை அறியலாம். உள் இடம் சொர்க்கத்துக்கு சமம். உள் குரலின் தெய்வீகத்தைப் பார்ப்பதற்கு முன்னால் கேட்கலாம். காதுகள் அமைதிக்கு சாட்சி. அமைதி சமாதியின் இடைநிலத்தை உடலிலிருந்து பிரிக்க முடியாது. அது போல் இடத்தை ஆனந்தத்திடமிருந்து பிரிக்க முடியாது. ஆசனாவில் மூலக்கூறுகளோடு விளையாடுகிறோம். முறுக்கும்போது கிட்னியிலிருந்து இடத்தை வெளியேற்றுகிறோம். விட்டவுடன் இடம் திரும்புகிறது. இடம் புதுப்பிக்கப்படுகிறது. அது போல தண்ணீர், நெருப்பு, காற்று மற்றும் சிறிதளவு பூமியைப் பிழிகிறோம். விட்டவுடன் சுற்றுதல் திரும்புகிறது.

மூலக்கூறுகள் பலப்படுத்தப்பட்டு இதன் உறுப்புகள் சுத்தம் செய்யப்படுகின்றன. இது உண்மை. மூலக்கூறுகளின் சமனோடு விளையாடி ஒவ்வொன்றும் ஒரு அனுபவம் தருகின்றன. முறுக்கலில் உறுப்பு மட்டுமல்ல, எலும்பு, சதை, நரம்பு ஆகியவையும், திரவம் எடுத்துச் செல்லும் வண்டிகளும் நெருக்கப்படும். மனம் வித்தியாசமான உருவம் எடுக்கும். உடலின் புதிய உருவத்தின்படி, அறிவு

வித்தியாசமாக உடலைத் தொடும். உடலின் அதிர்வு மாற்றப் படும். நம்மால் இரண்டு சிறுநீரகங்கள் அறிய முடியும். முறுக்கலின் போது ஒவ்வொரு மூலக்கூற்றின் துல்லிய குணங்கள் வெளிவரும்.

உதாரணமாக, உடலின் களியை, அடர்த்தியை, பலத்தை, வாசனையை அறியலாம். மாறுகிற சுவை தருகிற உடல் திரவங்கள், மனத்தின் பலம், பார்வை, வெளிக்காற்றின் தொடல், தெளிவு, உடல் இடத்தின் விடுதலை, உள் அதிர்வு, நம்முன்னே உள்ள இயற்கை, அதன் மூலக்கூறுகளின் துல்லியத்தை கற்கிறோம். இது ஒரு பிரபஞ்ச விளையாட்டு. உயர் மட்டத்தின் விலங்குகள் குழந்தை பருவத்தில் விளை யாடுவது போல், இது முதல் படி. இயற்கையின் இதயத்தில் வாழ்வது பற்றி விளையாட்டு மூலம் ஆய்வு செய்தல் சோதனை. தவறு மூலமாக நம் உடலின் மூலக்கூறுகளோடு விளையாடி, புதுப்பித்தல், சமன் செய்தல் மூலம் இயற்கை யின் உள் மட்டத்தை, சாதாரணமாக அறிய முடியாததை அறிகிறோம்.

இயற்கைக்கு அப்பாற்பட்டது. சாதாரண பிரக்ஞை அதை அடைய கண்ணில்லாதது. உள் மயத்தால் பரிணாமம் அறிகிறோம். மீன் அலைக்குள் முன் செல்வது போல, சாலமன் மீன் அலையில் பிறக்கிறது. இப்போது நாம் இயற்கையின் பரிணாம வளர்ச்சியைப் பார்ப்போம். ஹிமாலாயாவில் உள்ள ஷெர்பா போல கடைசியில் சிகரத்தைத் தொட முடியும். சிகரத்தில் நிற்கும்போது, ஆத்மாவைக் காண முடியும். அது உலக ஆத்மா. அதன்மேல் நிற்கும் போது உண்மை புலனாகும்.

டார்வின் கோட்பாடுகளுக்கும் யோகாவுக்கும் முரண்பாடு இல்லை. யோகாவுக்கு கடவுளில் நம்பிக்கை உள்ளது. ஆனால், கடவுள் பப்பட் செய்பவர் அல்ல. பொம்மைகளை கயிறு மூலம் இயக்கி வேடிக்கை காட்டுவது அவர் வேலை அல்ல. நாம் பார்க்கும் உலகம், பிரபஞ்ச ஆத்மாவின் யதார்த்தத்தோடு இணைக்கப்பட்டது. பிரபஞ்சம் விளையாட வில்லை. சட்டப்படி ஆட்சி செய்கிறது. யோகா ஒப்புக் கொள்கிறது. அதன் இரட்டைத் தத்துவம், இயற்கை ஒன்று; ஆத்மா இன்னொன்று,

யோகாவின்படி இயற்கை இயற்கையே. ஆத்மா ஆத்மாவே. ஒன்றோடொன்று பேசுகின்ற ஆத்மாதான் நிரந்தரமான யதார்த்தம். ஆனால், இயற்கைக்கும் மதிப்புக் கொடுக்க வேண்டும். நாம் இயற்கையில் வாழ்கிறோம். அது மாயை என்று புறக்கணிக்க முடியாது. பார்க்கிற இயற்கையே கடைசி என்பது அறியாமை. யோகி இயற்கையை ஏறப்பட வேண்டிய மலை என்று நினைக்கிறான். இயற்கையின் மூலம் ஒருவரே.

சமஸ்கிருதத்தில் இசை மூல ப்ரக்ருதி. அந்த மூலத்தில் குணங்கள் உள்ளன. ஒன்று தமஸ், இருட்டு, ரஜஸ் ஓட்டம். சாத்வா அமைதி. இயற்கையில் அவை சமன் செய்யப்பட்டு சமமாக உள்ளன. உள் வெடிப்பாக உள்ளன. அவை ஸ்திரமில்லாதவை. இடம் விலகும். அதிர்வாக உருவமாகிக் கொண்டே இருக்கும். மெள்ள உருவமெடுக்கும். துல்லியம், பௌதிகத்துக்கு முன்னால் பார்க்க முடியாதது. பார்ப்பதற்கு முன்னால் பிரபஞ்ச அறிவு நமக்குள்ளே இருப்பது பார்க்க முடியாததின் முதல் படிவம்.

அறிவிலிருந்து பிரக்ஞை, பிராணா அதிலிருந்து அஹம்காரம், சுயம், ஒரு வேரிலிருந்து இருமை, இருமையிலிருந்து அதிர்வு, பார்க்க முடியாத வடிவம். அதிலிருந்து பார்க்கும் எல்லா வகைகளும் கடைசி நிலையில் உலகம் - விளை யாட்டு மைதானம், சொர்க்கமா, நரகமா, சிறைச்சாலையா நாம் இதை சரியாகப் புரிந்து கொள்ளாவிட்டால் நிரந்தர சிறை வாசமே மன அளவில். இந்தச் சிறையிலிருந்து தப்பி விஞ்ஞானம் ஆராய்ச்சி செய்கிறது. தவளையை வெட்டுதல், அணுவை பிளத்தல் என உண்மையை விவரமாகக் காண விரும்புகிறது. வாட்சை கழட்டிப் பார்த்தால் எப்படி வேலை செய்கிறது என்று தெரியும். ஆனால், மாயை என்று சொல்ல முடியாது. யோகா அது போல பிரித்துப் பார்க்கிறது. அதற்கு சேர்க்கவும் தெரியும். இயற்கையின் மூல நோக்கத்தை அறிய, பிரித்து ஊடுருவிப் பார்க்கிறது. இடையில் உள்ள பதட்டத்தைத் தாண்டி மூலத்தை அடைகிறது. இயற்கை காட்சி கண்டு ஏமாறாமல் அதன் மூலமான குறிக்கோள் என்ன என்பதை அறிகிறது.

பரிணாமத்துக்கும் யோகாவுக்கும் உள்ள வித்தியாசம் என்ன? தாறுமாறான உயிரணு பரிமாற்றம் என்கிறது பரிணாமம்.

தாறுமாறாக எல்லாமே தொடங்கி முடிகிறது என்கிறது பரிணாமம். இது உண்மையல்ல. இரண்டு நூற்றாண்டுகள் முன் நியூட்டன் சொன்னார், இயற்கையில் நாம் காண்கிற ஒழுங்குக்கு ஒரு அறிவார்ந்த உந்துதல் பின்னே இருக்கிறது. உலகை இயக்குவது பப்பெட் மாஸ்டர் அல்ல. உள்ளார்ந்த, இயற்கையான அறிவு வெளிவர முயற்சி செய்கிறது. ஒழுங்கும் குழப்பமும் சேர்ந்திருப்பது இயற்கையின் விநோதம். விளைவு என்னவென்று சொல்ல முடியாது. பலவிதம் நிர்ணயிக்க முடியாமை, இயற்கையின் ஆசை வெளிப்பாடு.

ஒரு நடிகன் பல வேஷம் போட ஆசைப்படுவது போல, உயிரணுவில் உள்ள சூத்திரம் ஒரு குறியிலுள்ள சக்தி அல்ல. கடந்த காலத்தைப் பொறுத்த கர்மா. இயற்கையின் ஆசை தனி மனிதனாக வருகிறது. புவண்டர் மீனுக்கு கண்கள் ஒரு புறம் உள்ளன. எப்போதும் இருட்டில் இருக்க வேண்டிய சூழ் நிலைக்காக இயற்கை அத்தகைய பரிணாமத்தை தந்துள்ளது. ஒவ்வொரு செல்லின் அறிவும் அந்த அமைப்பில் உள்ளது.

பௌதிக மட்டத்தில் தமஸ் ஓங்கி நிற்கிறது. அதனால்தான் மேஜை காலில் இடித்தால் வலி தெரிகிறது. மன அளவில் ரஜஸ¬ம் சாத்வீகமும் ஓங்கி நிற்கிறது. அதனால், பரீட்சைக்குப் படிக்கிறோம். தவறு செய்தால் கோபப் படுவது. காரியம் நன்றாக நடந்தால் அமைதி. யோகி குணங் களை அடக்குபவன். எல்லாவற்றையும் பின்னால் இழுத்து, மூலத்துக்கு எடுத்துச் சென்று பதட்டத்துக்கு அப்பால் நிற்பது. இயற்கை துள்ளல் கிடையாது. அவனை அசைக்க முடியாது. உணர்ச்சி இல்லை என்றல்ல பொருள். யோகியும் மனிதனே. தியானத்தின் மூலம் இயற்கையின் மலையின் உச்சத்தை அடைகிறான். மனிதனுக்கு எல்லாம் மனிதனாக கடந்து நிற்கிறான். குணங்களை எல்லாரும் புரிந்து கொள்ளலாம்.

எல்லா நிகழ்வுகளிலும் மூன்று குணங்களும் இருக்கின்றன. அதன் அளவுகள் மாறும்போது வளர்ச்சி சிதைந்து மறைந்துபோகின்றன. இதை, இறப்பு என்கிறோம். விஞ்ஞானத்தோடு ஒப்பிட்டுக் காட்டலாம். $E=MC^2$. ரஜஸ் என்பது மாஸ். தமஸ் என்பது ஒளியின் வேகம். சக்தி = உடல் x ஒளி 2.

ஒளி, பௌதிகத்தில் இரண்டு குணம் காட்டுகிறது. துகளும் இல்லை. அலையும் இல்லை. பார்க்கும் முறையைப் பொறுத்து தமஸாகவும், ரஜஸாகவும் காட்சி அளிக்கும். நாம் குணங்களின் விளையாட்டை நடைமுறையிலும் பார்க்க கற்றுக் கொள்ளலாம். இயற்கையின் கொள்கைகள் வேரில் இழுக்கப்பட்டுவிட்டால் அவற்றின் சக்தி உறக்கத்தில் இருக்கும். அதனால், சமாதியில் இருப்பவன் இருக்கிறான். ஆனால், செய்ய முடியாது. இயற்கையின் வெளித்தோற்றம் பறவையின் சிறகு போல மடிக்கப்பட்டுவிட்டது. பயிற்சி செய்பவர் தீவிர பயிற்சி செய்யாவிட்டால் இயற்கையின் கொள்கை தீங்காக செயல்படும்.

நாம் எல்லோரும் முன்னேற விரும்புகிறோம். உண்மையான யோகப் பயணம் உள் புரட்சி. பரிணாமம் யோகாவுக்கு தயார் நிலை. ஆத்மாவோடு இணைதல்; உள் புரட்சிதான் யோகாவே. பௌதிக உலகிலிருந்து ஆத்மாவின் இதயத்துக்கு செல்கிறோம்.

ஆகவே, தொடர்ந்து ஆசனாவை செய்ய வேண்டும். கெட்ட பழக்கங்களை விட வேண்டும். நம்முடைய உந்து சக்தியை, ஈகோவை அல்ல, பயன்படுத்த வேண்டும். இறையின் உதவியை சரண் அடைந்து அடக்கமாகக் கேட்க வேண்டும். இந்த மூன்றும் சேர்ந்து நம் பயணத்தை வெற்றியாக்கும். ஒருவனுக்கு வேலை போய்விட்டால் கவலையை மறக்க குடிக்கலாம். லாட்டரி சீட்டு வாங்கலாம். லாட்டரியில் அவனுக்கு வேலை இல்லை. லாட்டரி வாங்குவதில் உழைப்பு இல்லை; முயற்சி இல்லை. லாட்டரி கிடைக்க அவன் கையில் ஒன்றுமில்லை. மாறாக, தன்னுடைய திறமையை வளர்த்துக் கொண்டு நல்ல வேலைக்காக முயற்சி செய்யலாம். குடும்பத்தாரோடு நன்றாக நடந்து கொள்ள லாம். தவறு செய்தது யாராக இருந்தாலும் தீர்வு அவன் கையில் உள்ளது. கொஞ்ச நாளில் அவனுக்கு வேலை கிடைக் கிறது. பிரமோஷனும் கிடைக்கிறது. இது கதையல்ல. மனிதன் கடினமாக உழைத்து தவம் செய்திருக்கிறான்.

தபஸ், சக்தி, ஸவாத்யா, யுக்தி, பக்தி எல்லாமாக சேர்ந்து வெற்றியைத் தந்திருக்கிறது. வெளியில் கிடைத்த வெற்றி உள் மாற்றத்தையும் காட்டுகிறது. இயற்கையும் ஆத்மாவை யும் இணைத்ததால் வெற்றியும் சந்தோஷமும் கிடைத்தது.

சமாதி பற்றி பேசுவது இவ்வளவு சாதாரண விஷயமா என்று கேட்கலாம். எட்டு இதழ்களும் சேர்ந்தால்தான் பூவாக முடியும். மனிதனுக்கு சமாதி என்பது வேலையும் சந்தோஷமும். மேல் நிலை யோகியும் முதல் இரண்டு தார்மீக இதழ்களை புறக்கணித்தால் கீழே விழுவான். பலர் ஆன்மிக வளர்ச்சியை லாட்டரி போலக் கருதுகிறார்கள். புதிய புத்தகம், புதிய சாமியார், லாட்டரி ஆகியவற்றால் தெளிவு கிடைக்கும் என்று நினைக்கிறார்கள்.

யோகா இது சரியில்லை என்று சொல்கிறது. எல்லா முயற்சியும் உங்கள் உள்ளே உள்ளது. மனத்தை, இதயத்தை, மூச்சை உடலைக் கட்டுப்படுத்தி யோகா செய்வது போல கடினமாகவும் சுலபமாகவும் உள்ளது. சமாதி இறையின் வரப்பிரசாதம். அந்தப் பரிசைப் பெற நாம் எந்த அளவுக்குத் தகுதியானவர்கள்? துல்லியமான மூச்சுக்குத் திரும்ப வேண்டும். பிரபஞ்ச அறிவின் முதல் படிவம் அதுவே.

மூச்சின் விரிவை, கடவுளின் தூதை விவரிக்க முடியாது. அது வாழ்க்கையின், பிரக்ஞையின் கோட்பாடு. அது ஆத்மா வோடும் ஒப்பிடப்படுகிறது. உலகத்தின் எல்லா வடிவங் களிலும் அது இருக்கிறது. உயிரற்றவை அதன் மூலம் பிறந்து பிரபஞ்ச மூச்சாக கலந்து போகிறது. மூச்சை எடுப்பதை Breath taking என்கிறோம். உயிர் வாழ்தல் ஈகோ பேராசைப் படுவதல்ல. ஆனால், உயிர் வாழ்தலில் மூச்சு பிரபஞ்ச மூச்சோடு சேர்கிறது. படைப்பின் போது தனி மூச்சும் பிரபஞ்ச மூச்சும் ஆழத்தில் உள்ளன. பிராணா, பிரபஞ்ச அறிவிலிருந்து வருவதால் அதற்கு அழிவு கிடையாது. பிராணா நமக்கும் வெள்ளத்துக்கும் எதிராக நின்றும் சக்தியைத் தருகிறது. அது இயற்கை மூலத்தை நோக்கி செல்கிறது. தனி ஆத்மா மூலத்தோடு சேர விரும்பும். ஆசை மூச்சை நிறுத்தும் போது தியானத்தில் கருப்பு துவாரத்தை அடைகிறோம். அங்கே ஒன்றுமில்லை. உயிர் வாழ்கிறோமா இல்லையா? எதுவும் தெரியாது.

அங்கு காலம் பிரிக்கப்படுகிறது. இறக்கை இல்லாமை. உயிருடன் உள்ளே இருக்க இல்லாமை. நிகழ் மட்டும் அதிலே. கடந்ததும் இல்லை; எதிரும் இல்லை. கடைசியாக வருவது தகவல். அது என்ன? அதுதான் உண்மை சமாதி. மனம் என்பது அடியே இல்லாத ஒரு பன்மை, கருப்பு

துவாரம். அது நிரப்ப முடியாதது. ஆகவே, நிரப்ப முயற்சி செய்ய வேண்டாம். அதற்கு அப்பால் சென்று ஆத்மாவை உணர முயல வேண்டும்.

ஆரம்ப நிலையில் உள்ளவர்க்கு சமாதி என்பது கவரும் பொருளாமை. அதன் மேல் ஒட்டிக் கொள்ளாமல் இருப்ப தற்கு நிறைய காரணங்கள் உள்ளன. ஆரம்ப நிலையில் உள்ளவர் தனக்குத் தெரிந்ததைத் தான் உயர்நிலையில் வைத்துக் காண்பார்கள். டென்னிஸ் ராக்கெட்டை எடுத்த வுடன் விம்பிள்டன் அல்லது யு எஸ் ஓபன் ஜெயிக்க வேண்டும் என்ற எண்ணம் வருகிறது இல்லையா..அப்படித்தான். ஆரம்ப நிலையில் உள்ளவர் சுலபமாக சமாதி அடைந்து விடலாம் என்று நினைக்கிறார். அவருடைய வெகுளித் தனத்தைப் பயன்படுத்திக் கொள்ள நிறைய பேர் உள்ளனர். சமாதி தானாக வர வேண்டும். அதை விவரிக்க முடியாது.

தியானம் செய்தவரைப் பார்த்து இரண்டு மணி நேரம் தியானம் செய்தீர்களா என்று கேட்டால் அவருக்கு எப்படி தெரியும்? தியானம் காலத்துக்கு வெளியில் உள்ளது. தியானம் என்பது தெரிந்ததிலிருந்து தெரியாததற்கு போய் மறுபடியும் தெரிந்ததற்கு வருகிறோம். நான் தியானம் செய்யப் போகிறேன் என்றோ நான் இரண்டு மணி நேரம் தியானம் செய்தேன் என்றோ சொல்ல முடியாது. நாம் இரண்டு மணி தியானம் செய்தேன் என்றால் சுயத்தில் இருந்திருக்கிறோம். எல்லையற்றதில் அல்ல. எங்கே நீட்டுவாக்கத்தில் உள்ள காலம் கிடையாது. இது சமாதிக்கு இன்றும் பொருந்தும். யாரும் நான் சமாதியில் உள்ளேன் என்று சொல்ல முடியாது. பேசவோ தொடர்பு கொள்ளவோ முடியாது. சமாதியில் நான் மறைந்து போகிறது. விவரிக்க வேண்டுமென்றால் நான் அவசியம். ஆகவே, சமாதியை விளக்க முடியாது. நாம் உள் கடைசி கோசத்தில் இருக்கிறோம். தெய்வீக நிலையில் சின்ன சுயம், பெரிய சுயம் வருகிறது. கடைசியில் நம் ஆத்மா உலக ஆத்மாவோடு கலந்துவிடுகிறது.

சாவை நோக்கும்போது வாழ்வின் பொருள் விளங்குகிறது என்கிறோம். இப்போது ஈகோ, தளர்ந்து உள்ள சுயத்தின் போலியாக நடமாடுவதை விட்டுவிடுகிறது. இதுதான் யோகாவின் முடிவு. ஆனந்தமான உள் வாங்கல். கடைசி விடுதலை. தனி ஆத்மா இருக்கையின் சமுத்திரத்தில்

கலந்துவிடுகிறது. இதுவரை நாம் உடல், உறுப்பு, புலன், அறிவு, ஈகோ ஆகியவற்றோடு இணைந்தோம். இப்போது முழுமையாக ஆத்மாவோடு இணைகிறோம்.

தியானத்தில் பிரக்ஞை, ஆத்மாவைச் சந்திக்கிறது. சமாதியில் ஆத்மாவை நேரடியாகச் சந்திக்கிறது. செயலற்ற நிலையில் வருகின்ற நிலை, பிரக்ஞை நிலையாக இருக்கிறது. தொந்தரவு, உணர்ச்சிகள் போய்விடுகின்றன. உண்மையான யதார்த்தத்தை பார்க்க முடிகிறது. பிரக்ஞை, சிந்தனை இல்லாமல் தெளிவாகிறது. பளிங்கு போல ஆகி ஞாபகம், அறிவு சுத்தம் செய்யப்படுகிறது. கிரிஸ்டல் குறையில்லாமல் எந்த நிறத்தையும் அப்படியே பிரதிபலிக்கிறதே, அது போல பிரக்ஞை மாசு இல்லாமல் தொந்தரவு இல்லாமல் சிந்தனையின் பொருளைக் காட்டுகிறது.

வேலையோ, திருமணமோ, குழந்தையோ சரியாக பார்ப்ப தால் மாசு இல்லாமல், உண்மையைப் பார்க்கிறோம். சூரியனைச் சுற்றிய மேகம் விலகினால் சூரியன் பிரகாசிக் கிறது. அது போல சுயத்தை சுற்றிய தொந்தரவுகள், குடைச்சல்கள், தடங்கல்கள் போனால் சுயம் பிரகாசிக்கிறது. கடுமையான முயற்சிக்குப் பிறகு ஆசனா முயற்சியெல்லாம் நன்றாக வருகிறது. வெளியில் எதை சாதிக்கிறோமோ உள்ளே சமாதி செய்கிறது. அது முயற்சியற்ற நிலை. சுயத்தின் அருளைப் பெறுகிறோம். இது ஆனந்தம். முழுமை. சமாதியை தலையால் வர்ணிக்க முடியாது. இதயத்தால் மட்டுமே. சிலர் மட்டும் சமாதிவரை போகலாம். மற்றவர்க்கு பரிணாமம், முன்னேற்றம், மாற்றம், வளர்ச்சி, உண்மையைப் பார்க்கும் திறன், முன்னேற்றமாக சுதந்தரத் தில் வாழ முடியும். மற்ற இதழ் சமாதியிலும் பிரச்சினைகள் உள்ளன. நீங்கள் சன்யாசியா என்றால் பதிலளிக்க முடியாது. சன்னியாசத்துக்கு காலம் கிடையாது. வரலாற்று ஆவணங் கள் ஆகியவை கிடையாது.

ஒருவர் சன்னியாசி என்று சொன்னால் அவர் சன்னியாசியாக இருக்க முடியாது. அவர் பதில் சொல்லும் போது சமாதியில் இல்லை; சாமியாராக இல்லை என்று சொன்னாலும் தவறு. ஏனென்றால், அவர் உயர்நிலை அடைந்துள்ளார். இந்தக் கேள்வியை கேட்கவும் முடியாது; பதில் சொல்லவும் முடியாது. தியானாவில் வெளியிலிருந்து உள்ளே

போகிறோம். உள்ளே செல்லுதல் வைராக்கியம். பலனிலிருந்து விலகி ஆத்மாவை அணைக்கிறோம்.

பயிற்சி செய்யும்போது மூன்று குணங்களுக்கு அப்பாற்பட்டு இருக்க வேண்டும். அவற்றை சமன் செய்து கடக்க வேண்டும். அப்போது வேரில் சென்று தடுமாற்றம் இல்லாமல் உறுதியாக நிற்கின்றன. சாத்வ குணம் குறைவாக இருப்பதால் அதை நாம் பயிரிட வேண்டும். சமாதியில் நான் மறைந்து போகிறது. நான் இல்லாமை உணரப்பட வேண்டும். அதை விளக்க முடியாது. எப்படி வாழ வேண்டும் என்ற குறியீடுகளால் சரியான பாதையில் செல்ல வழிகாட்டலாம்.

யமா, நியமா இதழ்களை பயிற்சி மூலம் கற்றுக் கொள்ள முடியாது. உலகமயமான, தார்மீக நெறிகளை யமா, நியமா கொள்கை விளக்கத்தின் மூலம் தெரிந்து கொள்ளலாம். ஆரம்ப நிலையில், நம்மால் முடிந்த மட்டும் அனுசரிக்க வேண்டும். எல்லா சூழ்நிலையிலும் அறிவோடு ஒவ்வொரு காரணத்தில் அனுசரிக்க வேண்டும். யமா, நியமா எடுத்துக்காட்டுதல் மூலமாக, பயிற்சி மூலம் பக்குவமடைய வேண்டும். ஆசனா, பிராணாயாமா, பிரத்யஹாரா வழிமுறையில் செய்யப்படுவது, ஆசிரியர் முன் செய்து காட்டி சரி செய்யப்பட்டு முன்னேற லாம். தாரணா, தியானா, சமாதி அனுபவ நிலைகள். அதை விளக்கம் மூலம் கற்றுத்தர முடியாது.

யாராவது நான் தியானம் கற்றுத்தருகிறேன் என்று சொன்னால் உண்மையல்ல. தியானம் கற்றுத்தர முடியாதது; அனுபவிக்கப்பட வேண்டும். ரிலாக்சேஷனை கற்கலாம். அமைதி, உடல் மூலம் தியானத்துக்கு தயார் செய்யும். ஆனால், அதுவே தியானமல்ல. சமாதியில் பிரச்னைகள் உள்ளன. அதற்காக பேராசையில்லாமல் விழைய வேண்டும். அனுபவித்தால் விளக்க முடியாது. அப்படி விளக்கினால் அது மாயையும் தன்னையே ஏமாற்றிக் கொள்வதாகும். சமாதியிலும் தேங்கிவிடலாம்.

பல சமாதி நிலைகள் உள்ளன. முதல் கட்டத்தில் உள்ளது, விதையுள்ள சமாதி. சமாதி நிலையில் ஆசைகள் இருக்கும். ஈகோவின் தேங்கும் சக்தியாக சமாதிக்குப் பிறகும் விதைகள் முளைக்க வாய்ப்புள்ளது. அனுபவத்தின் நெருப்பு மூலமாக ஈகோ இன்றும் அழிக்கப்படவில்லை. யோகப் பயணத்தின்

முக்கியமான கட்டம் இது. அதில் சிக்கினால் எல்லாம் பாழாகி விடும். இதற்குப் பெயர் மனோலயா. முயற்சி வேகம் குறைந்து பயணத்தின் முதல் படியைத் தாண்டாமல் நிறுத்துவது. யோகி வெற்றியின் துடுப்புகளில் ஓய்வு எடுக்க முடியாது.

விதைகள் நன்றாக தீயில் எரிந்து மறுபடியும் முளைக்காத வரை பயிற்சி செய்ய வேண்டும். அதற்குப் பெயர் விதை யில்லாத சமாதி. இங்கே ஆனந்த அனுபவம், ஈகோவினால் வருவது அல்ல. ஆனந்தத்தின் வெற்றிடம், இருக்கை இல்லாமை ஒளியின் இருக்கையாக மாறுவது. சமாதி வெறும் செய்தியால் வருவது அல்லது அதற்கு விஞ்ஞான அடிப்படையில் நரம்பு மண்டலத்தில் வருகிறது.

மூளையின் பின்புறத்தில் ஹைபோ தெலாமஸ் உள்ளது. அது முழு உடம்பின் நரம்பியல் அச்சாணியாகும். தொப்புள் அதற்கு இருப்பிடம். அது சூரிய ஸ்தானம். சக்தியின் ஓட்டம் சீராகவும் நிற்காமலும் இருக்க வேண்டும். மூளையின் நான்கு பாகங்களும் சமமாக இருக்க வேண்டும். இதன் மூலம் மனித உடம்பு பூமிக்கும் ஆகாயத்துக்கும் இடையே உள்ள கோலாக அமைகிறது. இரண்டின் சக்தியால் நாம் பிறந்துள்ளோம்.

சந்திர மையம் உடலைக் குளுமையாக வைக்கிறது. இன்பம் துன்பம் எல்லாம் இங்கே சேர்த்து வைக்கப்படுகிறது. இதன் மூலமும் புரிதல் மூலமும் ஆனந்த கோசத்தில் இருக்கையின் மையத்தில் புதிய வாழ்க்கை தொடங்குகிறது. அதற்குப் பிறகு விதையற்ற சமாதி உதயமாகிறது. யோக பிரக்ஞையின் மாற்றம் எப்படி உள்ளார்ந்தமாக வருகிறது என்று காட்டு கிறது. அவை பொருளானவை. வெளியாகப் பார்க்க முடியாது. யோகிக்கு மட்டும்தான் அது தெரியும். அதை விளக்குவது பார்வையற்றோர்க்கு விவரிப்பதுபோல் ஆகும்.

ஐந்து பிரக்ஞை நிலைகள் உள்ளன. சரியான - தவறான உணர்தல், கற்பனை, தூக்கம், ஞாபகம். நமக்கு அது தெரியும். மற்றவர்க்கும் தெரியும். அவற்றைத் துல்லியமாக்கினால் பல விஷயம் கற்கலாம். பதஞ்சலி குணமாக்கும் நிலைகள் பற்றி சொல்கின்றார். நட்பு, மற்றவர் வெற்றியில் இன்பம் காணுதல், கஷ்டப்படுவோர்க்கு இரக்கம் காட்டல், கெட்டவர் பற்றி கவலைப்படாமல் இருப்பது இவை

எல்லாம் சக்தி வாய்ந்த கருவிகள். இவற்றை நம்முடைய நடத்தையில் பயிரிட வேண்டும்.

உள் மனத்தில் மொத்தம் ஒன்பது நிலைகள் உள்ளன. வருகிற சிந்தனைகளைப் பார்ப்பது, அவை நம் மனத்தை ஆட்கொள்வதற்கு முன்பு பிடிப்பது, அமைதியான நிலையில் நிற்பது, ஓங்குகிற சிந்தனை தடுப்பதால் ஒரு நிலையில், ஒரே பொருளில் கவனம் செலுத்துவது, பதப்படுத்தப்பட்ட துல்லியமாக்கப்பட்ட நிலை, கட்டுப்பாடு சக்தியால் வருவது, கூறுபட்ட நிலை, தெய்வீக பிரக்ஞை.

ஏன் ஆறாவது நிலையை கூறு போடப்பட்ட நிலை என்கிறோம்? ஒரு நிலைக்கவனம் இரண்டு பக்கம் கொண்டது. வெற்றி கண்டவுடன் மதம் பிறந்து அஸ்மிதா களங்கப் படுகிறது. இதைத்தாண்டி அந்தப் பக்கம் சென்றால் பிரக்ஞை தூயதாகிறது. தெய்வீகம் கிடைக்கிறது. மனோலயாவின் முச்சந்தி ஆபத்தானது.

பிரக்ஞையில் ஈகோ தங்கியிருந்து எந்த நேரமும் மீண்டும் தலை தூக்க ஆரம்பிக்கலாம். மாசுகளும் குறைகோடுகளும் இருந்த வண்ணம் உள்ளன. வெளியிலிருந்து பார்ப்பதற்கு தெரியாது. அழுத்தமோ, மோகமோ வந்தால் ஈகோ மறுபடியும் செயல்பட ஆரம்பித்துவிடும். ஆகவேதான், விதையில்லாத சமாதி, தன் கடைசியான தீர்வு சுயம் உணரப்பட்டு மனித உடலின் மோகத்திலிருந்து விடுதலை கிடைக்கும். பயிற்சியின் வேகம் குறையக்கூடாது. யோகாவில் கர்மா, ஞானம், பக்தி உள்ளது. இவை மூன்று முறுக்கப்பட்ட உறுப்புகள் ஒன்றாக, டென்னிஸ் வீரர்கள் இளமையில் தொடங்கி உச்ச கட்டம் செல்கிறார்கள். வயதாகும் போது ஓய்வு பெற வேண்டும். பிறகு, மற்றவர்க்கு பயிற்சி அளிக்கலாம். அதிலிருந்தும் ஒரு நாள் ஓய்வு பெற வேண்டும். ஆனால், யோகி ஓய்வு பெற முடியாது.

வயதால் போடப்பட்ட வரையறைக்குள், வாழ்நாள் முழுவதுமான கட்டுப்பாட்டுடன் அன்போடு தொடர வேண்டும். குறையுள்ள பிரக்ஞையைத் தவிர்க்க வேண்டும். பிரிக்கப்படாத பிரக்ஞை, சுத்தமானது; திரும்பவும் கீழே விழுந்து கெடுதல் செய்யாதது; பொய் சொல்லாதது; சுய நலமாக இயங்காதது. யோகியின் விளையாட்டுக்கு முடிவு

கிடையாது. இந்த விளையாட்டின் குறிக்கோள் ஆத்மாவை பார்ப்பது.

எல்லோரும் சமாதி பெற விரும்புகிறார்கள். அதற்கு குறுக்கு வழி தேடுகிறார்கள். ஆரம்ப நாளில், கையை பின்னால் சேர்க்கும் முயற்சியிலிருந்து ஆசனாவில் ஊடுருவல் சாத்தியமே. தொடர்ந்து முன்னேற முயற்சி செய்ய வேண்டும். ஆர்கெஸ்ட்ரா கண்டக்டருக்கு எல்லா வாத்தியங்களும் வாசிக்கத் தெரிய வேண்டிய அவசியமல்லை. ஆனால், ஒவ்வொருவரும் சேர்ந்திசைக்கும் இசை என்ன தருகிறது என்பதை அறிய வேண்டும்.

மக்கள் சமாதிக்கு மற்ற வழிகளையும் தேடுகிறார்கள். போதைப் பொருள், மது, ஆபத்தான விளையாட்டு, இசை, இயற்கையின் அழகு, காமம் ஆகியவை மூலமும் ஆயிரம் வழிகள் உள்ளன. எல்லாமே கஷ்டப்படுகிற ஈகோவைத் தாண்டி நம்மைவிட ஒரு பெரிய விஷயத்தோடு சேர வேண்டும். ஒரு படத்தில் காதலர் இணைந்தால், கெட்டவன் திருந்தினால் கண்ணீர் விடுகிறோம். நாமும் அது சுயத்தின் கட்டுப்பாட்டை விட்டு நீங்கி நம்மைவிட பெரிய விஷயத்தில் சேர்ந்து, தெரிந்ததை இழந்துவிட்டு, முடிவில்லாத, அற்புதமான தெரியாதவற்றை அடைவது.

போதைப் பொருள், மது ஆகியவை மிகவும் கெடுதல் தரக்கூடியவை. பெரிய கலை, இசை, இலக்கியம் ஆகியவை நம்மை மாற்றும். யோக பயிற்சியும் அம்மாதிரி ஆனந்த மயமான சேர்க்கைக்கு இட்டுச் செல்லும். மாற்றம் தொடர்ந்து இருக்க வேண்டும். மாற்றம் என்பது தொடர்ச்சியான மாற்றம். அது பயிற்சி மூலம்தான் வரும். உடல் என்றும் ஆனந்தத்தின் வண்டி. அது வலுவாக இருக்க வேண்டும். உச்சக்கட்டம் நிலையான மாற்றம் தருகிறது. மற்றவையெல்லாம் வெறும் மாயையே. நமக்கு ஆன்மிக ஆசை வேண்டும். பாசாங்கு அல்ல.

மேடையில் உள்ள கதவின் மூலம் கவனமில்லாத நடிகர் போல கீழே விழலாம். யோகா என்பது கடினமானது. நம்முடைய தோற்றத்தின் கட்டுப்பாடுகளிலிருந்து விடுதலை பெற விரும்புகிறார்கள். வரலாற்றில் இதற்காக பல குறுக்கு வழியை நாடியிருக்கிறார்கள். யோகா, நீண்ட வழி மூலமாக,

ஆத்மாவின் அறிவோடு இதயத்தையும் உடலையும் இணைக்கிறது. சமாதியில் உடல் மனம் ஆத்மா ஆகிய எல்லாம் சேர்ந்து ஒரு பொருள் ஆகிறது.

சமாதியிலிருந்து மேலே ஒரு படி சென்று கைவல்யம் அடைய வேண்டும். சமாதி என்பது அமைதி. சமாதிக்குப் பிறகு சிதறலைத் தாண்டி ஒருமையில் இயங்க வேண்டும். அதுவே யோகாஇன் பலன். இடைவிடாத யோகப் பயிற்சி மூலம் ஒன்றோடு இணைந்துவிட்டால், செயல் உலகில் யோகி அளவற்ற ஆனந்தம் பெறுகிறார்.

7

புதிய சூரியநமஸ்காரம்

இன்றைய காலகட்டத்தில், மக்களுக்குத் தங்களுடைய உடல் நலத்தின் மீது அக்கறையும், பொறுப்புணர்வும் அதிகரித்துள்ளது. அதற்காக உடற்பயிற்சி, உணவுக் கட்டுப்பாடு, தியானம், மூச்சுப் பயிற்சி, யோகாசனம், விளையாட்டு என எத்தனையோ முயற்சிகளில் ஈடுபடுகின்றனர். இதில், தற்போது யோகாசனத்தின் மீது மக்களுக்கு ஓரளவுக்கு ஈர்ப்பு வந்துள்ளது என்று சொல்லலாம்.

யோகாசனங்களால், இயற்கையான முறையில் உடலுக்கும், உள்ளத்துக்கும் நன்மை கிடைப்பது கண்கூடு. அதனால், யோகாசனம் கற்றுக்கொள்ளவும், தினமும் பயிற்சி செய்யவும் விரும்புகின்றனர். மற்ற நடவடிக்கைகளில் ஈடுபட, தீவிர முனைப்பும், ஈடுபாடும் வேண்டும். அதேபோன்ற ஒரு முனைப்பும், ஈடுபாடும் யோகாசனத்தைக் கற்கவும் தேவை. ஆனால், ஒருமுறை யோகாசனங்களை செய்து, அதனால் பலன்களை அனுபவிக்கத் தொடங்கி விட்டால், காலம் முழுவதும் அதைத் தொடர்ந்து

செய்ய வேண்டும் என்ற உந்துதலும், ஆர்வமும் ஏற்பட்டு விடும். ஆனால், தொடங்குவதுதான் கடினம்.

ஆனால், அந்தக் கஷ்டத்தை மக்கள் அனுபவிக்க வேண்டாம் என்ற நோக்கில், தொடக்கத்தை எளிமைப்படுத்த பத்து ஆசனங்களை மட்டும் தேர்ந்தெடுத்துள்ளேன். இந்த ஆசனங்கள், கால், வயிறு, கை, இடுப்பு, தலை ஆகியபாகங்களைச் சரி செய்து, உடலின் எல்லா பகுதிகளும் சீரடைந்து, நல்ல உடல் வலிமையையும், அழகையும், வடிவத்தையும் கொடுக்கும். இந்த ஆசனங்களை மட்டும் தினமும் தொடர்ந்து செய்துவந்தால், எந்தவிதமான உடல், மனப் பிரச்னைகள் வரவே வராது. இந்த பத்து ஆசனங்களையும் ஒன்று சேர்த்து 'புதிய சூரியநமஸ்காரம்' என்று பெயரிட்டுள்ளேன். பழைய சூரியநமஸ்காரத்தில் 12 நிலைகள் இருக்கும். ஆனால், இதில் நிலைகளுக்குப் பதில் பத்து ஆசனங்கள் மட்டும்தான். அவை, உடலில் உள்ள முக்கியமான உறுப்புகளுக்கு வலு சேர்ப்பவையாக இருக்கும்.

ஆசனங்கள்

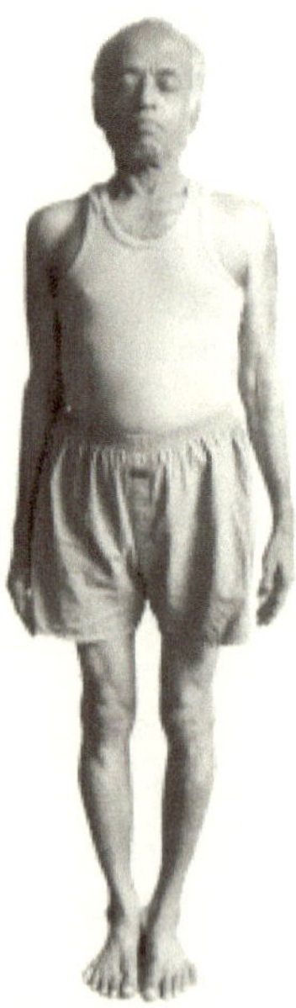

தடாசனா
இது, உடலை நேராக்குகிறது

★ பின்கால்களும், கட்டை விரல்களும் ஒன்றையொன்று தொட்டுக் கொள்கிற வகையில் பாதங்களை ஒட்டி வைத்து நேராக நிற்க வேண்டும். பாதங்களைத் தரையில் அழுத்தி வைக்க வேண்டும். விரல்களை நன்றாக நீட்டி தரையில் சமமாக அழுத்த வேண்டும்.

★ முழங்கால்கள் சிறிய அளவு கூட மடங்காமல் நேராக, விறைப்பாக இருக்க வேண்டும்.

★ வயிறை உள்வாங்கி, மார்பை முன் தூக்கி முதுகெலும்பை மேலிழுத்து கழுத்தை நேராக்க வேண்டும்.

★ உடல் எடை ஒருபக்கம் மட்டும் அதிகமாக இருக்காமல் பாதத்தில் சமமாக இருக்க வேண்டும்.

★ கைகளை மேலேயும் தூக்கலாம். பக்கவாட்டிலும் தொங்க விடலாம்.

திரிகோணாசனா

இது, கால்களைப் பலப்படுத்துகிறது

★ தடாசனாவில் நிற்கவும்.

★ மூச்சை உள்வாங்கி, குதித்து கால்களை 3 1/2 அடி இடைவெளியில் பரப்பவும். உள்ளங்கை தரையை நோக்கும்படியாகக் கைகளைப் பக்கவாட்டில் நீட்டவும். வலது பாதத்தை பக்கவாட்டில் 90 டிகிரி திருப்பவும். இடது பாதத்தை 60 டிகிரி வலது பக்கம் திருப்பவும்.

★ மூச்சை வெளியிட்டுக்கொண்டே, உடலை வலது பக்கமாகத் திருப்ப வேண்டும். இடது உள்ளங்கை வலது காலுக்கு அருகாமையில் தரையில் தொட முயற்சிக்க வேண்டும்.

ஊர்த்வ ப்ராசாரித பாதாசனா

இறுதி நிலை

- ★ தரையில் மல்லாந்து படுத்து கைகளை பின்னால் நீட்டவும்.
- ★ மூச்சை இழுத்து கால்களை 30 டிகிரி கோணத்தில் தூக்கவும். இதே நிலையில் 15 அல்லது 20 நொடிகள் இருக்கவும்.
- ★ இப்போது 60 டிகிரி கோணத்தில் உயர்த்தவும். இதே நிலையில் 20 நொடிகள் இருக்கவும்.
- ★ கால்களை 90 டிகிரி கோணத்தில்செங்குத்தாக தூக்கவும். இதே நிலையில் சாதாரண மூச்சுடன் அரை நிமிடம் இருக்கவும்.
- ★ மூச்சை வெளிவிட்டு கால்களை இறக்கவும்.
- ★ இதைப் பல முறை செய்ய வேண்டும்.

அதோமுக சுவானாசனா

இது, கைகளை வலுவாக்குகிறது

- ★ தரையில் குப்புறப்படுக்கவும். கால்கள் ஒரு அடி இடைவெளியில் பிரிந்து இருக்க வேண்டும்.
- ★ உள்ளங்கை இடுப்புக்குப் பக்கத்தில் இருக்க வேண்டும்.

★ மூச்சை வெளிவிட்டு உடலைத் தரையிலிருந்து தூக்கி, கைகளை நீட்டிக்க வேண்டும். உடலும் கால்களும் முக்கோண அமைப்பில் இருக்க வேண்டும். தலை, தரையைத் தொட வேண்டும். பாதம் தரையில் பதிய வேண்டும். கைகள் மடங்கக் கூடாது.

★ இந்த நிலையில் 1 நிமிடம் சாதாரண மூச்சில் இருக்க வேண்டும்.

சலபாசனா

இது, முதுகைப் பலப்படுத்துகிறது

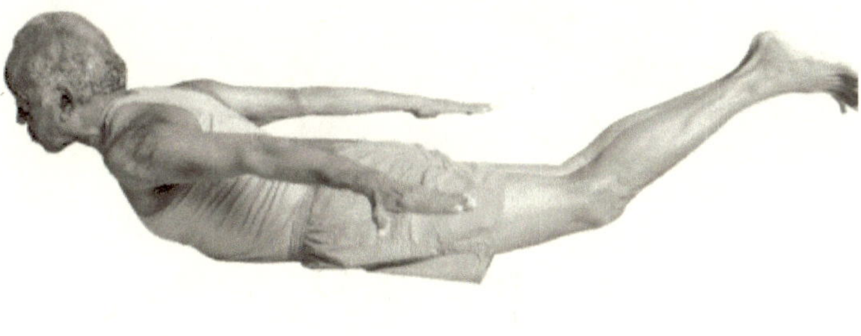

★ தரையில் நெடுஞ்சாண்கிடையாக குப்புறப்படுக்கவும். கைகளைப் பின்புறம் நன்றாக நீட்டவும்.

★ மூச்சை வெளிவிட்டு தலை, மார்பு, கால்களை ஒரே நேரத்தில் தரையிலிருந்து தூக்கவும். கைகளை மேலே தூக்கியபடி இருக்க வேண்டும். மார்பெலும்பு தரையைத் தொடக்கூடாது. வயிறின் முன் பகுதி உடலின் முழுபளுவையும் தாங்க வேண்டும்.

★ கால்களை பின்புறம் ஒன்று சேர்த்து நீட்ட வேண்டும்.

★ எவ்வளவு நேரம் முடியுமோ அவ்வளவு நேரம் இந்த நிலையில் சாதாரண மூச்சுடன் இருக்கவும்.

★ ஆரம்பத்தில் தலை, மார்பு மற்றும் கால்களை ஒன்றாக மேலே உயர்த்துவது கடினம். போகப் போக எளிதாகி விடும்.

மாரிச்யாசனா

இது, இடுப்புத் தசைகளை இறுக்குகிறது

★ தரையில் உட்கார்ந்து காலை நீட்டவும்.

★ இடது காலை மடக்கி பாதத்தைத் தரையில் பதிக்கவும்.

★ மூச்சை வெளிவிட்டு உடலை 90 டிகிரி இடது பக்கம் திருப்ப வேண்டும். வலது கையை இடது தொடைக்கு மேல் கொண்டு வரவும்.

★ வலது கையை நன்றாக நீட்டி வலது முழங்காலுக்கப்பால் கொண்டு செல்லவும்.

★ மூச்சை வெளிவிட்டு இடது கையை பின்னால் கொண்டு வந்து வலது கையைப் பிடிப்பதே இதன் இறுதி நிலை.

★ இந்த நிலை வருவதற்கு நீண்ட பயிற்சி தேவை.

★ இதே போல் இன்னொரு பக்கமும் செய்ய வேண்டும்.

ஜானு சிரசாசனா

இது, இடுப்பை நன்றாகத் திருப்ப உதவுகிறது

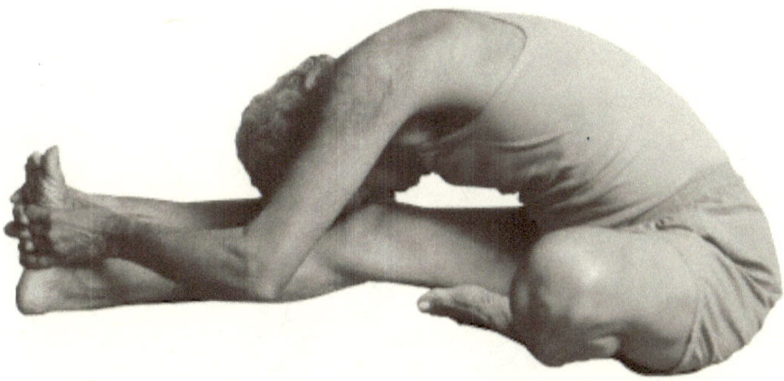

★ தரையில் உட்கார்ந்து கால்களை நீட்டவும்.

★ இடது முழங்காலை மடக்கி வலது தொடைக்கு அருகில் கொண்டு வர வேண்டும்.

★ கைகளை முன்னால் நீட்டி வலது கால் கட்டை விரலை பிடிக்கவும்.

★ வலது காலை நன்றாகச் சுருக்கமில்லாமல் நீட்டவும்.

★ மூச்சை வெளிவிட்டு தலையால் முழங்காலைத் தொட வேண்டும். முதுகை நன்றாக நீட்டிக்க வேண்டும்.

★ ஆழ்ந்த மெதுவான மூச்சுடன் ஒரு நிமிடம் வரை இருக்க வேண்டும்.

★ இதே போன்று அடுத்த பக்கமும் செய்ய வேண்டும்.

சர்வாங்காசனா

இது, தலைக்கு ரத்த ஓட்டத்தை அதிகப்படுத்துகிறது

★ தரையில் மல்லாந்து படுக்கவும்.

★ மூச்சை வெளிவிட்டு முழங்கால்களை மடக்கவும். தொடைகள் அழுந்தும் அளவுக்கு கால்களை வயிறு நோக்கி கொண்டு செல்ல வேண்டும். கைகள் உடலை ஒட்டி தரையின் மீது இருக்க வேண்டும்.

★ பின் மூச்சை வெளிவிட்டு கால்களை உயரத்தூக்கி, உடலை செங்குத்தாக்கி மார்பு தாவாக்கட்டையைத் தொடும்படி கொண்டு செல்ல வேண்டும்.

★ கைகளை முதுகின் மீது வைத்து உடலைத் தாங்க வேண்டும்.

★ மூச்சை விட்டு கால்களை நேராக்க வேண்டும்.

★ இந்த நிலையில் ஐந்து நிமிடம் இருக்கவும்.

★ மூச்சை வெளிவிட்டுக் கால்களை கீழே இறக்கவும்.

ஹாலாசனா

இது, மூளையைப் பலப்படுத்துகிறது

★ சர்வாங்காசனா செய்யவும். தாவாக்கட்டை- மார்புப் பிணைப்பு இறுக்கமாக இருக்க வேண்டும்.

★ உடலை பின்னால் கொண்டு சென்று, கால்களையும் கைகளையும் பின்னால் நீட்ட வேண்டும்.

★ முழங்காலை நீட்டித்து கைகளால் முதுகைத் தாங்கவும்.

★ இந்த நிலையில் நீண்ட நேரம் இருப்பதற்கு மிகுந்த பயிற்சி தேவை

சவாசனா

இது, உடல் மற்றும் மனத்துக்கு முழுமையான ஓய்வைத் தருகிறது

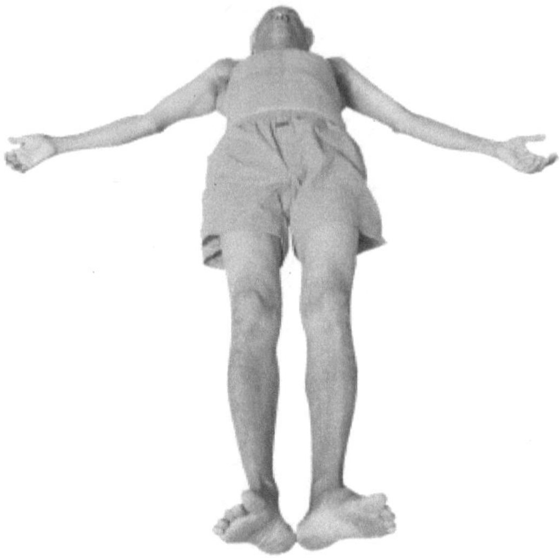

★ மல்லாந்து படுக்கவும்.

★ கைகளை பக்கவாட்டில் நீட்ட வேண்டும். உள்ளங்கை மேல் நோக்கி இருக்கவேண்டும்.

★ பாதங்கள் ஒன்று சேர்ந்து இருக்க வேண்டும். கால் விரல்கள் விலகி இருக்கவேண்டும்.

★ மூச்சு சீராக, மெதுவாக விடவேண்டும்.

இந்தப் பத்து ஆசனங்களையும் தினமும் காலை அல்லது மாலையில் சுமார் அரை மணி நேரம் செய்தால், மூன்றே மாதத்தில் நல்ல பலன்களைப் பெறலாம்.

www.ingramcontent.com/pod-product-compliance
Lightning Source LLC
LaVergne TN
LVHW060452051026
849518LV00002B/744
* 9 7 8 8 1 8 4 9 3 6 0 2 5 *